போதியின் நிழல்

2012 ஆம் ஆண்டிற்கான
எழுத்தாளர் ஜெயந்தன் நினைவு
படைப்பிலக்கிய விருது பெற்ற நாவல்

அசோகன் நாகமுத்து

முதல் பதிப்பு : ஜூன் 2012
இரண்டாம் பதிப்பு: அக்டோபர் 2017

விலை: ரூ. 250

போதியின் நிழல், ஆசிரியர்: அசோகன் நாகமுத்து ©, அளவு: டெமி, பக்கங்கள்: 280, வெளியீடு: அந்திமழை, 24ஏ, முதல் தளம், கணபதிராஜ் நகர், காளியம்மன் கோவில் தெரு, விருகம்பாக்கம், சென்னை-600 092. email: editorial@andhimazhai.com, தொலைபேசி: 9443224834, 044-23774541, அச்சிட்டோர்: அபிசான் எண்டர்பிரைசஸ், சென்னை -87.

Price: Rs. 250

Bodhiyin Nizhal, Author: Asokan Nagamuthu ©, Size: Demy, Pages : 280, Publisher : Andhimazhai, 24A, First floor, Ganpathraj Nagar, Kaliamman koil Street, Virugambakkam, Chennai- 600 092. Email: editorial@andhimazhai.com, Phone: 9443224834, 044-23774541, Printed by : Abisan Enterprises, Chennai - 87.

First Edition: June 2012
Second Edition: October 2017
ISBN: 978-81-935572-0-4

போதியின் நிழல்

அசோகன் நாகமுத்து எழுதிய 'போதியின் நிழல்' நாவல் யுவான் சுவாங்கின் பயண நோக்கத்தைப் பேசவில்லை. மாறாக அவரின் பயண வாழ்வைப் பேசுகிறது. அவருடைய ஆழ்மன வேட்கையை, தேடலைப் பேசுகிறது. யுவான் சுவாங் புறப்பட்ட இடத்திலிருந்து வந்து சேர்ந்த இடம் வரையிலான வாழ்க்கைதான் நாவலின் களம். பயணத்தில் அவர் பெற்ற, பகிர்ந்தளித்த சிந்தனையின் விதைகள் எப்படி இன்றும் மட்கிப் போகாமல் இருக்கின்றன, அவை காலம்தோறும் புதிய புதிய வீரியமிக்க விதைகளை உற்பத்தி செய்தபடியே இருக்கின்றன என்ற அதிசயத்தை இது பேசுகிறது. மரத்தைப்பற்றி பேசாமல், மரம் வேர்கொண்டுள்ள மண்ணைப்பற்றி, நிலத்தின் அழகைப் பற்றிப்பேசி, அதன் உண்மையான செல்வத்தைத் தேடச் சொல்கிறது. இந்த நாவலில் புத்தரையும் யுவான் சுவாங்கையும் புதிய வழியில் தரிசிக்கிறோம். அசோகன் நாகமுத்துவின் மொழியும், கதைசொல்லல் முறையும் ஈர்ப்புடையதாக இருக்கிறது. நாவலைப் படித்து முடித்ததும் வாசகர் மனதிற்குள் கற்பனை செய்ய முடியாத அளவிற்கு பெரும் வெற்றிடம் உருவாகும். மனித மனதிற்குள் வெற்றிடத்தை உருவாக்கவே எழுதப்பட்டுள்ளது 'போதியின் நிழல்'.

— இமையம்

நூலாசிரியர் குறிப்பு

அசோகன் நாகமுத்து, கால்நடை மருத்துவமும் பின்னர் இதழியலும் கற்றவர். தமிழின் முக்கியமான அச்சு, தொலைக்காட்சி ஊடகங்களில் பணியாற்றிய அனுபவம் பெற்றவர். நாகப்பட்டினம் மாவட்டத்தில் உள்ள வேதாரண்யம் அருகே மருதூர் என்ற கிராமத்தில் பிறந்த்வரான இவர், இப்போது சென்னையில் வசித்து வருகிறார். புனைவு இலக்கியம், வரலாறு, அரசியல் மீது மிகுந்த ஈடுபாடு கொண்ட இவர் எழுதிய முதல் சரித்திரம் சார்ந்த புனைவு நூல் இது.

அன்பு நண்பர்
செந்தமிழ்ச்செல்வனுக்கு,

அசோகன் நாகமுத்துவின் போதியின் நிழல் நாவல், வரலாற்றுச் சம்பவங்களின் பின்புலத்தில் யுவான் சுவாங் என்ற சீனத் துறவியின் தேடலையும் இந்தியப் பயணத்தையும் சித்திரித்துள்ளது. எப்பொழுதோ நடைபெற்ற சம்பவங்களைப் பயணக் குறிப்புகளின் மூலம் கண்டறிந்து விவரித்துள்ள கதையானது, நம்பகத்தன்மையுடன் உள்ளது. மதங்களின் ஆளுகையானது எப்படியெல்லாம் மக்களிடம் பரவியிருந்தது என்பது புனைவாக வெளிப்பட்டுள்ளது. புத்த சமயத் துறவி யுவான் சுவாங் தனது பயணத்தில் புத்தர் வாழ்க்கையுடன் தொடர்புடைய இடங்களுக்குச் செல்வது, நாவலைச் சுவாரசியம் மிக்கதாக்குகின்றது. நாவலாசிரியர் அசோகனும் அந்த இடங்களுக்குப் பயணம் செய்திருப்பது பற்றிய குறிப்புகள், நாவலை நடப்புடன் பொருத்துகின்றன.

ந.முருகேசபாண்டியன்,
உயிர்மை இதழில்

பயணம் என்பது தேடலின் குறியீடு. ஒவ்வொரு பயணமும் தன்னை அறிதலுக்கான உண்மையை நோக்கியதொரு தேடலே. அத்தேடல் அரசு எந்திரங்களுக்கு, நிறுவனங்களுக்கு எதிரானது. இதுவே யுவான் சுவாங்கின் பயணம் உணர்த்தும் அடிப்படை உண்மையும்கூட. கனவுக்கும் நனவுக்கும் இடையே ஊடாட்டம் கொள்ளும் மனமே கனவின் பிரபஞ்ச உண்மையைத் தரிசிக்கிறது. இதுவே யுவானின் வாழ்விலும் நடந்தேறியது. அசோகன் நாகமுத்துவின் போதியின் நிழல் ஒரு மனிதனின் வாழ்வைச் சொல்வதில் ஒரு பெரும் கலைப்படைப்பாக மாறியுள்ளது. வரலாற்றின் ஊடாகப் புத்தனின் அடிச்சுவட்டில் பயணித்த யுவான் சுவாங்கின் உண்மைத் தேடல் பல்வேறு தளைகளை மீறிய ஒன்றாக ஓர் ஒட்டுறவுக் கலைப் படைப்பாக (hybrid creation) உருவாக்கம் பெற்றுள்ளது. இது உண்மையில் தமிழ் நாவல் இலக்கியவுலகிற்கு ஒரு புதுவரவு என்பதை அறுதியிட்டுச் சொல்லலாம்.

[செ. ரவீந்திரன், அண்மைக்காலத் தமிழ்ப் புதினங்களில் புதுக்குரல்கள் என்ற தலைப்பில் எழுதிய கட்டுரையில்]

முதல் பதிப்பின் முன்னுரை

கனவின் பயணம்

நமக்கு இன்று வாசிக்கக் கிடைக்கும் வரலாற்றைக் கவனித்தால் ஒரு செய்தி புலப்படும். பயணங்கள்தாம் வரலாற்றை நிர்ணயித்திருக்கின்றன. நாடுகளைக் கைப்பற்றும் ஆசையால் நிகழ்ந்த போர்ப் பயணங்கள், திரவியம் தேடி நடந்த வணிகப் பயணங்கள் இவைதாம் வரலாற்றுக்குத் திசைகளையும் வழிகளையும் உருவாக்கிக் கொடுத்துள்ளன. அந்தப் பயணங்களின் துணை நிகழ்வு களாகவே பண்பாட்டுச் செயல்களும் நடந்திருக்கின்றன. தொழில்கள் அறிமுகமாகியிருக்கின்றன. கலைகள் வளர்ந்திருக்கின்றன. மதங்கள் பரவியிருக்கின்றன. மொழிகள் கிளை பரப்பியியிருக்கின்றன. ஆழ்ந்து பார்த்தால் மனித இனத்தின் மேம்பாடே பயணங்களின் வாயிலாகத்தான் சாத்தியமாகியிருக்கிறது.

அசோகன் நாகமுத்துவின் 'போதியின் நிழல்' ஒரு பயணத்தின் கதை. வரலாற்றுப் பாடநூல்களில் ஒரு தகவலாக நாம் அறிந்திருக்கும் நீண்ட பயணத்தின் கதை.

இந்திய வரலாற்றில் சில பயணங்கள் முக்கியத்துவத்துடன் குறிப்பிடப்படுகின்றன. சீனப் பயணிகளான பாஹியான், யுவான் சுவாங், இத்தாலியப் பயணியான மார்க்கோ போலோ, மற்றொரு இத்தாலியரும் ஸ்பானிய கிறித்தவ முடியாட்சியின் விசுவாசியுமான கிறிஸ்டோபர் கொலம்பஸ்,

முகம்மது இபன் பதுதா, வாஸ்கோ டி காமா ஆகியோரின் பயணங்கள் வரலாற்றில் விரிவாகப் பேசப்படுகின்றன. இவர்கள் மகத்தான பயணிகளாகக் கருதப்படுகிறார்கள். இவர்கள் மேற்கொண்ட பயணங்கள் நேரடியாகவோ மறைமுகமாகவோ இந்திய வரலாற்றை உரசிப் பார்த்தவை. இந்தப் பயணிகள் ஒவ்வொருவரின் பயண நோக்கமும் வெவ்வேறானவை. பாஹியானின் வருகை இந்தியாவில் புத்த மதத்தின் செல்வாக்கைக் கண்டறிய; மார்க்கோ போலோவின் பயணம் வணிகத்துக்காக; கொலம்பஸின் கடலோட்டம் ஸ்பானியப் பேரரசுக்குக் காலனிகளை உருவாக்க; பதுதாவின் யாத்திரை இஸ்லாமிய நாடுகளை ஒருங்கிணைத்துப் பார்ப்பதற்காக; வாஸ்கோ டி காமாவின் குறிக்கோள் போர்த்துக்கீசிய அரசை நிறுவுவது.

அரசியல், வணிகம், மதம் ஆகிய மூன்று நோக்கங்களை முன்னிருத்தியே இவர்களின் பயணங்கள் நிகழ்ந்திருக்கின்றன. பெரும்பாலான பயணங்களின் விவரங்கள் பின்னர் குறிப்புகளாக எழுதப்பட்டு வரலாற்று ஆதாரங்களாக மாறியிருக்கின்றன. இந்த சஞ்சாரிகளும் வரலாற்றின் அங்கங்களாக மாறியிருக்கிறார்கள். பாஹியான் இல்லாமல் சீனத்துப் புத்த மதத்தையோ, மார்க்கோ போலோவை நினைவு கூராமல் கீழ்த்திசை நாகரிகங்களைப் பற்றிய விவாதத்தையோ, பதுதாவில்லாமல் அகண்ட இஸ்லாமையோ, கொலம்பஸ் இல்லாமல் அமெரிக்கா என்ற கண்டத்தையோ, வாஸ்கோ டி காமாவை மறந்து விட்டுக் கோழிக்கோடு, கோவா நகரங்களையோ இன்று நம்மால் யோசிக்கக்கூட முடியாது. இவர்களின் பயணக் குறிக்கோள்கள் வேறாயினும் இவர்களின் பங்களிப்புகள் முக்கியமானவை. சில சமயங்களில் அந்தக் குறிக்கோள்களுக்கு எதிரானவையும் கூட.

இந்தப் பயணிகளில் மிகவும் சாகசக்காரராக எனக்குத் தென்படுபவர் சீன யாத்திரிகரான யுவான் சுவாங்தான். பிற சாகசக்காரர்களை பயணங்களுக்கு உந்தித் தள்ளியவை புறச்சக்திகள்; ஆனால், யுவான் சுவாங்கை தூண்டியது அவனுடைய அகம். அவன் காணும் ஒரு கனவுதான் தேசத்தைத் துறக்கச் செய்கிறது.

''நேற்று நானொரு கனவு கண்டேன். ஆனால் அதைக் கனவென்று மட்டும் சொல்ல முடியுமா? அலைகள்

பொங்கும் பெருங்கடல் நடுவே சுமேரு பர்வதத்தைக் கண்டேன். விவரிக்க இயலாத சோதிமிகுந்த சுடராக அது எழுந்து நின்றது. விண்ணோக்கி உயர்ந்திருந்த அதைக் கண்டதுமே அதை நோக்கிச் செல்லவேண்டுமென்ற ஆவல் மிகுந்தது. ஆனால் கடல் முன்னைவிட இப்போது கொந்தளிப்பு அதிகம் கொண்டது. ஆவேசமாக அலைகள் பொங்கின. ஆனால் அதைவிட என் ஆழ்மனக்கொந்தளிப்பு அதிகம். கடந்து செல்லப் படகோ, மரத்துண்டோ எதுவுமே இல்லை அம்மா. என் மனக் கொந்தளிப்பே அங்கு இட்டுச் செல்லும் என்றெண்ணி கடலில் கால் வைத்து இறங்கினேன். என் மனதில் துளியும் அச்சமில்லை. நான் கால்வைத்த இடத்தில் முளைத்தது ஒரு தாமரை. அரக்கு நிறத்தில் பளிங்காலான தாமரை. நான் கால்பதித்து நின்றேன். ஒரு கணம்தான். பர்வதத்தின் அடியில் இருந்தேன். அம்மலையின் உச்சி நோக்கி ஏறமுயன்றேன். அதன் உயரம் என்னை ஆச்சரியப்படுத்தியதே தவிர அச்சுறுத்தவில்லை. பிடிக்க எதுவும் அகப்படாமல் மேல்நோக்கித் தாவினேன். எங்கிருந்தோ வந்தது ஒரு சூறாவளி. அதன் வேகம் நான் இதுவரை காணாததாயிருந்தது. என்னைச் சுழற்றி சுழற்றி மேலே கொண்டுபோனது. அடுத்த கணம் மலையின் உச்சியில் கிடந்தேன். எழுந்து நான்கு திசையும் கண்டேன். முடிவில்லாத அடிவானம். அதைவிட்டால் எத்திசையிலும் எதுவுமே இல்லாத வெறுமை. ஒரு காற்றைப்போல என் மனம் நெகிழ்ந்தது. அக்கணத்தில் நான் என்றுமே அடைந்திராத நிறைவை எட்டினேன்," என்று யுவான் தன் தாயிடம் அந்தக் கனவை விவரிக்கிறான். இந்த விவரணைதான் யுவான் சுவாங்கின் வாழ்க்கை. இந்த நூலின் மைய இழை.

இங்கே குறிப்பிடப்பட்டுள்ள எல்லாப் பயணங்கள் பற்றியும் தகவல்கள் வரலாற்றில் பத்திரப்படுத்தப்பட்டுள்ளன. எனினும் அவை முழு முற்றானவையா, சந்தேகத்துக்கு இடமில்லாதவையா என்பது பற்றிய விவாதங்கள் இருக்கின்றன. அங்கங்கே பிற்காலத்தின் கைச்சரக்குகள் சேர்க்கப்பட்டிருந்தாலும் அவை நம்பகமானவை என்பதற்கான ஆதாரங்கள் இருக்கவே செய்கின்றன. பலருடைய ஆரம்ப கால வாழ்க்கை பற்றிய விவரங்கள் ஒன்றுக்கொன்று முரண்பட்டவையும் கூட. ஆனால் பொய்யானவை அல்ல.

அசோகன் நாகமுத்து

யுவானின் பயண மோகத்தைத் தூண்டிவிட்டது அவன் கனவுதான் என்பதைப் பயணக் குறிப்புகள் அழுத்தமாகச் சொல்கின்றன. யுவான் சுவாங்கின் பயணக் குறிப்புகளைத் தொகுத்து ஆங்கிலத்தில் மொழிபெயர்த்து வெளியிட்ட தாமஸ் வாட்டர்சும் இந்தப் புள்ளியிலிருந்தே யுவானைப் பின் தொடர்கிறார். சீனாவில் அன்று நடைமுறையிலிருந்த கன்பூசிய மதத்தைச் சேர்ந்த குடும்பத்தில் பிறந்தவன் யுவான். ஆன்மாவை மிகவும் நெருக்கும் மதமாக உணர்ந்த யுவானின் சகோதரர்களில் ஒருவர் ஆன்ம விடுதலையின் மார்க்கமாக புத்தரின் போதனைகளைக் கண்டடைந்து மதம் மாறுகிறான். அதே திணறலை அனுபவிக்கும் யுவானும் அண்ணன் காட்டிய வழியில் தொடர்கிறான். அவனுடைய தேடல் புத்தரின் அருள் படர்ந்த நிலங்களைத் தேடி முன்னேறுகிறது.

பௌத்த ஞானத்தைத் தேடி சீனாவிலிருந்து புறப்பட்டு பதினாறு பதினேழு ஆண்டுகள் யுவான் சுவாங் என்ற துறவி இந்தியாவில் நடத்திய ஆன்மீகப் பயணத்தின் கதை இது. ததாகதரின் அருள் விழிகள் தன்னை பார்த்துக் கொண்டே இருக்கின்றன என்ற உணர்வில் தொடங்கும் அவனுடைய பயணத்தின் ஒரு நீண்ட கட்டத்தை இந்த நூலில் மறு புனைவு செய்திருக்கிறார் அசோகன். (பெயரில் கூட என்ன ஒற்றுமை?) புத்தகயாவில் உள்ள போதி மரத்தின் நிழலில் யுவான் சுவாங் முதல்முறை அமர்ந்து தன் பிறவிப்பயனை எட்டியதாகக் கருதுவதுடன் அவரது பயணம் பற்றிய சரித்திரமும் இந்த நூலில் முடிகிறது. இதற்கிடையிலான நிகழ்ச்சிகள் தேர்ந்த புனைகதையாளனின் நுட்பத்துடன் முன்வைக்கப்படுகின்றன.

யுவான் சுவாங்கின் பயணக் குறிப்புகள் இதற்கு முன்பும் தமிழில் வெளியிடப்பட்டுள்ளன. அவை ஆவண மதிப்புப் பெறும்போது அசோகனின் ஆக்கம் படைப்பின் தகுதியைப் பெறுகிறது. இந்தத் தகுதிக்கு அவர் தன்னை ஆயத்தப் படுத்திக்கொண்ட விதம் வியப்பளிக்கிறது. நூலை நம்பகமானதாக்குகிறது. யுவான் சுவாங் புத்தரின் கருணை நிழலைத் தேடி இந்தியாவுக்குள் சென்ற இடங்களிலெல்லாம் அசோகனும் யுவானின் காலடித் தடத்தைப் பின் தொடர்ந்து சென்றிருக்கிறார். அதன் மூலம் வரலாற்றுத் தகவல்களை

நிகழ்காலத்துடன் ஒப்பிட்டுப் பார்க்கிறார். இது ஓர் அரிய செயல். கைவசமிருக்கிற புத்தகத்தை தமிழுக்கு இறக்குமதி செய்கிற சுலபமான வேலையைச் செய்து விடாமல் தான் எடுத்துக் கொண்ட பொருளைப் பற்றிய ஞானத்துக்காக அலைவது எளிய காரியம் அல்ல. யுவான் சுவாங்கின் ஆன்மீகக் கனவு அசோகனுக்குப் பயணக் கனவாக இருந்திருக்குமோ? ஆம் என்கிறது போதியின் நிழல்.

சுகுமாரன்,
திருவனந்தபுரம்
5 ஜனவரி 2012

நினைவின் நதியில்

போதியின் நிழல் நாவல் வெளிவந்து ஐந்தாண்டுகள் ஆகப்போகும் நிலையில் இரண்டாம் பதிப்பு வெளிவருகிறது. முதல் பதிப்பு வெளிவந்தபோது நண்பர்களும் விமர்சகர்களும் வாசகர்களும் இதற்கு நல்ல வரவேற்பளித்தார்கள். எதிர்பார்த்திராத திசையில் இருந்தெல்லாம் புதிய நண்பர்கள் அறிமுகம் ஆனார்கள். புத்தர் ஒளி பன்னாட்டுப் பேரவையின் மூத்த ஆலோசகர் திரு. அன்பன், நூலை வாசித்து என்னைத் தேடி வந்ததும் அல்லாமல் தங்கள் அமைப்பு சார்பாக நூல் அறிமுகக் கூட்டமும் நடத்தி ஊக்கமூட்டினார். பனுவல் அரங்கில் ஒரு விமர்சனக் கூட்டத்துக்கு பரிசல் செந்தில்நாதன் ஏற்பாடு செய்திருந்தார். கே.என். சிவராமன், ஷங்கர் ராம சுப்ரமணியன், அபிலாஷ் ஆகிய மூவரும் சிறந்த விமர்சனக்கருத்துகளை அந்நிகழ்வில் அளித்தது ஞாபகம் வருகிறது. பல நண்பர்கள் கடிதம் எழுதித் தங்கள் மகிழ்ச்சியைப் பகிர்ந்துகொண்டார்கள். தமிழ் வார இதழ்களிலும் தினசரிகளிலும் வெளியான நூல் விமர்சனங்கள் நாவலின் மீதான கவனத்தைக் கூட்டின. அவர்கள் அனைவருக்கும் நன்றிக்கடன் பட்டவனாகிறேன்.

2012 ஆம் ஆண்டுக்கான எழுத்தாளர் ஜெயந்தன் இலக்கியப் பரிசு இந்நாவலுக்கு வழங்கப்பட்டது ஓர் இனிய

அங்கீகாரம். அதற்காக ஜெயந்தன் அறக்கட்டளையினருக்கும் எழுத்தாளர் பிரபஞ்சனுக்கும் நன்றி. இந்த நாவலுக்கு விமர்சனக் குறிப்புகளை எழுதிய ந. முருகேச பாண்டியன், செ. ரவீந்திரன், இமையம், மு. இளங்கோவன் ஆகியோருக்கு என் அன்பு.

நவீனத் தமிழின் எழுத்தாளுமைகளில் முக்கியமானவரான இமையம், இந்த நாவலின் அடுத்த பதிப்பு கொண்டு வரவேண்டும் என்று வலியுறுத்தியதுடன் சில திருத்தங் களையும் அன்போடு செய்து கொடுத்தது இங்கே நன்றியுடன் குறிப்பிடவேண்டியதாகும்.

அந்திமழை குழுமத்தின் மீது அன்பு கொண்டவரான மூத்த எழுத்தாளரும் கார்ட்டூனிஸ்ட்டுமான மதன், இந்த நாவலுக்கு அளித்திருக்கும் பின் அட்டைக் குறிப்பு மிகவும் பெருமையை அளிக்கிறது.

முதன்முதலில் இந்த தொடரை எழுதத் தூண்டியதுடன் இரண்டாவது பதிப்பையும் சிறப்பாக வெளியிடுகிறார் அந்திமழை இளங்கோவன். அவருக்கு என் அன்பும் நன்றியும்.

என்னோடு இணைந்து பயணிக்கும் இரா. கௌதமன், முதல் பதிப்புக்கு முன்னுரை வழங்கிய கவிஞர் சுகுமாரன், நாவலை பல தளங்களுக்கு அறிமுகம் செய்வித்த தோழர் பாமரன் ஆகியோரை இந்நேரத்தில் நேசத்துடன் நினைத்துக் கொள்கிறேன்.

அன்புடன்,
அசோகன் நாகமுத்து
சென்னை – 110
6.10.2017

(1)

ததாகதரின் அருள்விழிகள் அறையின் மூலையிலிருந்து என்னை அன்பு ததும்ப நோக்கிக்கொண்டே இருக்கின்றன. இரவில் இப்போதெல்லாம் எனக்கு உறக்கம் வருவதே இல்லை. விழிப்புடன் உறங்குபவன் இந்த பரந்த சீனதேசத்தில் நான் ஒருவனாகத்தான் இருக்கக்கூடுமா? ஒவ்வொரு பௌர்ணமியையும் கடக்கும்போது இனம்புரியாத வேதனை நெஞ்சைக் கவ்வுகிறது. தாயே என் வேதனையை நீ அறிவாயா? நிச்சயம் அறிந்திருப்பாய். உன் அடிவயிற்றில் சூல்கொண்ட தருணம் நீ கண்ட கனவை என்னிடம் எத்தனை முறை விவரித்திருப்பாய்? வெண்ணிறப் புரவியொன்றில் ஏறி அடிவானம் தாண்டி விரிந்த மேற்கு திசை நோக்கி உன் மகன் பயணம் மேற்கொள்கிறான். தும்பைப்பூவையும் வெட்கித் தலைகுனியவைக்கும் நிறத்தில் அவன் ஆடை காற்றில் படபடக்கிறது. தாயே அவனிடம் நீ கேட்கிறாய்..."அப்பா, நீ என் மகன் அல்லவா? என்னைவிட்டு எங்கு செல்கிறாய்?'

"அம்மா.. நான் தர்மத்தைத் தேடிச்செல்கிறேன்" என்றல்லவா அந்தக் கனவில் உன் மகனாகிய நான் சொன்னேன். எத்தனை முறை அதைச் சொல்லிச் சொல்லி மகிழ்ந்திருப்பாய்....அது வெறுங்கனவுதானா? நான் மேற்கு நோக்கி... ததாகதரின் புண்ணிய பூமி நோக்கி எப்போது செல்லப்போகிறேன்?

சிறுவயதில் இருந்து எனக்கு எந்த விளையாட்டிலும் நாட்டம் சென்றதே இல்லை. என் மூன்று அண்ணன்களும் தெருவில்

முட்டிமோதி விளையாடும்போது நான் சுவடிகளில்தான் என்னைப் புதைத்திருந்தேன். தந்தையார் உரக்க எதைப் படித்தாலும் அதைத் திரும்பவும் சொல்லிவிடும் ஆற்றல் எனக்கு வரமா சாபமா? பத்துவயதுக்குள் நான் எத்தனைச் சூத்திரங்களைப் படித்துவிட்டேன்? அண்ணாவுடன் அவர் பயின்ற மடாலயத்துக்குச் சென்றேன். விளையாட்டுப் பிள்ளையாக ஒதுக்கியவர்கள் நான் சற்று பேசியவுடன் எனக்குக் காதுகொடுத்தார்கள்.

அன்றைய தினம் எனக்கு நன்கு நினைவிருக்கிறது. அகன்ற அந்த மடாலய அரங்கு இளம் துறவியரால் நிரம்பியிருந்தது. ததாகதரின் துதிகள் காற்றில் கலந்திருந்தன. அன்று பதினான்கு துறவியர் தெரிவு செய்யப்படவிருந்தனர்.

அவர்களுக்குக் கல்வியும் தங்குமிடமும் எல்லாம் பேரரசர் செலவுதான். நான் வெளியே நின்றேன். ஏனெனில் எனக்கு அந்தத் தேர்வுக்கு என்னை ஆட்படுத்திக்கொள்ளும் வயது இல்லை. காலை வேளை. சூரியன் மேலெழுந்து வந்துகொண்டிருந்தான். அவனது ஒளியில் பளபளத்த மரமொன்றின் இலைகளைப் பார்த்தவண்ணம் சிவந்த மண்தரையில் அமர்ந்திருந்தேன். எதிரே யார்? இடுங்கிய கண்களும் அமைதி ததும்பும் தோற்றமும் உயரமாய் ஒருவர். அவர் அணிந்திருந்த பருத்தி ஆடையின் தூய்மை என்னைக் கூசச்செய்தது.

"ஏன் குழந்தாய் வெளியே நிற்கிறாய்? இத்தேர்வில் பங்கேற்க உனக்கு விருப்பமில்லையா?"

"எனக்கு வயதில்லை"

"உனக்கு ஆர்வம் இருக்கிறதா?"

"ஆம்"

"துறவியாகும் உன் நோக்கம்தான் என்ன?"

எங்கிருந்து எனக்கொரு ஆவேசம் வந்ததெனத் தெரியவில்லை.

"என் ஒரே நோக்கம் ததாகதரின் ஒளியைப் பிறருக்கு பிரதி பலிப்பதுதான். அதற்காகத்தான் துறவியாக விரும்புகிறேன். என் பிறப்பின் விதியே அதுதான்".

அந்த மனிதரின் முகம் கனிந்து சுடர்விட்டதைக் கண்டேன். அவர் உதடுகள் உணர்ச்சியில் வளைந்து நெளிந்தன. ஈரமான அவர் கண்கள் பளபளத்தன."வா.. என்னுடன். இந்தத் தேர்வை நடத்த வந்தவனே நான்தான். உன்னை முதலாவதாக நான் தெரிவு செய்கிறேன்"

அவர் முன்னோக்கி நடந்தார். நான் கைகூப்பி நடக்க, அங்கிருந்த நூற்றுக்கணக்கான இளம் முகங்கள் விலகி நகர்ந்தன.

இளம்பிறை வடிவில் போடப்பட்டிருந்த ஆசனங்களில் முதிர்ந்த துறவிகள் அமர்ந்திருந்த சபையில் அம்மனிதர் பேசினார். "இவன் வயதைக் கண்டு யாரும் குறைத்து எண்ணிவிடவேண்டாம். சொல்லித்தருவதைத் திரும்ப ஒப்பிக்க கிளிப்பிள்ளைகள் நிறைய நம்மிடம் இருக்கிறார்கள். ஆனால் தகிக்கும் மனதுடன் சுயமாகச் சிந்திக்கும் சிசு இவன். இவனைத் தேர்வு செய்தால், நாளை உலகே இவனைத் திரும்பிப்பார்க்கும். சாக்கிய முனியின் சொற்கள் என்னும் திரியை இவன் மனம் தூண்டிப் பிரகாசமாக எரியவைக்க வல்லது. ஆனால் இவனது பிறவியின் நோக்கம் நிறைவேறுங்காலை நாம் யாருமே அதைக் கண்டுமகிழ இருக்கமாட்டோம் என்பதை எண்ணி வருத்தம் அடைகிறேன். சூலுற்ற இந்த மேகம் பொழியும் மழைத்துளியை ருசிக்க நம் நாவுகள் இராது" சபையில் அவர் என்னைத் தெரிவு செய்தார்.

அதன் பின்னர்தான் நான் எவ்வளவு வேகமாகப் படித்தேன்? ஓ... அது பலநாள் பட்டினி கிடந்தவன் உணவைக் கண்டதும் பாய்வதுபோல் அல்லவா? பல நூல்களின் பக்கங்களைப் புரட்டப் புரட்ட எனக்கு மிகுந்த ஆவேசம் எழுந்தது. ஒரு பெரும் புயல்போல சுவடிகளை அலசினேன். தூங்காமல், உண்ணாமல் படித்துக்கொண்டே இருந்த நாட்கள் அவை. தாயே எனக்குப் பதின்மூன்றே வயதுதான் அப்போது. என் பேச்சை மடத்தின் அத்தனை மூத்த அறிஞர்களும் கவனித்துக் கேட்டார்கள். என்னைக் காணும்போதெல்லாம் அவர்கள் முகம் ஒளிபெற்றதை கவனித்தேன். என் அறிவின் சுடரில் அவர்கள் மகிழ்வதைக் கண்டேன்.

ஆனாலும் என் பிச்சைப்பாத்திரம் கொஞ்சம்கூட நிரம்பாதது போலவே தோன்றியது. தேசத்தின் அரசியல் சூழல்களால் நான் இடம்பெயர்ந்தேன். மடாலயங்கள் மாறின. ஆசான்கள் மாறினர். புதுப்புது நூல்கள், சாஸ்திரங்கள், சூத்திரங்கள், விவாதங்கள். கற்று விவாதித்து, தேடி, விளக்கி ஞானத்தின் படிகளில்தான் எவ்வளவு வேகமாக ஏறினேன்?

ஆனாலும் தாயே என் மனதின் அடி ஆழத்தில் ஒரு நிம்மதியின்மை இருந்து கொண்டே இருக்கிறது... சூரியன் மறையும் மேற்கின் அடிவானம் நோக்கி மணிக்கணக்காய் பார்த்துக்கொண்டே அமர்ந்திருப்பேன். மேற்கில்தானே ஞானம் பிறந்த மண் இருக்கிறது? அந்த ஞானத்தின் ஊற்றுக்கண்ணைத் தரிசிக்கும் என் ஆசை நிறைவேறுமா? அந்த தேசத்தின் விண்முட்ட உயர்ந்த ஸ்தூபிகளில், விகாரங்களில், நதிக்கரைகளில் அலைந்து திரியவேண்டும்; அம்மண்ணின் ஏதோ ஒரு மூலையில் ததாகதரின் கண்களை நேரடியாகத் தரிசிக்கமுடியுமா? அவருக்கும் ஞானம் தந்த போதிமரத்தின் வேர்களில் விழுந்து உணர்ச்சியின் உச்சத்தில் நான் அழவேண்டும்.

ஏன் என்கிறாயா தாயே? நீ கற்றது போதாதா என்கிறாயா? இல்லை தாயே இல்லை...எவ்வளவு போட்டாலும் நிரம்பாத பிச்சைப்பாத்திரம் என்னுடையது. இந்த தேசத்தில் என் பாத்திரத்தில் போடுவதற்கு இப்போது யாரிடமும் எதுவும் இல்லை அம்மா. எல்லாவற்றையும் இந்தப் பாத்திரத்தின் நெருப்பு எரித்துவிட்டது. ஓயாது எரியும் தணலின் வெம்மையில் தினமும் கருகுகிறேன். எல்லாச் சுவடிகளையும் புரட்டியாகிவிட்டது. எதுவும் முழுமையாக இல்லை எனத்தெரிந்து மடாலயம் விட்டு மடாலயம் அலைந்து, ஒரு குருவை விட்டு இன்னொரு குருவை நாடி, தேடித் தீர்த்துவிட்டேன். எதுவும் முழுமை இல்லை. இனி என் பசியைத் தீர்க்க ஒரே திசைதான் உண்டு. அது மேற்கு. அந்த அடிவானம் தாண்டி, சுழித்தோடும் நதிகள் தாண்டி, ஆவிகள் அலையும் பாலை தாண்டி, எலும்பு நொறுங்கும் குளிர்ச்சிகரம் தாண்டி நான் சென்றாக வேண்டும்.

அம்மா, உனக்கு ஒன்று சொல்லவேண்டும். நேற்று நானொரு

கனவு கண்டேன். ஆனால் அதைக் கனவென்று மட்டும் சொல்ல முடியுமா? அலைகள் பொங்கும் பெருங்கடல் நடுவே சுமேரு பர்வதத்தைக் கண்டேன். விவரிக்க இயலாத சோதிமிகுந்த சுடராக அது எழுந்து நின்றது. விண்ணோக்கி உயர்ந்திருந்த அதைக் கண்டதுமே அதை நோக்கிச் செல்லவேண்டுமென்ற ஆவல் மிகுந்தது. ஆனால் கடல் முன்னைவிட இப்போது கொந்தளிப்பு அதிகம் கொண்டது. ஆவேசமாக அலைகள் பொங்கின. ஆனால் அதைவிட என் ஆழ்மனக்கொந்தளிப்பு அதிகம். கடந்து செல்லப் படகோ, மரத்துண்டோ எதுவுமே இல்லை அம்மா. என் மனக்கொந்தளிப்பே அங்கு இட்டுச் செல்லும் என்றெண்ணி கடலில் கால்வைத்து இறங்கினேன். என் மனதில் துளியும் அச்சமில்லை. நான் கால்வைத்த இடத்தில் முளைத்தது ஒரு தாமரை. அரக்கு நிறத்தில் பளிங்காலான தாமரை. நான் கால்பதித்து நின்றேன். ஒரு கணம்தான். பர்வதத்தின் அடியில் இருந்தேன். அம்மலையின் உச்சி நோக்கி ஏறமுயன்றேன். அதன் உயரம் என்னை ஆச்சரியப்படுத்தியதே தவிர அச்சுறுத்தவில்லை. பிடிக்க எதுவும் அகப்படாமல் மேல்நோக்கித் தாவினேன். எங்கிருந்தோ வந்தது ஒரு சூறாவளி. அதன் வேகம் நான் இதுவரை காணாததாயிருந்தது. என்னைச் சுழற்றி சுழற்றி மேலே கொண்டுபோனது. அடுத்த கணம் மலையின் உச்சியில் கிடந்தேன்.

எழுந்து நான்கு திசையும் கண்டேன். முடிவில்லாத அடிவானம். அதைவிட்டால் எத்திசையிலும் எதுவுமே இல்லாத வெறுமை. ஒரு காற்றைப்போல என் மனம் நெகிழ்ந்தது. அக்கணத்தில் நான் என்றுமே அடைந்திராத நிறைவை எட்டினேன். எல்லையற்ற அரிய பரவசத்தில் என் மனம் கன்றுக்குட்டியாய்த் துள்ளியபோது விழித்தெழுந்தேன். கம்பளியால் ஆன படுக்கையில் இதே இடத்தில்தான். குளிர்காற்றின் ஸ்பரிசம். அறையின் மூலையில் ததாகதரைக் கண்டேன். வெறும் சிற்பம்தான். அதே குளிர்மிகுந்த கண்கள். எப்போதும் மாறாத அமைதி குடிகொண்ட முகம். ஆனாலும் அவர் என்னை வாவென்று அழைத்ததுபோல இருந்தது.

தாயே இனியும் இந்த தேசத்தில் யான் இருக்க இயலாது. இங்கு நான் அறிய என்ன இருக்கிறது?அயல்நாடு செல்ல இங்கு அரசின் தடை இருப்பதை நான் அறிவேன். பேரரசரின்

ஆணையை மீற என் சகதுறவிகளுக்கு இயலாது. ஆனால் எனக்கு வழியில்லை. நான் விதியால் பிணைக்கப்பட்டவன். நிச்சயம் இந்நகரத்தின் மதில்கள் எனக்கு வழிவிடும். உடல் இளைத்த செந்நிறப் புரவியொன்று என்னைத் தாங்கித் தனியாகப் பாலைவனத்தில் மேல்திசை நோக்கிச் செல்லும் என்று சங்கத்துக்கு வந்த ஜோதிடத் துறவி என் குறித்து உறுதியாக உரைத்தது நிறைவேறியே தீரவேண்டும்.

நான் புறப்படுகிறேன். எந்த அரசனின் வாளும், காவற்படையின் அம்புகள் நிரம்பிய விற்களும் என்னைத் தடுக்க இயலாது. என் பாத்திரம் நிரம்பாமல் கிழக்கு நோக்கி நான் திரும்பேன்.

என் கம்பளியைச் சுருட்டினேன். மடத்தின் தாழ்வாரப்படிகளை அந்த இருளில் சரியாகக் கண்டுபிடித்து இறங்கினேன். நட்சத்திரம் நிரம்பிய வானம் மெல்லிய ஒளியைத் தோட்டத்தில் தந்திருந்தது. பிரார்த்தனை மண்டபம் அருகே இருந்த பைன் மரத்தைக் கடக்கையில் கூரிய பார்வையை உணர்ந்தேன். அதை நான் அறிவேன். இந்த நகருக்கு வந்ததில் இருந்து நான் அறியும் பார்வையே அது. மரங்களுக்குக் கண்கள் இருக்கும். ஆனால் இந்த பைன் மரம் தன் பார்வையை என்னை அறியச் செய்கிறது. கூம்பி வான் பார்த்து நெடுகி எழுந்த அம்மரத்தின் முன்பாக சற்று நின்றேன். என்னையறியாமல் கைகளைக் கூப்பினேன். மரம் அசைந்தது.

அது தன் உச்சியை மேற்கு நோக்கி வளைத்தது. அந்த வளைவு அப்படியே நின்றது. என் பயணத்துக்கான நேரம் நெருங்கிவிட்டது என்பதற்கான அறிகுறி அது என்று அறிந்தேன். இனி நான் திரும்பி வரும்வரை இம்மரம் மேற்கு நோக்கி சரிந்தே இருக்கும் என்பதை ஆழ்மனம் சொல்லியது. இம்மடாலயத்தில் என் கடைசிப் பிரார்த்தனையைச் சொல்வதற்காக உள்ளே சென்றேன்.

(2)

குவாங் தன் நரைத்திருந்த தாடியை மெதுவாக நீவிவிட்டு சற்று நேரம் உச்சி நோக்கிப் பார்த்துக்கொண்டிருந்தான். பின் மெல்ல கட்டிலில் இருந்து எழுந்து குவளையில் தண்ணீர் முகந்து குடித்தான். குடிசையின் கொடியில் தொங்கிய அங்கியை எடுத்து அணிந்துகொண்டான். மறக்காமல் குறுவாளை எடுத்து இடுப்பில் செருகினான். அவனது முகம் சுருக்கங்கள் நிறைந்ததாக இருந்தது. இடுங்கிய கண்களில் அசாதாரணமான உறுதி இருந்தது. அவனது பழுப்பான தோல் பல இடங்களில் கறுத்தும் வெளுத்தும் போயிருந்தது. அவன் ஒரு இடத்தில் தங்கி வாழ்பவனாகத் தோன்றவில்லை. சதா எங்கும் நிலையாக இல்லாமல் அலைந்து கொண்டே இருக்கும் நாடோடிச் சீனன் அவன். அவனைக் காண்போர் அவன் உடைகளையும் தேய்ந்து மெலிந்து போயிருக்கும் உருவத்தையும் கண்டே அவனது குணத்தை ஊகித்து விடுவர்.

கடந்த வாரம்தான் குவாங், இந்த நகருக்கு வந்தான். சீனத்தின் மேற்கு எல்லையில் உள்ள சிறுநகரம். இதைத்தாண்டி மேற்கே சென்றால் விரிந்த பாலை. அதையும் தாண்டினால், புதிய நகரங்கள், நாடுகள், மலைகள், ஆறுகள்... புதிய கலாசாரங்கள்...

குவாங் முப்பது தடவைகள் சீன எல்லையை மேற்காகக் கடந்திருக்கிறான். பறவைகளும், விலங்குகளும் வசிக்காத,

தண்ணீரே இல்லாத, கொடுமையான பாலையைத் தாண்டி இகு தேசம் என்கிற நாட்டுக்கும் போய்த் திரும்பியிருக்கிறான். அதையும் தாண்டிச் செல்லவேண்டும் என்று கனவு அவனுக்கு உண்டு. பலமுறை கனவுகள் கண்டு விழித்திருக்கிறான். இனந்தெரியாத தேசத்தில், மொழி தெரியாத பூமியில் தனியாகத் திரிவது போன்ற கனவுகள்.

சீனத்தில் ஆட்சி மாறியிருந்தது. இடையில் நிலவிய குழப்பம் முடிவடைந்து சுயி வம்ச ஆட்சி நிறைவுற்று, தாங் வம்சம் ஆட்சிக்கு வந்திருந்தது. நிலையான ஆட்சிக்கு பேரரசர் தாங் சுங் தயாராகி இருந்தார். இன்னும் எத்தனையோ தலைமுறைகளுக்கு இந்த வம்சம் ஆட்சி செய்யும் வாய்ப்பு இருப்பதாக குவாங் கணக்குப் போட்டிருந்தான். சீனத்தின் வடபகுதியில் இருந்த சாங் நகரம் தலைநகராக இருந்தது. குவாங் பலமுறை போய்வந்த இடம்தான்.

"எங்குப் புறப்பட்டுவிட்டாய்?" குடிசைக்குச் சொந்தக்காரி வழியை மறித்தாள்.

கடந்தவாரம்தான் அவளுக்கு சில பட்டுத்துணிகளைக் கொடுத்துவிட்டு இக்குடிசையில் தங்கியிருக்க அனுமதி பெற்றிருந்தான். "புரவியை மேய்வதற்காக பக்கத்து ஆற்றங்கரையில் விட்டிருந்தேன். பிடித்துவரப்போகிறேன்"

"பார்த்துப்போ.. உனக்கோ வயதாகிவிட்டது. குதிரை உதைத்து படாத இடத்தில் பட்டுவிடப்போகிறது"

குவாங் திரும்பிப்பார்க்காமல் நடந்தான். இப்பிரதேசப் பெண்களும் ஆண்களும் நல்ல உயரமானவர்கள். அவர்களுக்கு வாயும் மிகவும் நீளம். கடைவீதி குறுக்கிட்டது. புழுதி அடர்ந்த சாலையின் இருபுறமும் பல்வேறு பண்டங்கள் வந்து குவிந்திருந்தன. மாவு, சூடான கஞ்சி, கிழங்குகள், துணிகள், போர்க்கருவிகள், காய்கள், என்று எல்லாவற்றையும் பார்த்துக்கொண்டே வந்தான். மூங்கில் கூடையில் சூடாக அரிசி மாவினால் ஆன பண்டத்தை விற்ற கிழவி ஈக்களை விரட்டியவாறு இருந்தாள். அவளிடம் நீண்ட வாளும் வேலும் வைத்திருந்த இரண்டு வீரர்கள் வம்பு பேசிக்கொண்டவாறே நின்றிருந்தனர்.

“இவளைப் பார். எழுபது வயதுக்கும் மேல் ஆகிவிட்டது. கண் எப்படி நன்றாகத் தெரிகிறது?”

ஒருவன் மூங்கில் கூடையில் கைவிட்டு ஒரு பண்டத்தை எடுத்து தின்றான். கிழவி தவித்தாள். தொப்பியைச் சரி செய்தவாறே இன்னொருவன் கேட்டான்.

“ஏய் கிழவி... இவ்வழியாக ஒரு உயரமான அழகான புத்த பிக்கு ஒருவர் போனாரா? பார்த்தாயா?”

“எனக்கு அருகில் இருப்பவர்களையே சரியாகத் தெரியவில்லை. உன்னைப் பார்த்தால் மனிதனாகவே எனக்குத் தெரியவில்லை. எருமை மாடு போலத்தான் தெரிகிறாய்..இப்படி இருக்க என்னைக் கேட்கலாமா?”

“இரு கிழவி... அவரைப் பிடித்து சிறையில் அடைக்கும் போது.. அவருக்குநீ தான் உணவு கொடுத்தாய் என்று உன்னையும் பிடித்துக்கொண்டு போய்விடுகிறோம்'' சிரித்துக்கொண்டே இருவரும் போய்விட்டார்கள். இந்த உரையாடலைக் கவனித்தவாறே அருகில் இருந்த கிழங்குக் கடையை நோட்டம் விட்ட குவாங் மெல்ல ஊருக்கு வெளியே இருந்த ஆற்றங்கரையை நோக்கி நடக்கலானான்.

அவனுக்கு தன்னிடம் அவர்கள் விசாரிக்காதது நிம்மதியாக இருந்தது. அந்த உரையாடல் குவாங்குக்கு பலனுள்ளதாகவே இருந்தது. காலையில் நடந்த சந்திப்பை குவாங் அசைபோட்டான்.

இந்தப் பிரதேசத்துக்கே தொடர்பில்லாத புதிய உருவ அமைப்பைக் கொண்டிருந்த அயல்தேச மனிதன் ஒருவன் காலையில் குவாங் இருந்த குடிசைக்குத் தேடி வந்திருந்தான்.

“நல்ல குதிரை ஒன்று வேண்டும். விசாரித்தேன். உன்னிடம் இருப்பதாகச் சொன்னார்கள். நீண்ட தூரம் நிற்காமல் போகக்கூடிய பயணத்துக்குத் தேவை” என்றான் அவன்.

“என் குதிரை இகு தேசத்துக்குப் பதினைந்து முறை போய் வந்த குதிரை. அதைப் பற்றி எனக்குக் கவலை இல்லை. ஆனால் அதில் ஏறிப்போகும் துணிச்சலும் உறுதியும் யாருக்கு இருக்கிறது?”

"அப்பனே அதைப் பற்றி நீ கவலை கொள்ளவேண்டாம். உறுதியே வடிவாய் வந்த மனிதர் ஒருவரை நேற்றிரவு ததாகரின் ஆலயத்தில் கண்டேன். அவர்தான் பயணம் மேற்கொள்ளப் போகிறார்"

"பிக்குவா?"

"ஆம்"

குவாங் சிரித்தான்.

"போய் ஏதாவது மாட்டு வண்டி இருந்தால் அவருக்குப் பிடித்துக்கொடு. என்குதிரையெல்லாம் அவருக்கு ஆகாது."

அந்தக் கரிய மனிதன் இடுப்பில் கைவைத்தான். குவாங் சற்று கவலையோடு பார்த்தபோது, அவன் கையில் ஏதோ மின்னியது. பொன்!

"இந்தா பிடி. நீ 20 குதிரை விற்றாலும் இவ்வளவு கிடைக்காது. இன்று மாலையே குதிரை வேண்டும். பயணத்துக்குப் பழக்கப்பட்ட குதிரை உன்னிடம் இருப்பதுபோல் இந்த பிரதேசத்திலேயே இல்லை என்பதை அறிந்துதான் வந்திருக்கிறேன். நீயும் குதிரையை விற்க ஆள் தேடிக்கொண்டிருக்கிறாய் என்பதும் எனக்குத் தெரியும்."

கடைசி வரி குவாங்கை ஆச்சரியப்பட வைத்தது.

"மாலையில் ஆற்றுக்கு அருகே இருக்கும் புதர் அருகே வந்துவிடு. ஆளைப் பார்க்காமல் நான் குதிரையைத் தரமாட்டேன்."

கரியவன் தலையசைத்து அவசரமாகத் திரும்பிப்போய் விட்டான். வீரர்கள் தேடும் பிக்குதான் நம் புரவிக்கு ஆள் அனுப்பியவராக இருக்கவேண்டும். அரசுப் படையினர் தேடும் ஆள் என்றால் நாம் கொஞ்சம் கவனமாகத்தான் இருக்கவேண்டும், இந்தக் காலத்தில் துறவிகள் கூட குற்றம் செய்ய ஆரம்பித்துவிட்டார்களா? இந்தப் பிக்கு தலைநகரில் இருந்து வந்தவர் என்பதால் பெரியதாக ஏதும் ராஜதுரோகம் செய்துவிட்டாரா? ஏன் இவர்கள் எல்லாம் பௌத்த ஆலயங்களில் தத்துவ விசாரம்

செய்வதை விட்டுவிட்டு இப்படி பேரரசின் கண்காணிப்புக்கு ஆளாகிறார்கள். பிக்குகளை ஆதரிப்பவர் பேரரசர் என்றுதான் கேள்விப்பட்டிருக்கிறோம். ஆனால் இவர் பலே கைகாரர் போலிருக்கிறது. இல்லையெனில் ஏன் நாட்டை விட்டு ஓடப்போகிறார்?

என்ன இருந்தாலும் நாம் ஜாக்கிரதையாகத்தான் இருக்கவேண்டும் என்ற முடிவுக்கு குவாங் வந்து சேர்ந்தான். முன் பின்னே தெரியாதவர்களிடம் எச்சரிக்கையாக இருக்கவேண்டும் என்கிற இயல்பான உணர்ச்சி இத்தனை ஆண்டு பயண அனுபவத்தில் குவாங்குக்கு இயல்பாகவே வந்திருந்தது.

அத்துடன் அந்தக் கரிய மனிதனைக் கண்டதுமே குவாங் தனக்குள் எச்சரிக்கை மணி அடிப்பதை உணர்ந்திருந்தான். இந்த மனிதனைப் போய் தன்னிடம் அனுப்பி வைத்திருக்கிறாரே அந்தப் பிக்கு என்று ஒரு கணம் அவன் பரிதாபப்படவும் செய்தான். ஆனால் பிக்குவும் அரசப்படைகள் தேடும் ஒரு மனிதர்தான் என்றதும் இனம் இனத்தோடுதான் சேர்ந்திருக்கிறது என்று நினைத்துக்கொண்டான்.

கடைத்தெருவை விட்டு விலகியதும் குவாங், நேராக ஆற்றை நோக்கி நடந்தான். கொஞ்சமாகத் தண்ணீர் ஓடிக்கொண்டிருந்தது. சில நீர்ப்பறவைகள் அங்கங்கே நிற்க, ஒரு எருமை மாடு தண்ணீரை நோக்கி ஓடிக்கொண்டிருந்தது. குவாங்கின் குதிரை தண்ணீரைக் கடந்துபோய் எதிர்க்கரையில் சுவாரசியமாகப் புல் தின்றுகொண்டிருந்தது. இளைத்த, ஆனால் உறுதியான பிராணி. எஜமானுக்காக என்ன வேண்டுமானாலும் செய்யக்கூடியது. புத்திசாலிப்புரவி. சாதாரணமான காலமாக இருந்தால் அதை விற்கமாட்டான்தான். இப்போது வயதாகி விட்டது, காலில் சக்கரம் கட்டி அலைந்ததுபோக எங்காவது ஓய்வெடுக்க விரும்பினான். இதை விற்பதை விட்டால் வேறு வழி இல்லை. குவாங் இரு விரல்களை வாயில் வைத்து மெல்லிய ஒலி எழுப்பினான். புரவி காதுமடல்களை நிமிர்த்தியது. இவன் திசை நோக்கித் திரும்பி, தண்ணீரில் இறங்கி ஓர் அம்பு போலப் பாய்ந்து, இவனிடம் வந்து நின்றது. அதன் முகத்தைத் தன் முகத்தோடு வைத்து அணைத்துக்கொண்ட குவாங், அதன் கழுத்தைத் தடவி முத்தமிட்டான்.

முன்னங்கால்களை மாற்றி மாற்றிவைத்து புரவியும் தன் மகிழ்ச்சியை வெளிப்படுத்தியது. தொலைவில் புதர்கள் அசைந்தன. கரிய மனிதன் வெளிப்பட்டு அவனை நோக்கி வந்தான். அவன் பின்னால் ஒரு குதிரையும் வந்தது.

"சொன்னபடி குதிரையுடன் நிற்கிறாயே.. நன்று" என்ற அந்த மனிதன் அருகில் வந்து குவாங்கின் பிராணியைப் பார்வையிட்டான். ஏனோ அவன்மீதான வெறுப்புணர்ச்சி குவாங்குக்கு அதிகரித்தது. நம்பத் தகுந்த ஆள் இல்லை இவன் என்ற எண்ணம் தோன்றியது.

"நன்று.... நீண்ட பிரயாணத்துக்குத் தகுந்த விலங்குதான்" என்றான் கரியவன்.

"ஆனால் நான் இதைத் தருவதாக இல்லை."

"ஏன்?"

"இதில் பயணம் செய்ய இருப்பவரை அரசரின் வீரர்கள் தேடுகிறார்கள் அல்லவா?"

கரிய மனிதன் முகம் மேலும் கறுத்தது.

"நண்பா, உலகின் மகத்தான காரியங்கள் எதிர்ப்பின் மூலமாகவே நடக்கின்றன. அமைதியே உருவான பிக்கு ஒருவர் பேரரசின் தடையை மீறி மேற்கு நோக்கிப் பயணம் செய்ய உத்தேசித்திருக்கிறார். ததாகரின் புண்ணிய பூமியில் பயணம் செய்து அவரது தத்துவ நூல்களைக் கற்பதும் படியெடுப்பதும் அவர் நோக்கம். இது ஒரு புனிதப்பயணம். இந்த சீன தேசமே அவரால் பயன்பெறும். இதற்கு நீ உதவ மாட்டாயா?"

"ஓ.. இவ்வளவுதானா? இந்தப் பிக்கு ஏதோ அரசரின் வைர மோதிரத்தைத் திருடிவிட்டு ஓடிவந்ததாக அல்லவா நான் நினைத்தேன்?"

"நீ ஏன் நினைக்கமாட்டாய்? நாடு இருக்கும் நிலை அப்படி"

"சரி எங்கே அவர்? கூட்டி வா அவரை. ஆளைப் பார்க்காமல் நான் புரவியைத் தரமாட்டேன் என்று சொன்னேன் அல்லவா?"

கரிய மனிதன் ஒரு நிமிடம் யோசித்தான்.

பின் புதரைப் பார்த்து ஏதோ சைகை செய்தான். இலைகள் அசைந்தன. சில வினாடிகள் கழிந்தன. குவாங் இனிய காற்று வீசுவதை உணர்ந்தான். அவன் கண்கள் புதரையே நோக்கின. ஒரு பெரிய கிளை ஒன்று ஆடியது. மெதுவாக வெண்ணிற ஆடை வெளிப்பட்டது. உயரமாக, அந்தி வெயிலின் பொன்னிறத்தில் மேலும் பொன்னிறமாக ஜொலித்த ஒரு மனிதர் வெளியே வந்தார். நீண்ட கைகள் மெல்ல அசைய, அவர் அருகில் வந்தார். அவரது முகத்தில் தெரிந்த அமைதி குவாங்கை உலுக்கியது. தன்னையும் அறியாமல் தன் உடல் மண்டியிட்டுப் பணிவதை உணர்ந்தான்.

மிகவும் இளம் துறவி அவர் என்பதையும் மிக மேன்மையான குலத்தைச் சேர்ந்த கற்றறிந்த அறிஞரான பிக்கு ஒருவரின் முன்னே நிற்கிறோம் என்பதையும் குவாங் நொடியில் புரிந்து கொண்டுவிட்டான். அவர் மீது இருந்த அவநம்பிக்கைகள் அனைத்தும் விலகிப் பணிவு அவனைச் சூழ்ந்து கொண்டது.

"நண்பரே, நான் லோயாங்கில் பிறந்தவன். ததாகரின் அருட்பணியைச் செய்யும் துறவி. என் பெயர் யுவான் சுவாங்"

குவாங் அவரது முகத்தையே பார்த்துக் கொண்டிருந்தான். இது நடக்கும் என்று முன்பே தான் அறிந்திருப்பதான உணர்வு அவனுக்கு வந்திருந்தது.

"மாமனிதரே, இப்புரவி அறிவில் சிறந்தது. தங்களை எவ்வளவு தூரம் வேண்டுமானாலும் சுமந்து செல்லும். ஆனால் தாம் செல்லும் வழியின் அபாயங்களை அறிவீரா?"

"அபாயம் இன்றி எதுவும் இல்லை"

கரிய மனிதன் குறுக்கிட்டான்.

"இம்மனிதன் பலமுறை எல்லையைக் கடந்து சென்று திரும்பியவன். இவன் புரவியும் அனுபவம் மிக்கது. குவாங், மேற்கு நோக்கிய பாதை பற்றிச் சொல்"

"மிகவும் கடினமான ஆளரவற்ற பாதை. துஷ்ட ஆவிகள், தீய சக்திகள் அலையும் பாலை அது. சுட்டெரிக்கும்

காற்று வீசும். பெருங்குழுவாகச் செல்லும் பயணிகளே திசைமாறிச் சென்று இறந்து போயிருக்கிறார்கள். தனியாகச் செல்லும் தாங்கள் எப்படிக் கடப்பீர்கள்? வேண்டாம் இந்த விபரீத விளையாட்டு! அருள் சொட்டும் தங்கள் முகம் அப்பயணத்தின் கடுமையைத் தாங்காது"

"இந்த ஏழைப் பிக்கு மேற்கு நோக்கிப் பயணித்துப் புத்தர் பிறந்த தேசத்தில் தர்மத்தின் தடங்களைத் தரிசிப்பதென்று முடிவு செய்துள்ளேன். என் முடிவு உறுதியானது. வழியில் இறந்தாலும் இறப்பேனே தவிர, கிழக்கு நோக்கித் திரும்பேன்" மிக உறுதியாகச் சொன்னார் யுவான் சுவாங்.

"குவாங், நானும் இப்புனிதர் உடன் செல்லவிருக்கிறேன். இப்போது நேரமில்லை. இன்றிரவே கிளம்ப வேண்டியிருக்கிறது" என்றான் கரிய மனிதன்.

தலையசைத்துக் கேட்டுக்கொண்ட குவாங், புரவிக்கு செவ்வண்ணம் பூசப்பட்ட இரும்பினாலான சேணத்தைப் பூட்டிப் பிக்குவிடம் அளித்தான்.

"மேற்குச் சாலைகளை இவ்விலங்கு நன்கு அறியும். பதினைந்து முறை சென்றிருக்கிறது" என்ற குவாங், கடைசியாக ஒருமுறை புரவியை முத்தமிட்டான். பிக்குவை நோக்கிப் பணிந்த அவன் திரும்பிப் பார்க்காமல் ஆற்றிலிருந்து திரும்பி நடந்தான். சற்று தூரம் வந்த பிறகு திரும்பிப் பார்த்தான். பிக்குவும் குதிரையும் காணாமல் போயிருந்தனர். அடடா... அந்தக் கரியவனைப் பற்றி பிக்குவிடம் எச்சரிக்காமல் விட்டுவிட்டோமே என்று நினைப்பு அவனுக்குத் தோன்றியது.

(3)

ஆந்தை, வௌவால் போல் ஆகிவிட்டேன் நான். கடந்த மூன்று மாதங்களாக இரவில் மட்டுமே விழித்திருக்கிறேன். இதோ குவாங்கின் குதிரையைப் பெற்றுக்கொண்டு எல்லையைக் கடக்க மெதுவாகப் போய்க்கொண்டிருக்கும் போது மனது கடந்த மாதங்களை அசை போடுகிறது. எல்லாமே முன் தீர்மானிக்கப்பட்டதைப் போல நடந்து முடிந்துவிட்டது.

தலைநகரில் இருந்து சின் சௌ வரைக்குமே என்னுடன் வயது முதிர்ந்த பிக்கு ஒருவரும் வந்தார். நிர்வாணச் சூத்திரம் பயின்ற பிக்கு அவர். பிராமணர்களின் தேசம் நோக்கிப் போகிறேன் என்றதுமே அவர் முகம் கனிந்துவிட்டது. கூட வருவதற்கான மன, உடல் வலிமையைத் ததாகதர் தரவில்லையே என்று எவ்வளவு வருந்தினார்?

ஓரிரவு அவருடன் சின் சௌ நகரில் தங்கியிருந்தேன். அங்கு இன்னொரு சந்திப்பு நிகழ்ந்தது. யாரென்றே தெரியவில்லை. லான்சௌ போகிறேன் வருகிறீர்களா என்று கேட்டார். அதற்குத்தானே காத்திருக்கிறேன் என்றவாறு உடனே ஒப்புக்கொண்டேன். லான்சௌவில் ஓரிரவு இடைத் தங்கினேன். அங்கிருந்து லியாங் சௌ போகும் கூட்டம் ஒன்றுடன் சேர்ந்தேன். லியாங் சௌவில் என்னை அறிந்திருந்தார்கள். ஒரு மாதம் தங்கிவிட்டேன். பிக்குகளும்

பொதுமக்களும் தினமும் பலவேறு நூல்களைப் பற்றிப் பாடம் கேட்க என்னிடம் வந்துபோனார்கள்.

வணிகர்களும் மற்றவர்களும் மேற்கிலிருந்து வந்துபோகும் நகர் இது. அவர்களில் பலர் வந்து என்னைச் சந்தித்தார்கள். ஒரு குழு என்னிடம் பொன் நகைகளையும் அரிய பொருட்களையும் காணிக்கையாகத் தந்தது. அவர்கள் திரும்பித் தங்கள் நாடுகளுக்குச் செல்கையில் நிச்சயம் என் பயணம் குறித்து முன்னறிவிப்பு செய்வார்கள். ஆனால் ஒருவிஷயம் என்னை உறுத்திக்கொண்டே இருந்தது. அது சீனக் குடிகள் எல்லை தாண்டுவதற்கான பேரரசரின் தடை.

அவரது தண்டனையை நினைத்து அல்ல எனக்குப் பயம். மாட்டினால் ஆளை மீண்டும் தலைநகருக்கே கொண்டுபோய்விடுவார்கள். மேற்கு நோக்கிய பயணம் பின் நடப்பது சிரமம்தான். இப்போதே என்னைத் தேடிப் பேரரசரின் படையில் இருந்து ஒற்றர்கள் வருவதாக லேசாக என் காதுபடவே சக பிக்குகள் பேசிக்கொள்வதை நான் அறிந்திருந்தேன். எப்படியும் தப்பிச்செல்ல ததாகதர் அருள் வழிகாட்டும் என்று நான் அறிந்திருந்தேன். எனக்கு வந்த பரிசுப்பொருட்களை அங்கிருந்த பௌத்த மடங்களுக்கு விளக்கேற்றப் பிரித்துக் கொடுத்துவிட்டேன். கிளம்புவதற்கான நாளை எதிர்நோக்கிக் காத்திருந்தபோது நான் இருந்த லியாங் சௌ நகரின் படைத்தளபதி என்னை வந்து கண்டான்.

"பிக்குவே தங்கள் வருகையின் நோக்கம் என்ன?"

இந்நேரம் ஒற்றர்கள் மூலம் என் வருகையின் நோக்கம் அவனுக்குத் தெரிய வந்திருக்கும் என்பதை நான் உணர்ந்தேன்.

"மேற்குத் திசை நோக்கிப் பயணம் செல்கிறேன்."

"பிக்குவே, தங்கள் அறிவாற்றலும் சொல்லாற்றலும் இந்நகரில் மிகவும் பிரசித்தமாகி உள்ளன. உங்களை நான் உங்கள் விருப்பப்படி அனுமதிக்கவே ஆசைப் படுகிறேன். ஆனால் பேரரசர் உத்தரவு வேறாக அல்லவா உள்ளது. ஆகவே நீங்கள் தலைநகர் நோக்கித் திரும்பிச்செல்லுங்கள்". இதைக் கூறி அவன் விடைபெற்றான்.

அமைதியாகக் கண்மூடி தியானத்தில் ஆழ்ந்தேன். விழித்துப் பார்த்தபோது இரவு. இப்போதே கிளம்பவேண்டும்

இல்லையெனில் நகர்த் தலைவன் என்னை தலைநகர் அனுப்பிவிடக்கூடும். எப்படிச் செல்லலாம்? என்ற யோசனையுடன் மடாலயததை விட்டு வெளியே வந்தபோது மூன்று குதிரைகளுடன் இரண்டு இளம் மாணவர்களைக் கண்டேன். எனக்காகக் காத்திருப்பதாகச் சொன்ன அவர்கள் தங்கள் தலைமை குரு, தங்கள் இருவரையும் என்னை மேற்கு நோக்கி அழைத்துச் செல்லப் பணித்ததாகக் கூறினார்கள்.

அந்தக் குருவை அடியேன் கண்டதில்லை. ஆனாலும் மனது நிறைய நன்றி செலுத்தினேன். அன்றிலிருந்து எங்கள் பயணம் பெரும்பாலும் இரவிலேயே நடைபெற்றது. பகலில் காட்டுக்குள்ளும் தோப்புக்குள்ளும் உறங்குவோம். இரவு நன்கு சாய்ந்ததும் மக்கள் நடமாட்டம் குறைவான சாலைகள் வழியாகச் செல்வோம். படை வீரர்களைக் கண்டால் முகத்தை இழுத்து மூடிக்கொண்டு குதிரையை விட்டுச்செல்வேன். இல்லையெனில் எங்காவதும் மறைந்து கொள்வோம்.

இந்தப் பயணத்தை என்னால் தாங்கமுடிந்தது. ஆனால் நான் பயணம் செய்த குதிரையால் தாங்க முடியவில்லை. சோர்வுற்றுப் போயிருந்த அது ஒரு நாள் செத்து விழுந்துவிட்டது. மாணவர்கள் இருவரும் களைத்திருந்த தங்கள் குதிரைகளை பக்கத்தில் இருந்த கிராமங்களில் விற்றுவிட்டு உணவு வகைகளை மூட்டை கட்டி வந்தனர்.

எல்லையைக் கடப்பது எப்படி என்று விசாரித்து வருமாறு அவர்களுக்குக் கூறியிருந்தேன். அவர்கள் சொன்ன தகவல் அவ்வளவு நன்றாக இல்லை.

நாங்கள் இருந்த இடத்தில் இருந்து வடக்கு நோக்கிச் சென்றால் ஹூலூ நதி ஓடுகிறது. அது வடக்கே செல்லச்செல்ல குறுகலாக இருக்கும். தெற்கே மிகவும் விரிந்து இருக்கும். அதைக் கடப்பதே ஒரே வழி என்றார்கள். இதைக் கடந்து சென்றால் வரிசையாக ஐந்து கண்காணிப்புக் கோபுரங்களை மன்னர் அமைத்திருந்தார். அவர்களை மீறி யாரும் செல்லமுடியாது. எதிரிகளின் ஊடுருவலைத் தடுப்பதற்காக இந்த ஏற்பாடு. கேட்டவுடன் அடிவயிறு கலங்கியது. ததாகதரின் புகழ் மொழிகளைச் சொல்லி ஆறுதல் கொண்டேன்.

வடக்கு நோக்கிச் சென்று அங்கிருந்த சிறுநகரை அடைந்து ஒரு ஆலயத்தில் தங்கிக் கொண்டேன். என்னுடன் வந்த இரண்டு மாணவர்களையும் நன்றி சொல்லித் திருப்பி அனுப்பிவிட்டேன்.

இங்கு ஒரு வாரம் கழிந்தது. அன்று காலையில் குளித்துவிட்டு நான் தங்கியிருந்த ஆலயத்தின் வாயிலில் இருந்த மரத்தின் அடியில் அமர்ந்திருந்தேன். சுமார் இருபது பேர் கொண்ட குழு அங்கு வந்து சேர்ந்தது. என்னிடம் வந்து சேர்ந்த ஒரு படைவீரன் கோட்டைத் தளபதி என்னைச் சந்திக்க வருவதாகத் தெரிவித்தான். மீண்டும் என்னைத் தலைநகருக்கு அனுப்பவே இவனும் முயல்வான் என்றே நினைத்தேன்.

தளபதிக்கு அறுபது வயதிருக்கும். இடுங்கிய ஆனால் பிரகாசமான கண்கள். தலைமுடி சுத்தமாக நரைத்திருந்தது. அகன்ற மார்பில் பட்டு அங்கி. தலையில் வெண்ணிறத் தொப்பி. என் அருகில் வந்ததும் பணிந்து எழுந்தான்.

"பிக்குவே, தாம்தான் யுவான் சுவாங் என்னும் துறவியா?"

நான் பதிலேதும் கூறவில்லை.

"தலைநகரிலிருந்து பேரரசின் உத்தரவை மீறி ஒரு பிக்கு மேற்கு நோக்கிப் பயணம் மேற்கொண்டிருப்பதாக ஒரே பேச்சாக இருக்கிறதே"

"தளபதி, நான் யுவான் சுவாங்தான்"

"அப்படியானால் உங்களைத் தலைநகருக்கு அனுப்பச்சொல்லி எனக்கு உத்தரவு இருக்கிறது"

இடுப்பிலிருந்து ஓலை நறுக்கு ஒன்றைக் காண்பித்தான்.

"என் உடலை வேண்டுமானால் தலைநகருக்கு அனுப்பலாம். என் பணி முடியாமல் நான் கிழக்கு நோக்கித் திரும்பேன்" உணர்ச்சிவேகத்தில் வெளிவந்தன சொற்கள்.

அவன் திகைத்துப்போனான். "பிக்குவே, கோபம் வேண்டாம். நான் துறவிகளை மதிப்பவன். நான் இதோ..." என்றவாறே ஓலையைச் சுக்கு நூறாகக் கிழித்தான்.

"நான் உங்களைச் சந்தித்ததே யாருக்கும் தெரியவேண்டாம். எனக்கு ஒரே ஒரு உதவி மட்டும் செய்யுங்கள்"

போதியின் நிழல்

"என்ன?"

"இன்றிரவே இங்கிருந்து புறப்பட்டுவிடுங்கள்"

அவன் சொல்லிவிட்டுப் போனபிறகு வெயில் ஏறும்வரை அங்கேயே அமர்ந்திருந்தேன். இன்றே கிளம்பலாம்தான் ஆனால் வழிகாட்ட யாரும் வேண்டாமா? இந்தக் கேள்விதான் மனதை அரித்தது. ஆலயத்துக்குள் சென்று ததாகதரின் முன்னே அமர்ந்தேன். முதிய துறவி ஒருவர் அங்கே இருந்தார். என்னைக் கண்டதும் ஒரு கணம் அவர் துணுக்குற்றார்.

"பிக்குவே, உம்மைத்தான் நேற்று என் கனவில் கண்டேன். குதிரை ஏறிப் பாலைவனம் புகுவதாக.." என்ற அவர் "உம் பயணம் சிறக்கட்டும்" என வாழ்த்தினார்.

என் கவலைகள் எல்லாம் தீர்ந்து புன்னகைத்தேன். அக்கணமே புறப்படத்தயாரான போதுதான் அந்த கரிய மனிதனைப் பார்த்தேன். ஆலயத்துக்குள் வந்தவன் என்னைக் கண்டான். மூன்று முறை என்னைச் சுற்றி வந்தான். தன் பெயர் பந்தன் என்று கூறித் தன்னை அறிமுகப் படுத்திக்கொண்டான். "என்னை உங்கள் உதவியாளனாக ஏற்றுக்கொள்வீர்களா? உங்களுடன் எங்கும் வரச் சித்தமாயிருக்கிறேன்" இவை ததாகதரின் சொற்களாக என்னுள் இறங்கின. எல்லாம் முன்கூட்டியே தீர்மானிக்கப்பட்ட கதியை அடைந்திருந்தன. "குருவே, உங்கள் பயணத்துக்குக் குதிரை வேண்டும்" என்றவாறு இறங்கிச் சென்றவன், மாலையில் திரும்பிவந்தான். குதிரை தயார் என்றும் உடனே புறப்படலாம் என்றும் சொன்னான்.

ஆலயத்தினுள் சென்று ததாகதரை மீண்டும் வணங்கி விட்டுக் கிளம்பினேன். குவாங் என்கிற நாடோடியின் சிவந்த இளைத்த அக்குதிரை இரும்புச்சேணம் பூட்டி காத்திருந்தது. வடக்கு நோக்கி நானும் அவனும் கிளம்பினோம். உச்சி வானில் ஒரு விண்மீன் அதிக பிரகாசமாகச் சுடர்விடுவதை அந்த இரவில் நான் கண்டேன்.

(4)

இரவில் பயணம் செய்வது அவ்வளவு எளிதல்ல. முதலில் எது பாதையென்று கண்டுபிடிக்கவேண்டும். அதில் எது பள்ளம் மேடு, எது கயிறு அல்லது பாம்பு என்று பார்த்துச் செல்லவேண்டும். மேலே மினுக்கும் நட்சத்திரங்களின் ஒளியை மட்டுமே நம்பிப் பயணம் செய்வது என்றால் அவ்வளவு சாதாரணம் அல்ல. நிலவே இல்லாத அந்த இரவில் இரண்டு குதிரைகள் புழுதி படர்ந்த, காய்ந்த புற்கள் நிரம்பியிருந்த வெளியில் மெதுவாகப் போய்க்கொண்டிருக்கின்றன.

“மரியாதைக்குரிய பிக்குவே, இன்னும் சற்று நேரத்தில் நாம் ஹுலூ நதியை அடைவோம்”

”நல்லது பந்தா...விவரமறிந்த உன்னை என் பயணத்தில் துணையாகக் கொண்டது என் அதிர்ஷ்டம்தான்”

‘‘வடக்கிலிருந்து தெற்காக ஓடுகிறது ஹூலூ. வடக்கே செல்லச் செல்ல ஹூலு மிகவும் குறுகலாகிவிடும். அப்போது அதைக் கடப்பது எளிது. தெற்குப் பகுதி மிகவும் ஆழமாகவும் அகலமாகவும் இருக்கும். இதைக் கடப்பதற்காக அரசர் ஒரு பாலம் கட்டியிருக்கிறார். ஆனால் நாம்தான் தப்பி ஓடுகிறவர்கள் ஆயிற்றே..... அப்படியே போனால் பிக்குவே தங்களைப் பிடித்துத் தலைநகருக்குப் பத்திரமாக திருப்பி அனுப்பிவிடுவார்கள். யுவான் சுவாங் என்னும் பயணியை

சீனதேசம் எப்படியும் மிகக் கொடுமையான பயணத்தில் இருந்து காப்பாற்றிவிடவே நினைக்கிறது" என்றான் பந்தன். சுவாங் குதிரையின் கழுத்தைத் தடவிக்கொடுத்தார். அதன் வேகத்தைக் குறைக்காமலேயே பக்கவாட்டுப் பையில் இருந்து தண்ணீர்க் குடுவையை எடுத்துக் குடித்தார்.

"எந்தத் துயரங்களையும் சித்தார்த்தர் பார்த்துவிடக்கூடாது என்றுதான் அவரை அரண்மனைக்குள்ளேயே பொத்திப் பொத்தி வைத்தார் சுத்தோதன மகாராஜா. ஆனால் முதுமை, நோய், மரணம் ஆகியவற்றைப் பற்றிய அனுபவங்கள் அவருக்கு வந்துவிடவில்லையா? அரண்மனையை விட்டு நள்ளிரவில் மனைவியையும் அன்பான குழந்தையையும் விட்டு ததாகதர் நிர்வாண விடுதலையை எண்ணித் தன்னுடைய கந்தகா என்கிற கம்பீரமான குதிரையில் ஏறிப்புறப்பட்டார். அரண்மனையை விட்டுக் கிளம்புகையில் மாரன் அவரை வழிமறித்தான். அவரது மனத்தில் ஆசையைத் தூண்டுவதற்காக, 'இன்னும் ஏழு நாட்களில் சாம்ராஜ்ய சுழற்சி ஏற்படும். நான்கு கண்டங்களுக்கும், அருகிலுள்ள இரண்டாயிரம் தீவுகளுக்கும் அது உம்மை அரசராக்கும். ஆகவே அரண்மனைக்கே திரும்பும்' என்றான். உலகையே உமக்கு உரிமை ஆக்குகிறேன் என்கிற வாக்குறுதி அது."

"சித்தார்த்தர் என்ன பதிலளித்தார்?"

"அட மூடனே... இந்தச் சிறிய ராஜ்யத்தில் இருக்கும்போதே உலகின் துயரங்கள் பற்றி எவ்வளவோ அறிந்துகொண்டேன். இதையே தாங்க இயலாமல் தப்பி ஓடுகிறேன். நீ உலகையே தருகிறேன் என்கிறாயா? என்றிருப்பார் அவர். உலகையே ஆனந்தத்தில் மூழ்கடிப்பும் குரலை எழுப்ப, தர்மத்தின் மணி எல்லா இடங்களிலும் ஒலிக்க ஓர் இயக்கத்தை உருவாக்கும் புத்தர் என்கிற தகுதியை அடைவதற்காகச் செல்கிறேன். கோடானுகோடி கிரகங்களுக்கு நீ என்னை அரசனாக்கினாலும் என் வைராக்கியத்தை உடைக்க முடியாது என்றிருப்பார். அன்று அவர் மேற்கொண்ட உறுதிதான் இன்று உலகையே மாற்றியிருக்கிறது. ததாகதரின் வாழ்வில் நான் கற்றுக்கொண்டதெல்லாம் உறுதி... உறுதி அதைவிட்டால் வேறொன்றுமில்லை"

பந்தன் அதற்குப் பிறகு வேறெதுவும் பேசவில்லை. இருவரும் மௌனமாகவே குதிரைகளை செலுத்திக்கொண்டு போயினர். எவ்வளவு தூரம் பயணம் செய்தார்கள் என்று தெரியவில்லை. நிலப்பரப்பு பாறைகளாக மாறியது. வானில் விண்மீன்கள் இடம் வலமாக மாறியிருந்தன.

"பிக்குவே... அதோ பாருங்கள் ஹூலூ"

தொலைவில் பளபளத்தது நீர். கரிய நிறத்தில் வேகமாக ஓடும் நீர். சில இடங்களில் சுழித்தும் வளைந்தும் அகலமான கயிறுபோல.

பிக்குவும் பந்தனும் எதுவும் செய்வதற்கு முன்பே அவர்களின் குதிரைகள் தண்ணீரை நோக்கி ஓடின. கரையில் அவற்றை நிறுத்தியதும் தானாகவே சரிவில் இறங்கித் தண்ணீரைக் குடித்தன. பிக்கு தன் குடுவையில் தண்ணீரை நிரப்பிக்கொண்டார். முகத்தைக் கழுவிக்கொண்டார்.

"துறவியே நாம் இங்கிருந்து வடக்காகச் செல்லவேண்டும். இந்த இடங்களில் நாம் இதைக் கடக்க இயலாது. இதன் ஆழம் கணக்கிடமுடியாத ஒன்று. இங்கிருந்து சற்று நேரம் சென்றால் ஒரு பாலம் வரும். அதன் வழியாக நாம் செல்லமுடியாது. அங்கே ஒரு காவல்கோபுரமும் உள்ளது. அவர்களின் கண்ணில் படாமல் கடந்து மேலும் வடக்கே செல்வோம். அங்கு ஹூலு மேலும் குறுகிவிடும். நாம் மறுகரைக்குச் செல்லலாம்." என்றான் பந்தன்.

அதன்படி நதியிலிருந்து கிழக்காக விலகி, காவலர்கள் கண்ணில் படாமல் வடக்கு நோக்கி சென்றனர். சுமார் அரை நாழிகை தூரம் சென்றதும் நதியின் அகலம் குறுகி வருவது தெரிந்தது. மேலும் கொஞ்சம் வடக்காகச் சென்று ஓரிடத்தில் பந்தன் குதிரையை நிறுத்தினான்.

"புனிதரே.. சற்று நேரம் இங்கே ஓய்வெடுங்கள். நான் நதியைக் கடப்பதற்கு ஏற்பாடு செய்கிறேன்."

"ஆகட்டும்"

பந்தன் நதியை நெருங்கினான். ஐந்தடி அகலம் இருந்தது அது. மிகவும் கீழே தண்ணீர் ஓடிக்கொண்டிருந்தது. நதியின்

இரண்டு பக்கமும் வலிமையான மரங்கள் வளர்ந்திருந்தன. ஒருமுறை அந்த இடத்தைப் பார்த்துக்கொண்ட அவன், இடுப்பிலிருந்து வாளை உருவிக் காய்ந்த நீண்ட மரங்களை வெட்டினான். நதியின் குறுக்காகப் போட்டு ஒரு பாலத்தை உருவாக்கினான். நான்கு அடி அகலம் வருகிற அளவுக்கு மரங்களை இடைவெளி விடாமல் அடுக்கி அவற்றின் மீது இலை தழைகளைப் பரப்பி, அதன்மீது மண்ணையும் அள்ளிப்போட்டான். குறுக்கும் நெடுக்குமாக நடந்து அது இரண்டு குதிரைகளைத் தாங்கும் என்று திருப்தியுடன் பின்னர் தலையை அசைத்துக்கொண்டான்.

பிக்குவை நோக்கித் திரும்பி வந்த அவன், அவர் மரத்தடியில் கால்களை மடக்கி பத்மாசனத்தில் கண் மூடி அமர்ந்திருந்ததைக் கண்டான். அவரைச் சுற்றி மெல்லிய ஒளி பரவியிருந்ததால் அவரை இருளில் தன்னால் காணமுடிவதை உணர்ந்தான். அந்த ஒளி அவனைத் திடுக்கிடச் செய்தது. எவ்வளவோ அமானுட விஷயங்களை அவன் கண்டிருந்தாலும் அவரைச் சுற்றிப் பரவியிருந்த வெளிச்சம் அவனை அஞ்ச வைத்தது. மனித உடல் சுடர்விடும் என்று அவன் கனவில்கூட நினைத்ததில்லை. புத்தர்பிரானின் கண்மூடிய தியானச் சிலைகளை அவன் கண்டிருக்கிறான். அதில் மூன்றுதான் அங்கே இருக்கிறதோ என்ற பிரமையும் அவனுக்கு ஏற்பட்டது.

''பிக்குவே..'' துணிச்சலை வரவழைத்துக்கொண்டு அழைத்தான்.

"என்ன பந்தா.. எல்லாவற்றையும் தயார் செய்துவிட்டாயா?"

அவனுக்கு நேர் பின்னால் குரல் கேட்டுத் திடுக்கிட்டான். வேகமாகத் திரும்பினான். யுவான் சுவாங் குதிரையின் கடிவாளத்தைப் பிடித்தவாறு நின்றிருந்தார். அப்படியானால் மரத்தின் அடியில் இருப்பவர் யார்? மீண்டும் மரம் நோக்கித் திரும்பினான். அங்கு இருள்தான் இருந்தது.

எவ்வளவு நேரம் திகைத்து நின்றான் என்பதே அவனுக்குத் தெரியவில்லை. யுவான் அவன் தோளைத் தொட்டு உலுக்கும் வரை அப்படியே திகைத்து நின்றுவிட்டான்.

சிறுவயது முதலே வணிகர்களுடன் சீனா முழுக்க சுற்றித்திரிந்தவன் பந்தன். கல்வி கற்க எந்தப் பள்ளிக்கும்

போனதில்லை. அவனுக்குத் தெரிந்ததெல்லாம் பசி என்பது மிகப்பெரிய விரோதி. அதை ஒழிக்கப் பொருள் தேடவேண்டும் என்பதே.

எந்த பௌத்த மடாலயத்துக்குள்ளும் அவன் நுழைந்ததே இல்லை. அவன் முதன்முதலில் நுழைந்த பௌத்த ஆலயம் ஒன்றே ஒன்றுதான். தண்ணீர் அருந்தலாம் என்றுதான் புகுந்தான். அங்குதான் அழகிய, சுடர்விடும் முகத்துடன் கண்மூடி அமர்ந்திருந்த யுவான் சுவாங்கைக் கண்டான். அடுத்த கணம் தன் கட்டுப்பாட்டை மீறி மனம் கனிந்து உருகி ஓடுவதை அறிந்தான். அவர் கூடவே இருக்கவேண்டும் பணிவிடை செய்யவேண்டும் என்ற எண்ணம் உருவாகியது. உடனே பௌத்தனாக மாறுவதற்கான உறுதிகளை அவரிடமே ஏற்றுக்கொண்டான். இதோ அவருடனும் பயணம் செய்யும் பாக்கியமும் அவனுக்குக் கிடைத்திருக்கிறது.

பந்தனின் தோளை உலுக்கிய பிக்கு, அவன் திரும்பிச் சட்டென்று தன் முன் மண்டியிடுவதைக் கண்டார். ஆச்சரியம் அடைந்தார்.

"என்னவாயிற்று உனக்கு?"

பந்தன் பதிலேதும் சொல்லாமல் அவரைக் கடந்து சென்றான். தன் குதிரையைப் பிடித்தவாறு அவருக்குச் சைகை செய்தான். பிக்கு அவனைத் தொடர்ந்தார். தான் உருவாக்கியிருந்த பாலத்தை அணுகியதும் பிக்குவை முதலில் கடக்கச் செய்தான். அவர் அக்கரை அடைந்த பின்னால் இரு குதிரைகளையும் பிடித்தவாறு மெதுவாகப் பாலத்தைக் கடந்தான்.

ஆற்றைக் கடந்த பிக்குவின் மனமோ மிகுந்த மகிழ்வில் இருந்தது. பயணம் தடையின்றி முன்னோக்கிப் போவதினால் உருவான மகிழ்ச்சி அது. ததாகதருக்குக் கண்மூடி நன்றி சொன்னார். பந்தனின் குதிரை முன்னால் போய்க்கொண்டிருந்தது. அவர்கள் நதியிலிருந்து மேற்கு நோக்கி விலகிச்செல்ல மரங்கள் குறைந்துகொண்டே வந்தன. பாறைகளும் முட்செடிகளுமே அதிகமாக இருந்தன. இன்னும் மேற்கே சென்றால் நிலம் எவ்வளவு கடினமாக ஆகும் என்பதற்கான அறிகுறியே இது

போதியின் நிழல்

என்பதை பிக்கு கண்டுகொண்டார். சற்று தூரம் கடந்த பின், பந்தன் குதிரையை நிறுத்தினான்.

"நாம் இங்கேயே சற்று ஓய்வெடுத்துக்கொள்ளலாமே. இரவு முழுக்கப் பயணம் செய்து நீங்கள் களைத்திருப்பீர்கள்"

"அதுவும் சரிதான்." குதிரையிலிருந்து இறங்கினார் பிக்கு. பந்தன் இரு குதிரைகளையும் சற்று ஓரமாக இருந்த மரத்தில் கட்டி அவற்றுக்கு மூட்டையிலிருந்து காய்ந்த புற்களைப் போட்டான். பிக்குவின் பயணமூட்டையைப் பிரித்து அதிலிருந்து புல்லால் செய்யப்பட்ட பாயை எடுத்துவந்து வெட்டவெளியில் விரித்தான்.

"இங்கு தாங்கள் சிரமபரிகாரம் செய்துகொள்ளலாம்"

பிக்கு மிகுந்த களைப்பில் இருந்தார். பந்தன் நீட்டிய தண்ணீர்க்குடுவையை வாங்கிக்கொண்டவர் பாயில் படுத்துக்கொண்டார். அவரிடமிருந்து ஐம்பது அடி தூரம் தள்ளிச் சென்று பந்தன் படுத்தான்.

கட்டையை கீழே சாய்த்தவுடன் உறங்கிவிடும் அளவுக்கு களைத்திருந்தார் யுவான்சுவாங். ஆனாலும் அவருக்கு ஏனோ உறக்கம் வரவில்லை. மேலே தெரிந்த விண்மீன்களை உற்றுநோக்கினார். புத்தரின் தேசத்திலும் இதே நட்சத்திரங்கள்தானே தெரியும் என்று எண்ணிக்கொண்டார். எவ்வளவு நேரம் என்றே தெரியவில்லை. ஒரு மாதிரி அரை விழிப்பு நிலையிலிருந்த பிக்கு, பந்தன் உறங்கிவிட்டானா என்று பார்க்க அவனை நோக்கிக் கண்களைத் திருப்பினார். பந்தன் அசைவது தெரிந்தது. பிறகு அவன் எழுந்துகொள்வதும் அருகில் இருந்த வாளை எடுத்துக்கொண்டு தன்னை நோக்கி வருவதும் தெரிந்தது. மெதுவாக பூனை போல் அடிமேல் அடி வைத்து தன்னை நோக்கி அவன் ஏன் வருகிறான் என்பது தெரியாமல் பிக்கு குழம்பினார். பந்தன் படுத்திருந்த இடத்தில் இப்போது கரிய உருவம் ஒன்று நிற்பதையும் கண்ட யுவான் சுவாங் திடுக்கிட்டார்.

(5)

நிமிடங்கள் போதுமா ஒரு மனிதன் மாறுவதற்கு? தெரியவில்லை. நான் பயின்ற மடத்தில் தலைமை குரு சொல்லியிருக்கிறார். “குழந்தாய், மனிதமனம் என்பது சதா மாறிக்கொண்டே இருக்கும், அதைக் கட்டுப்படுத்தி ஒரு நிலையில் வைத்திருப்பது சாமனியர்களால் இயலாது. அச்சம், குரோதம், ஆசை ஆகியவற்றிலிருந்து உன் மனதைக் காத்துக்கொள்”, என்பார்.

பந்தனுக்கு நேர்ந்தது என்ன என்று எனக்கு உடனடியாகப் புரியவில்லை. ஆனால் அவன் பெரிய மாறுதலுக்கு உட்பட்டிருக்கிறான் என்பதை அவன் உடல் அசைவுகள் அசாதாரணமாக இருப்பது கண்டு ஊகித்திருந்தேன். உருவிய வாளுடன் என்னை நோக்கி வருவது கண்டு எழுந்து அமர்ந்துகொண்டேன். பிக்குவிடம் ஏது வாளும் வேலும்? துன்புறுத்தாமையை இயல்பாகக் கொண்ட எம்மால் எதிர்த்துப்போரிடுதல் இயலுமா? வாள் வீசக் கற்றுக் கொள்ளவேண்டும் என்ற ஆசை எனக்கு சிறுவயதில் உண்டு. தந்தையாரின் நீண்ட வாளை சில முறை இருகையாலும் தூக்கிச் சுழற்றிப் பார்த்திருக்கிறேன். ஆனால் வாளை விட அவரது சுவடிகள்தான் எனக்குப் பிடித்தனவாக இருந்தன.

இந்நிலையில் தனிமையில் நான் செய்வது ஏதுமில்லை. எனக்குப் புதிராக இருந்ததும் அதிர்ச்சியை ஏற்படுத்தியதும்

பந்தனின் வாள் அல்ல. அவன் இருந்த இடத்தில் தெரிந்த கரிய உருவமே. என் பயணத்தில் இதுபோன்ற அமானுஷ்ய சக்திகளை எதிர்கொள்ளக்கூடும் என்பதை நான் அறிந்திருந்தபடியால் போதிசத்துவர்களை நோக்கி முறையிடுவது தவிர எனக்கு எந்த உபாயமும் இல்லை. அமர்ந்தவாறே சுலோகங்களைச் சொல்ல ஆரம்பித்தேன். மனம் திடீரென்று ஒருமை பெற்றது. என்னைச்சுற்றி அச்சொற்களே ஒரு குடையாய்க் கவிவதைக் கண்டேன். பந்தன் என் மிக அருகில் வந்திருந்தான். ஒரு கணம் திகைத்து நின்றான். பின் அரைவட்டம் அடிப்பது போல் சுற்றித் திரும்பி, தான் படுத்திருந்த இடத்துக்கே எந்திரம் போல இயங்கி நடந்து சென்று படுத்துக்கொண்டான். எந்தச் சலனமும் இல்லை. அந்தக் கரிய உருவமும் மறைந்துபோய்விட்டது.

மெல்லச் சரிந்து படுத்துக்கொண்டேன். என்னையறியாமல் ஏற்பட்டிருந்த அமைதியான உணர்வுடன் அப்படியே உறங்கிப் போனேன். விடிகாலையில் சூரியன் விழிப்பதற்கு முன்பு நாங்கள் கிளம்பினோம். சற்றுதூரம் பந்தன் முன்னே சென்றான். இரவில் நடந்தது பற்றி நான் ஏதும் கேட்கவில்லை,. ஆனால் அவன் நடையிலும் அவனது குதிரையின் நடையிலும் தயக்கம் இருந்ததைக் காணமுடிந்தது.

"பிக்குவே" பந்தன் குதிரையை நிறுத்திவிட்டான்.

"நீங்கள் முன்னே செல்லுங்கள் நான் பின்னே வருகிறேன்" என்றான்.

எனக்கென்னவோ அது சரியாகப்படவில்லை. உள்ளுணர்வு எச்சரிக்க, "நான் அதற்கு ஒருபோதும் உடன்படமாட்டேன். நீதான் முன்னே செல்லவேண்டும்" என்றேன்.

பந்தன் குதிரை சில அடிகள் முன்னோக்கிச் சென்றது.

"பிக்குவே, பாதையோ கொடியது. முன்னே வெறும் மணல்தான். புல் இல்லை. தண்ணீர் இல்லை. நிழல் இல்லை. மனிதர்கள் இல்லை..... இனியும் முன்னே செல்வது சரிதானா?"

இந்தக் குரல் கேட்டுத் திடுக்கிட்டேன். இது பந்தன் குரலே அல்ல. அவன் திரும்பிப்பார்க்கவும் இல்லை. ஆனால் அவனிடமிருந்துதான் குரல் வந்தது.

அசோகன் நாகமுத்து

“எனக்கு என்ன நேர்ந்தாலும், மரணமே நேர்ந்தாலும் என் லட்சியம் மாறாது. அந்த உறுதியை நான் எடுத்துக்கொண்டேன்”

“அப்படியானால் என்னை விட்டுவிடும். எனக்கு உம்மோடு வரச் சம்மதமில்லை. பட்டினியில் தாகத்தில் சாக எனக்கு விருப்பமில்லை” அதே கர்ண கடூரகுரல்.

நான் குவாயின் போதிசத்துவரை அமைதியாகத் துதித்தேன்.

முன்னே சென்ற பந்தனின் குதிரை கனைத்தது. அது பின்னோக்கித் திரும்பியது. பந்தனின் முகம் மேகம் போல் கறுத்து இருப்பதைக் கண்டேன். அவன் கண்கள் இரண்டும் அனல்துண்டுகளாக இருந்தன. அவன் ஏதோ துஷ்ட சக்தியைப் போலத் தோன்றினான்.

என் உதடுகளில் போதிசத்துவர் துதி பெருகிற்று. அவன் குதிரை வந்த வழியே திரும்பி என்னைத் தாண்டி ஓட ஆரம்பித்துவிட்டது. அதன் புழுதி, போர்வையாக என் மேல் படர்ந்தது.

குதிரை கண்ணுக்கு மறையும் வரை பார்த்துக்கொண்டே இருந்தேன். அவனை நினைத்தால் எனக்குப் பரிதாபம் மேலிட்டது. எந்த அபாயமும் இன்றி அவன் வீடு போய்ச்சேரவேண்டுமே என்று வேண்டிக்கொண்டேன்.

இனி தனியாகத்தான் மேற்கு நோக்கிச் சென்றாகவேண்டும். என் குதிரை தானாகவே ஓட ஆரம்பித்தது. முன்னோக்கிச் செல்லச் செல்ல நிலப்பரப்பு சிவக்க ஆரம்பித்தது. செம்புழுதி. எந்தச் திசையில் திரும்பினாலும் புழுதிதான். அங்கங்கே மரங்கள் காய்ந்து எலும்புக்கூடுகளாய் நின்றன. மேடும் பள்ளமுமாய் ஏறி இறங்கியது பாதை. ஒரு பள்ளத்திலிருந்து மேட்டுக்கு ஏறினேன். ஏறியவுடன் என்னை வரவேற்றது ஒரு மனித எலும்புகூடு. மேலே செல்லச்செல்ல விலங்குகளின் எலும்புகளையும் சாணத்தையும் காண முடிந்தது. சில இடங்களில் அவற்றின் துர்நாற்றம் நாசியைப் பிளந்தது.

கதிரவன் உச்சிக்கு வந்திருந்த வேளையில் ஒரு மேட்டில் என் குதிரை பிரத்யனப்பட்டு ஏறியது. மேலிருந்து விரிந்திருந்த மணல்பரப்பைப் பார்த்துப் பெருமூச்சு விட்டபோதுதான் என்

இதயத்துடிப்பை பன்மடங்கு பெருகச்செய்த அக்காட்சியைக் கண்டேன்.

ஓராயிரம் வெண்ணிறப்புரவிகள் மிகுந்த வேகத்தில் எதிரே வந்துகொண்டிருந்தன. வேல்களும் வாளும் பிடித்த வீரர்கள் அவற்றில் ஆரோகணித்து இருந்தார்கள். தூரத்தில் இருந்து பார்க்க அவர்களின் வேலும் வாளும் வெயிலில் மின்னின. பதாகைகள், கொடிகள், தலைக்கவசங்கள் என்று பார்க்கையில் போர்க்களம் செல்லும் படைஎன்று தோன்றியது. பெரும் ஆற்று வெள்ளம்போல் என்னை நோக்கி அப்படை வந்தது. பெருத்த இரைச்சல். குளம்பொலிகள், வாழ்த்தொலிகள், முழக்கங்களால் உருவான இரைச்சல். அப்படையின் பிரவாகம் என்னை அடித்துச் சென்றுவிடுமோ எனத் தோன்ற நான் என்ன செய்வதென்று தெரியாமல் நின்றேன். இன்னும் ஒரு நொடியில் படைப்பிரவாகம் என்மீது மோதிவிடும். குதிரையை ஒதுக்கக்கூட இயலாது என்கிற நிலையில்தான் ஓர் அதிசயம் நிகழ்ந்தது. படைவரிசைகள் அனைத்தும் மறைந்துபோய் வெற்றுவெளியே என் முன்னால் இருந்தது. திகைத்து அப்படியே நின்றுகொண்டிருந்தேன்.

‘அஞ்சாதே’ யாரோ என் காதில் சொன்னார்கள். திரும்பினேன். யாருமில்லை. என்னை மேலும் அச்சம் கவ்வியது.

“யுவான் அஞ்சாதே.. முன்னேறு” என்றது அக்குரல்.

இம்முறை எனக்குத் தைரியம் வந்தது. குதிரையைத் தட்டிவிட்டேன். பாலைவெளியில் இருக்கும் தீயசக்திகளால் உருவாகும் புறக்காட்சிகள் இவை என்பதை மெல்ல உணர்ந்துகொண்டேன். ஆனால் எல்லாவற்றையும் மாயக்காட்சிகளாக நினைக்கவும் முடியாதே.... உண்மையாகவே அப்படியொரு படைவருமெனில் என்ன ஆவது? குழப்பமும் மயக்கமும் ஏற்பட்டன.

அப்படியே பகல்முழுக்க பிரயாணம் செய்தேன். மாலை மங்குவதற்கு சற்று முன்னதாக தூரத்தில் ஒரு கண்காணிப்புக் கோபுரம் தெரிந்தது. சீன எல்லைக் கண்காணிப்புக் கோபுரத்தில் முதல் கோபுரம். வில்லேந்திய வீரர்கள் இருப்பர். அவர்கள் கண்ணில் பட்டால் அதோ கதிதான்.

ஒரு பள்ளத்தில் குதிரையை இறக்கி, இருட்டும்வரை ஒளிந்துகொண்டேன். நன்கு இருட்டியபிறகு வெளியே வந்து கோபுரத்தை கவனமாகக் கடந்து அதிலிருந்து சற்று தொலைவில் வெட்டப்பட்டிருந்த குளத்தை நெருங்கி என் தண்ணீர்க் குடுவையை நிரப்பவேண்டும். இதை விட்டால் அடுத்த கோபுரத்தின் அருகேதான் தண்ணீர் கிடைக்கும். அதைச்சென்றடைய இன்னொரு நாள் ஆகும்.

கும்மிருட்டில் வெளியேறிக் குளத்தை அடைந்தேன். ஆடைகளை சுருட்டிக்கொண்டு இறங்கினேன். எனக்கு முன்னாக என் குதிரை இறங்கித் தண்ணீர் குடிக்க ஆரம்பித்திருந்தது. மெதுவாக குடுவையை அமுக்கி தண்ணீரை நிரப்பினேன்.

'ப்ளக்' என்றொரு சப்தம். காற்றைக் கிழித்துக்கொண்டு ஓர் அம்பு பறந்து வந்து என் காலடியில் குத்திற்று. பதறிவிலகினேன். அடுத்த அம்பு பறந்துவந்து என் இடதுபுறம் மண்ணைத் துளைத்தது. என் வருகையைக் கண்டுகொண்டார்கள்.

"வேண்டாம். நானொரு பிக்கு. தலை நகரில் இருந்து பயணம் செய்பவன்" என்று உரக்கக் கத்தினேன்.

அம்புகள் வருவது நின்றது. தூரத்தில் ஒரு பந்தம் கொளுத்தப்பட்டது. அதை ஏந்திக்கொண்டு மெதுவாக என்னை நோக்கி ஒரு சீன வீரன் வந்தான். எனைக்கண்டதும் அவனுக்கு ஆச்சரியம் மேலிட்டது. அவனது தலைவன் கூடாரத்துக்கு இட்டுப்போனான். தலைவன் பெயர் வாங் சியாங்.

என்னை இன்னார் என்று அறிந்ததும் அவன் ஆச்சரிய மடைந்தான். "நீங்கள் தலைநகருக்குத் திரும்பிச் சென்று விட்டீர்கள் என்றல்லவா எனக்கு தகவல் வந்தது?" என்றவன் அறையில் இருந்த நெருப்பை மேலும் தூண்டிப் பெரிதாக எரியவிட்டான்.

நான் என்னிடம் இருந்த ஓலைகளைக் காட்டினேன். என் பெயர்தாங்கிய எழுத்துக்களைக் கண்டதும்தான் அவனுக்கு நம்பிக்கை வந்தது.

"பிக்குவே, தாங்கள் இப்பயணத்தைத் தொடரவேண்டாம்.

எனக்குத் தெரிந்த கற்றறிந்த மூத்த பிக்கு ஒருவர் இருக்கிறார். அவரிடம் உங்களை அழைத்துப்போகிறேன். இப்பயணத்தை நீங்கள் கைவிடுங்கள். உங்கள் உடல் தாங்காது."

எல்லோரும் சொல்லும் வார்த்தைதான். அவனுக்கு பலவாறு சொல்லி விளங்கவைத்தேன்.

"பிக்குவே உம்மைப் புரிந்துகொண்டேன். இந்த எல்லையைக் கடக்கும் எத்தனையோ மனிதர்களைக் கண்டுள்ளேன். அனைவருமே பொருளாசையால் பாதிக்கப்பட்டவர்கள். அல்லது தண்டனைக்குத் தப்பி ஓடுபவர்கள். நீங்கள் மட்டுமே அறிவுச்சுடராகத் தகிக்கிறீர்கள். இன்று இரவு மட்டும் இங்கே தங்கிக்கொள்ளுங்கள். களைப்பாக இருக்கிறீர்கள், நாளை காலை புறப்படலாம்" என்று வேண்டிக்கொண்டான். எனக்கும் ஓய்வு வேண்டியிருந்தது. அங்கே இரவு உணவை முடித்துக்கொண்டு உறங்கினேன்.

அதிகாலையில் எனக்கு முன்பே வாங் எழுந்து காத்திருந்தான். தண்ணீர்க்குடுவையை நிரப்ப ஆள் அனுப்பியவன் குதிரையைத் தயார் செய்தான். எனக்குத் தேவையான் உணவுகளை கட்டிக் குதிரையில் வைத்தான். என்னுடன் கொஞ்சதூரம் வந்தான். அந்த ஆளற்ற மணல்பரப்பில் ஒரு பாதை எங்கோ பிரிந்து சென்றது. அங்கே வந்ததும் நின்றுகொண்டான்.

"பிக்குவே, இனி என்னால் வர இயலாது. உம்முடன் ஜம்புத்வீபம் வரை கூட எனக்கு ஆசைதான். ஆனால் என் விதியில் அது எழுதப்படவில்லை. யான் இங்கேயே காவல்காத்து மடிவேன். இந்தச் சாலைவழியாகச் செல்லுங்கள். நான்காவது கண்காணிப்புக் கோபுரம் வரும். அங்கிருப்பவன் என் உறவினனே. அவனிடம் நான் அனுப்பியதாகச் சொல்லுங்கள். உங்களுக்கு உதவிசெய்வான்" என்றான்.

அருகே வந்து என்னைக் கண்ணீருடன் தழுவி விடைபெற்றான் வாங்.

நான் மெதுவாக அவன் காட்டிய சாலையில் சென்றேன். வெகுநேரம் வாங் அங்கேயே நிற்பது தெரிந்தது.

பகல் முழுக்கப் பயணம் செய்து இரவில் நான்காவது கோபுரத்தை அணுகினேன். குளத்தை அணுகி

வீரர்களின் அம்புவிடும் வல்லமையை நான் சோதிக்க விரும்பவில்லை. நேராகக் காவல்கோபுரத்தை அணுகி வாங்கின் உறவுக்காரனைக் கண்டேன். குதிரைக்குப் புல் வாங்கிப் போட்டேன். நன்கு உறங்கி இரவைக் கழித்தேன். மறுநாள் காலை அங்கிருந்து கிளம்பினேன். ஐந்தாவது கண்காணிப்புக் கோபுரம் வழியாகச் செல்லவேண்டாம் என்று இங்கிருந்தவர்கள் என்னை எச்சரித்து வேறு வழியாகச் செல்லுமாறு அறிவுறுத்தினார்கள். இரண்டு நாள் பயணம் கழிந்து யீமா என்ற ஊற்றை அடைந்தேன். அதற்குப் பிறகு ஆளரவமே அற்ற பாலைவனம்தான்! அதில் பிரவேசித்தேன். குதிரையின் கால்கள் நடுங்கிப் புழுதியில் புதைவதை என்னால் உணர முடிந்தது. அனல் காற்றில் என் முகத்தின் தோல் தீய்வதுபோல் எரிந்தது.

(6)

பட்டுமெத்தையில் புரண்டு கொண்டிருந்தான் கியோ வென் தாய். அவனது குறுந்தாடி வண்ணப்பூச்சுகளால் சிவந்து இருந்தது. அது அறையில் எரிந்த சிவப்பு நிறமான விளக்கொளியில் மேலும் சிவப்பாய் தெரிந்தது. காவ்சாங் நகரம் வெப்பமான பூமி என்பதால் அரண்மனையின் சாளரங்கள் திறந்திருந்தன. உள்ளே வந்த காற்றும் அனலாகவே இருந்தது. கியோவின் மணிமுடி அந்த அகன்ற அறையில் ஒரு மஞ்சத்தில் இருந்தது. அதில் இருந்த ஒற்றை ரத்தினக் கல் சுடர் விட்டுப் பிரகாசித்து அந்த அறையில் நிரம்பியிருந்த செவ்வொளிக்கு மேலும் வலு சேர்த்துக்கொண்டிருந்தது. கியோ திடீரென்று எழுந்து அமர்ந்துகொண்டான். கால்களை மடக்கி அமர்ந்தவன், சாளரத்தின் வெளியே நோக்கினான். இருளில் எங்கோ ஒரு நட்சத்திரம் தெரிந்தது. நகரின் பௌத்த மடாலயம் ஒன்றில் மணி ஒலிக்கும் சப்தம் மென்மையாகக் கேட்டது.

கியோ பௌத்த மதத்தை தழுவிய மன்னன். அவனது நாடு முழுக்க சிவந்த அல்லது வெண்ணிற ஆடைகள் உடுத்த பலநாடுகளைச் சேர்ந்த துறவிகள் மடாலயங்களில் நிரம்பியிருந்தனர். ஒவ்வொருவரும் ஒவ்வொரு சாஸ்திரங்களில் விற்பன்னர்கள். தினமும் அவர்களுடன் அளாவளாவி கியோ பேரின்பம் அடைந்து கொண்டிருந்தான்.

ததாகதரின் புண்ணிய சொற்களை, போதிசத்துவர்களின் அருள்மொழிகளை, அவர்கள் வாய்வழியாகக் கேட்டு இன்புற்றுக் கொண்டிருந்தான். அக்கால வழக்கப்படி தன் செல்வங்கள் எல்லாவற்றையும் அவர்களுக்கு வாரி வழங்கிக் கொண்டிருந்தவன் அவன்.

அருகில் இருந்த சிறு நகரில் இருந்து சில வாரங்களுக்கு முன்பு ஒற்றர் தலைவன் ஒருவன் கொண்டு வந்திருந்த சேதி கியோவை மகிழ்ச்சியில் ஆழ்த்தியது.

“சீன தேசமே வியந்து பாராட்டும் மிகப்பெரிய அறிஞர் ஒருவர் பேரரசரின் கட்டளையை மீறி அங்கிருந்து எல்லை கடந்து ததாகதரின் தேசம் நோக்கிச் செல்கிறாராம். அவரை நம் வணிகர்கள் சீன தேசத்துக்குள் கண்டிருக்கின்றனர். அவர் மொழிந்த உரைகளைக் கேட்டவர்கள் கையில் இருந்த பொருளையெல்லாம் அவருக்கே காணிக்கையாகக் கொடுத்துவிட்டனராம். ஆனால் அவரோ அதில் ஒன்றைக் கூடத் தொடவில்லையாம். அப்படியே திரும்பக் கொடுத்துவிட்டாராம். மிகவும் வற்புறுத்தினால் வாங்கி அப்படியே அருகில் இருக்கும் பௌத்த விகாரத்துக்குக் கொடுத்துவிடுகிறாராம். ஆகவே அவர் எங்கு போனாலும் பௌத்த ஆலயத்தினர் பெரு மகிழ்வு கொண்டு அவரை உபசரிக்கிறார்கள். பாலைவனத்தைக் கடந்து எப்படி அவர் தனியாளாக வருவார் என்று எல்லோரும் எதிர்பார்த்துக் காத்திருக்கிறார்கள். இகு தேசம் வந்து பின் அங்கிருந்து அவர் தென்மேற்காகப் பயணம் செல்வார்” என்றான் அவன்.

“அவர் பெயர் என்னவாம்?”

“யுவான் சுவாங் என்பதாகும்”

கியோவின் உள்ளம் உணர்ச்சிப்பெருக்கில் நிரம்பியது. அறையில் இருந்த சாக்கியமுனியின் சிற்பம் நோக்கித் தலை தாழ்த்தினான். அந்தப் பெயரைச் சில ஆண்டுகளாகச் சீன தேசத்திலிருந்து வரும் பிக்குகள் வியப்புடன் சொல்லக் கேட்டுள்ளான். கொஞ்ச நாட்களாக அவன் கனவில் ததாகதரைக் காண்பது வழக்கமாயிருந்தது. கிழக்கிலிருந்து மேற்குநோக்கிப் பயணம் செய்யும் அவரது உருவத்தை

அவன் கண்டுகொண்டே இருந்தான். பயணத்தால் அவர் நலிவுற்று, ஆடைகள் நைந்து, உதடுகள் உலர்ந்து இருக்கும் தோற்றம் வந்துகொண்டே இருந்தது. அதன் அர்த்தம் புரியாமல் குழம்பிக்கொண்டே இருந்தான் கியோ. இப்போது விளங்கிவிட்டது.

“அவர் இகுவுக்குள் வந்ததும் அப்படியே அவரை அழைத்துகொண்டு இங்கே வரவேண்டும். நமது ஆட்கள் எவ்வளவு பேரை வேண்டுமானாலும் அழைத்துக்கொள். இது எனது கட்டளை. இகு மன்னனிடம் கூறிவிடு.” என்ற அவன் ஓலை நறுக்கில் உத்தரவை எழுதியும் கொடுத்தான்.

கியோவுக்கு உலகில் உள்ள அத்தனை அறிஞர்களும் தன் அவையில் இருக்கவேண்டும் என்று ஆசை. அதற்காக அவன் என்ன வேண்டுமானாலும் செய்வான்.

யுவான் சுவாங்கை மேற்கொண்டு பயணம் செய்ய அனுமதிக்காமல் தன் தேசத்துக்குள்ளேயே வைத்துக்கொள்ள வேண்டும் என்கிற திட்டம் அவனுக்குள் உருவாகிவிட்டது. தன் விருந்தோம்பலை மீறி அத்துறவி தன் பயணத்தைத் தொடர அவன் விடப்போவதில்லை.

சாளரம் வழியாக வெளியே பார்த்துக்கொண்டிருந்த கியோ, படுக்கையை நோக்கித் திரும்பி வந்து படுத்துக்கொண்டான். யுவான் சுவாங்கை அழைத்துவருமாறு ஓலை அனுப்பிய தினத்தில் இருந்து அவனது கனவில் ததாகதர் வருவது நின்று போய்விட்டது. அதைச் சில நாட்களில் உணர்ந்துகொண்டுவிட்ட கியோவின் ஆவல் மேலும் அதிகரித்தது. தன் வருகையை குறிப்பால் உணர்த்தக்கூடிய வல்லமை கொண்ட எந்த ஒரு மனிதரையும் காண ஆவல் மிகுவது வழக்கம்தானே?

யுவானுக்காக ஏற்கெனவே ஒரு மாளிகையை ஒழித்து, அதில் சிறப்பான ஏற்பாடுகளைச் செய்து வைத்திருந்தான் அவன். ஏனோ அந்த இரவில் அங்கு சென்று பார்க்கவேண்டும் என்ற ஆவல் அவனுக்கு உருவாகியது. மஞ்சத்தில் இருந்து எழுந்தான். அறைக்கதவைத் திறந்து வெளியே வந்தவனைக் கண்ட காவலன் ஒருவன் அருகே ஓடிவந்தான். அவனிடம்

பந்தமொன்றை எடுத்துக்கொண்டு தன்பின்னே வருமாறு பணித்தவாறு தன் அரண்மனையை விட்டு வெளியே வந்தான் கியோ.

அரண்மனைக்கு எதிரே இருந்த ராஜவீதியில் ஐந்தாறு மாளிகைக்கு அப்பால் சிறுதோட்டத்துடன் இருந்த ஒரு மாளிகையைத் தயார் செய்து வைத்திருந்தான் அவன்.

அதை நெருங்கியவுடன் வியப்புற்றான். மாளிகை முழுக்க விளக்குகள் எரிந்தன. செவ்வாடை அணிந்த துறவியர் அங்கும் இங்கும் நடமாடிக்கொண்டிருந்தனர். மன்னன் வருகையை யாரும் லட்சியம் செய்ததாகத் தெரியவில்லை. இனிமையான நறுமணம் காற்றில் பரவி இருந்தது. பௌத்த கோஷங்கள் காற்றில் ஒலித்தன. ஏதோ ஒரு புகழ்பெற்ற மடாலயத்துக்குள் வந்துவிட்டது போல உணர்ந்தான் கியோ.

அம்மாளிகையின் நடுவே விரிக்கப்பட்டிருந்த பெரிய சிவப்பு நிறக்கம்பளத்தின் நடுவே அமர்ந்தார் ஒரு இளம் துறவி. உயரமான உடல், எதிரே பெரிய சுவடி ஒன்று விரிக்கப்பட்டிருந்தது. அவர் தனியாக அமர்ந்து வாசிப்பில் ஆழ்ந்திருந்தார். அவரைக் கண்டதும் கியோவின் மனதில் அன்பும் மதிப்பும் பெருகின. அவருக்கு முன்னே அமர்ந்த கியோவுக்கு ஓர் எண்ணமும் சந்தேகமும் உதித்தது. யுவான் சுவாங் வருகைக்காக ஒழித்து வைத்த இம்மாளிகையில் வந்திருக்கும் இவர் யார்? இப்படி ஒரு அறிஞர் வருகை நமக்குத் தெரியாமல் எப்படி நிகழ்ந்தது? கியோவுக்கு எதுவும் புரியவில்லை.

"மரியாதைக்குரிய பிக்குவே,.." கியோ மெல்ல அழைத்தான். அவர் காதில் விழுந்தது போலவே காட்டிக்கொள்ளவில்லை. எனவே மெதுவாகக் கனைத்து தன் வருகையை அவருக்கு உணர்த்த முயன்றான். எந்தப் பலனும் இல்லை. திரும்பிய அவன் சற்று தொலைவில் நின்று கொண்டிருந்த காவலனை அருகே அருகே வரும்படி சைகை செய்தான். கையில் பந்தத்துடன் அருகே வந்த காவலன் முகத்தில் ஒரு புன்னகை உதித்தது. கியோ அவன் முகத்தை உற்றுக்கவனித்தான். அறையில் இருக்கும் ததாகதரின் அதே முகம். மேனி எங்கும் சிலிர்க்க, திடுக்கிட்டான் கியோ.

போதியின் நிழல்

மறுகணம் தன் அறையில் வியர்வை உடல் எங்கும் ஆறாக ஓட மஞ்சத்தின் மேல் தான் திடுக்கிட்டு விழித்தவண்ணம் படுத்திருப்பதை உணர்ந்தான். வெளியே பொழுது விடிந்ததன் அடையாளமாக பறவைகளின் குரல்கள் கேட்டன. மறுகணம் இன்று எப்படியும் யுவான் இங்கு வந்துசேர்வார் என்கிற எண்ணம் அவனுக்குள் முளைவிட்டு பெரும் மரமாக வளர்வதைப் பிரமிப்புடன் கவனித்தான் கியோ.

குறிப்பு: கியோ ஆட்சிசெய்த நகரம் அன்றைக்கு காவ்சாங் என்று அழைக்கப்பட்டது. இப்போது சீனாவில் உள்ள டர்பான் மாவட்டத்தில் இருக்கும் நகரமாக அது இருக்கலாம் என்று கருதப்படுகிறது. ஹுவோ சௌ என்று அது இப்போது அழைக்கப்படுகிறது. அங்கு தோச்சாரிய மொழி பேசப்பட்டதாக வரலாற்று ஆசிரியர்கள் தெரிவிக்கிறார்கள். யுவான் சுவாங் பயணம் மேற்கொண்ட ஏழாம் நூற்றாண்டில் காவ்சாங் செல்வம் கொழிக்கும் நகரம். கோபி பாலைவனத்தின் நடுவில் இருந்த அந்நகரம் சீனப்பேரரசுக்குக் கட்டுப்பட்டதாக இருந்தாலும் சுற்றுவட்டாரத்தில் பிற அரசுகளால் அஞ் சப்படுவதாக இருந்தது. கியோவின் ஆணையை மீறுவோர் அங்கு யாரும் இல்லை. அதனாலோ என்னவோ பின்னர் அவன் சீனப்பேரரசுக்கு பணிய மறுத்தான். யுவான் சுவாங் பயணம் மேற்கொண்டிருந்த 16 ஆண்டுகளில் எவ்வளவோ வரலாற்று மாற்றங்கள் ஏற்பட்டன. அதில் ஒன்று சீனப்பேரரசு காவ்சாங் மீது படையெடுத்து கியோவைத் தண்டித்ததும் ஆகும். எப்படியும் தன் மீது படையெடுக்க மாட்டார்கள் என்று ஏதோ ஒரு அசட்டு தைரியத்தில் கியோ இருந்துவிட்டான். ஆனால் ஆக்ரோஷமான சீனப்படைகள் எல்லைக்குள் நுழைந்ததும் அவன் திடீரென்று அச்சத்தால் பீடிக்கப்பட்டு இறந்துவிட்டான். அவன் மகன் புத்திசாலி. சீனப்படைத்தளபதியிடம் சரணடைந்தான். ஆனாலும் நகருக்கு ஏற்பட்ட பேரழிவைத் தடுக்கமுடியவில்லை. ஆகவே யுவான் சுவாங் தன் சுற்றுப் பயணம் முடிந்து திரும்பிவருகையில் இந்த நாடே இல்லை. ஆனால் கியோவுடன் யுவான் சுவாங்குக்கு ஏற்பட்ட சந்திப்பு அவரது பயணத்தில் மிக முக்கியமான ஒன்றாகும்.

(7)

கால்கள் மண்ணில் புதைந்ததும் எனக்கு சற்று அச்சம் வந்தது. திரும்பி ஓடிவிட வேண்டும் என்று கருதினேன். இது இயல்பான உணர்ச்சிதான். என் போன்ற விலங்குகளுக்கே உரிய இயற்கையிலேயே அமைந்த உணர்வு. ஆனால் நான் என்னுடைய அனுபவத்தில் அந்த உணர்வை வெல்லும் வல்லமை பெற்றிருந்தேன். என் முதுகின் மேல் அமர்ந்திருப்பவரின் உணர்வுகளுடன் என்னை ஒருங்கிணைத்துப் பயணம் செய்வது என்பதைக் கற்றிருந்தேன்.

அத்துடன் எனக்கு இப்பயணத்தின் போது மிகமுக்கியமான பணி ஒன்றில் ஈடுபட்டிருப்பதாகத் தோன்றியது. என் பிற பயணங்களுக்கும் இதற்கும் வித்தியாசம் இருந்தது. என் மேல் அமர்ந்திருப்பவரோ சீன தேசத்தின் மிகப்பெரிய அறிஞர். சீனத்தில் கற்றது போதாது என்று அத்தேசம் விட்டு வெளியே செல்கிறார். அவரைச் சுமந்து செல்லும் பேற்றை விட வேறு என்ன ஒரு குதிரைக்குக் கிடைத்துவிட முடியும்?

ஒன்று சொல்ல வேண்டும். அவரும் நானும் பயணம் செய்ய ஆரம்பித்து ஐந்துநாட்களுக்கு மேல் ஆகின்றன. ஆனால் இதுவரை அவர் என்னை நோக்கி ஒரு கடுஞ்சொல் கூடச் சொன்னதில்லை. ஒருமுறை கூட கடிவாளத்தை இழுத்துப் பிடித்ததில்லை. சாட்டையைச் சுழற்றியதில்லை. இதோ

என்னைச் சுற்றி மணல்வெளி. சிவந்த புழுதி. கொடுமையான இவ்வெயிலில் எங்கு பார்த்தாலும் மணல். எந்த விதத்திலும் ஒதுங்க நிழலோ, காண்பதற்கு ஒரு பறவையோ, குடிக்க ஒரு சொட்டு நீரோ இல்லாத பூமி. சுற்றிலும் மணல்.. மணல்... பூமியே மணல் பரப்பாகிவிட்டதோ... நானும் இத்துறவியும் தவிர்த்து இப்பூமியில் யாருமே இல்லையோ? கால்போன போக்கில் நான் போய்கொண்டிருக்கிறேன் என்று தோன்றுகிறது. ஒரு பகல் முழுக்க நடந்துவிட்டோம். அனல் வீசும் இப்பாலை முடிவே இல்லாதது போல தொடர்ந்துகொண்டிருக்கிறது. எனக்கோ தாகம் தாங்கமுடியவில்லை. இன்று மதியம் துறவி செய்த ஒரு காரியத்தை என்னால் மன்னிக்கவே முடியாது.

குடிப்பதற்காகக் தண்ணீர்க் குடுவையை எடுத்தார். வாயில் வைத்து அருந்தினார். பின் கை நடுக்கத்தில் கீழே தவறவிட்டுவிட்டார். எல்லா நீரும் போய்விட்டது. இப்போது அவரும் தாகத்தில் தான் இருக்கவேண்டும்.

இருட்டிவிட்டதால் ஓரிடத்தில் என்னை நிறுத்தி இறங்கினார். பாலையில் எங்கே தங்குவது? அப்படியே வழியில் ஓய்வெடுக்க வேண்டியதுதான். பாயை விரித்து மல்லாந்தார் அவர். உறக்கம் அவருக்கும் வரா॥து என்பதை நான் அறிவேன். தலையை உயர்த்தி மேலே நோக்கினேன். இரவின் வானத்தில் ஏராளமான விளக்குகளாக விண்மீன்கள் ஜொலித்தன. அவற்றில் ஒன்றோ பலவோ இத்துறவியின் கடவுளாக இருக்கலாம். என்னைச் சுற்றிலும் கறுப்பான போர்வையைப் போட்டு போர்த்தியது போல் இருட்டு. துறவியையும் பார்க்க முடியவில்லை. ஆனால் அவர் எதையோ விடாமல் முணுமுணுத்துக்கொண்டிருப்பது மட்டும் எனக்குக் கேட்டது. இந்த இருட்டில் கண்பார்வையால் பலனில்லை. ஆனால் அதைப்போல் இல்லாமல் காது கேட்கும் திறனாவது வேலை செய்கிறதே. அம்மட்டில் நன்றே என்று நினைத்துக்கொண்டேன்.

நான் நின்ற இடத்தில் இருந்து இடதுபுறமாகப் பார்த்தபோது திடுக்கிட்டேன். வெளிச்சம் தெரிந்தது. நெருப்பால் ஆன உயரமான உருவம் ஒன்று. அதைத்தொடர்ந்து திடீரென்று எங்களைச் சுற்றிலும் நூற்றுக்கணக்கான நெருப்பு உருவங்கள் தோன்றின. அகோரமான உருவங்கள். நீண்ட

பற்கள், நகங்கள்.... அச்சத்தால் என் கால்கள் நடுங்கின. என்னையறியாமல் சிறுநீர் வெளியேறிற்று.

பிக்குவும் அந்த உருவங்களைக் கவனித்திருக்கவேண்டும். அவரது முணுமுணுப்பு சற்றுவலுவான குரலாக மாறியது. ஆனாலும் அந்த உருவங்கள் எம்மை நோக்கி வருவது நிற்கவில்லை. பிக்கு அசரவில்லை. சற்று நிறுத்தினார். அதற்குள் அவை கிட்டே வந்துவிட்டன. இன்னும் சில விநாடிகளில் அவை எங்களைப் பிடித்துவிடக்கூடும். நான் அச்சப்படுவதை நிறுத்தியிருந்தேன். அதனால் பிரயோசனமில்லை. அவ்வுருவங்களை இவ்வளவு கிட்டே பார்த்த நிலையில் என் உணர்வுகள் மரத்துப்போயிருந்தன. தீயிலான அவற்றின் நாவுகள் புயல்காற்றாகச் சுழன்றன. பிக்கு இப்போது வேறொரு மந்திரத்தைச் சொல்லத்தொடங்கினார். மறுகணம் அனைத்து உருவங்களும் காணாமல் போயின. இருள் பழையபடி எங்களை அணைத்துக்கொண்டது. வெகுநேரம் எந்தச் சலனமும் இல்லை. பிக்குவும் உறங்கிப்போய்விட்டார். எனக்கும் உறக்கம் வந்தது. நின்றுகொண்டே தூங்கிப்போனேன். காலையில் கண் விழித்தபோது பிக்கு எனக்கு முன்னே எழுந்து உட்கார்ந்திருந்தார். அவரை ஏற்றிக்கொண்டு நடக்க ஆரம்பித்தேன். எனக்கு அவரை விட்டால் யாரும் இல்லை. அவருக்கோ என்னை விட்டால் யாரும் இல்லை. எங்களுக்குத் துணையாக வருவது எங்கள் நிழல்கள் மட்டுமே. இந்த நிலையில் எந்த மனிதருக்கும் பித்துப்பிடித்துவிடும் என்று கேள்விப்பட்டிருக்கிறேன். பிக்கு விதிவிலக்கானவராக இருக்கலாம்.

"குதிரையே.."

பிக்குதான் அழைக்கிறார். உண்மைதான்.... பித்துபிடித்து விட்டது போல் தெரிகிறதே..

"பேசாமலே வருவதற்குப் பதிலாக ஏதாவது உன்னிடம் பேசலாமே என்றுதான் பேசுகிறேன். இப்போது உன்னை விட்டால் எனக்கு யார் துணை? நேற்றிரவு நடந்ததைக் கவனித்தாயல்லவா? அவலக்குரல்களுக்கு ஓடிவந்து உதவும் குவாயின் போதிசத்துவரின் துதிகளை உச்சரித்துவந்தேன். இதுவரை எல்லா அபாயங்களிலும் கைகொடுத்தார்

போதிசத்துவர். ஆனால் இம்முறை ஏனென்று தெரியவில்லை. அவரது பெயரைச்சொல்லி உதவி கேட்டபோது அந்த தீய உருவங்கள் சற்றுத்தயங்கினவே தவிர விலகவில்லை.”

நான் கேட்டுக்கொண்டே நடந்தேன்.

“பல ஆண்டுகளுக்கு முன்பு தெருவில் ஒரு முதியவரைக் கண்டேன். அவர் உடல் முழுக்க புண்கள். பெரும் வேதனையில் இருந்தார். அவரை மடாலயத்துக்குக் கொண்டுவந்து அவருக்கு மருந்திட்டேன். உணவளித்தேன். புத்தாடைகளும் கொடுத்தேன். அம்மனிதர் நன்றியில் கண்ணீர் பெருக்கினார். தன் கிழிந்த பையில் இருந்து ஒருகசங்கிய சுவடியை என்னிடம் அளித்தார். அதில் இருந்தது பஞ்சோசின் சூத்திரம். பிரஞாபரமிதஹிருதய சூத்திரம் என்று ஜம்புத்வீபத்தில் இதைக் கூறுவர். எனக்கு ஏதேனும் பேரபாயம் நேரிடில் அதைச் சொல்லுமாறு பணித்தார். அது ஞாபகம் வந்து அந்த சூத்திரத்தை நேற்றிரவு கூறியதும் தீய உருவங்கள் உடனே விலகிச்சென்றன”

பிக்குவே தொடர்ந்தார். “குவாயின் போதிசத்துவரைப் பற்றி நீ அறிவாயல்லவா? நம் சீன தேசமெங்கும் அந்த அழகிய பெண் உருவத்தை வணங்குகிறார்கள். புத்தர் பிறந்த தேசத்தில் இப்போதிசத்துவரை ஆண் வடிவில் அவலோகிதேஸ்வரர் என்ற பெயரில் வணங்குகிறார்கள். பயணம் செல்பவர்களின் அவலக்குரலுக்கு உடனே செவி சாய்ப்பார் இந்த போதிசத்துவர். இவரது கதை எவ்வளவு அருமையானது தெரியுமா? உலகில் இருக்கும் அவலங்களையெல்லாம் தீர்க்க ஒரு தலை போதவில்லையே என்று அவர் ஏங்கினாராம். அவரது ஏக்கம் பெருகி, அவரது தலை வெடித்து பத்தாக சிதறிவிட்டது. புத்தர் பெருமான் அவருக்கு பத்துத் தலைகளை அளித்தார். ஆனால் குவாயின் போதிசத்துவருக்கு இன்னொரு குறை... அழுபவர்களின் கண்ணீரைத் துடைக்க இரு கரங்கள் போதவில்லையே என்று கவலை கொண்டார். அவரது கரங்கள் தூள் தூளாகின. புத்தர் அவருக்கு ஆயிரம் கரங்களை அளித்தார். ஒருமுறை அவர் மண்ணுலகில் இருந்து சொர்க்கம் ஏகினார். போய்க்கொண்டிக்கையில் மனிதர்களின் அவலக்குரல்கள் தொடர்ந்து ஒலித்தன. வழியிலேயே அவர் திரும்பிவிட்டார்.

இம்மனிதர்களின் அவலம் நீங்கும்வரை நான் பூமியிலேயே இருப்பேன் என்று கூறிவிட்டார்”

பிக்கு பேசிக்கொண்டே போனார். மஹாயான பௌத்தத்தில் கரை கண்ட மனிதர் அல்லவா? நான்கு இரவுகள், ஐந்து பகல்கள்... தண்ணீரோ உணவோ இன்றி நாங்கள் அலைந்தோம். எப்படி உயிரோடு இருந்தோம் என்று கேட்கவேண்டாம். உயிர் என்றோ ஏதோ ஒன்று எப்படியோ எங்கள் உடலில் ஒட்டிக்கொண்டிருந்தது. பல நேரங்களில் ஆமை போல முன்னேறினோம். வழி தவறிவிட்டோம் என்பது மட்டும் எனக்குத் தெரிந்திருந்தது. செத்து மடிந்து எலும்புக்கூடாக இப்பாலை வனத்தில் கிடக்கப்போகிறோம். ஆனால் எங்களைச் சாப்பிட நாய் நரிகளோ, பறவைகளோ இங்கு இல்லை.

பிக்கு விழுந்துவிட்டார். என்னாலும் நடக்க இயலவில்லை. குதிரைகளாகிய நாங்கள் எப்போது தரையில் படுக்கமாட்டோம். அப்படிப் படுத்தால் ஒரு நொடியில் எழுந்துவிடுவோம். ஆனால் நானும் விழுந்துவிட்டேன். இனி எழமாட்டேன் என்றே தோன்றியது. ஓயாத வெயிலில் உணவின்றி அலைந்து நான் எலும்புக்கூடாக மாறிவிட்டேன். பிக்குவோ மணலில் உழன்று, உதடுகள் வெடித்து, தோல்வறண்டு, ஆடைகள் கிழிந்து, நைந்து போய்க்கிடந்தார். அவருக்கு உயிர் இருக்கிறது என்பதை அவர் உதடுகள் அசைவதை வைத்தே சொல்ல இயலும். குவாயின் போதிசத்துவரைத்தான் அவர் வேண்டிக்கொண்டிருக்கிறார் என்று எனக்குத் தெரியும். ஆனால் நான்குநாட்களாக வந்து உதவாத அந்த தேவதை இப்போதா வந்து உதவப்போகிறார்? மந்திரம் சொல்வதை நிறுத்துங்கள் பிக்குவே.

என் புலன்கள் தளர்கின்றன. பார்வை மங்குகிறது. இப்போது எந்த வேதனையும் இல்லை. சுகமாக இருக்கிறது. மரணம் நெருங்கிவிட்டதல்லவா?

அட குளிர்காற்று வீசுகிறது. பாலை வனத்தில் ஏதடா குளிர்காற்று. ஆனால் வீசுகிறது. கண்விழித்தேன். என் உடல் வலிமை பெற்றது போல் தோன்றியது. பசியும் இல்லை. தாகமும் இல்லை. எழுந்து நின்றேன். இன்னும் நான்கு நாட்களுக்கு நிற்காமல் ஓடலாம் போலிருக்கிறது. பிக்குவும்

தளர்ச்சி நீங்கியிருந்தார். களைப்பில்லாமல் வலிமையுடன் இருந்த அவர் என்மீது ஏறிக்கொண்டார். ஏதோ மாயம் நடந்திருக்கிறது.

குவாயின் போதிசத்துவருக்கு அவர் நன்றி சொல்வது கேட்டது.

கிளம்பினோம். சற்று தூரம் சென்றதும் நான் புல்வாசனையை நுகர்ந்தேன். அத்திசை நோக்கி ஓடினேன். கொஞ்ச தூரம் சென்றதும் நான் கண்ட காட்சி...

பச்சைப்பசேல் என்று புற்கள் செழிப்பாய் வளர்ந்திருந்தன. நடுவே ஒரு அழகிய குளம். தண்ணீரை நோக்கி ஓடினேன். பிக்கு இறங்கி மண்டியிட்டு தண்ணீரைக் குடித்தார். நான் அவருக்கு முன்னே குடிக்கத்தொடங்கியிருந்தேன். பின்னர் நான் போய் என்னிஷ்டத்துக்கு வளர்ந்திருந்த சுவையான புற்களைத் தின்னத் தொடங்கினேன். பிக்கு கொஞ்சநேரம் படுத்திருந்தார். பின்னர் வழியில் எனக்குக் கொடுக்கப் புற்களை வெட்டிக் கட்டாகக் கட்டினார். தண்ணீர்க்குடுவையை நிரப்பிக்கொண்டார்.

நாள் முழுக்க அங்கேயே ஓய்வெடுத்தோம். பின்னர் புறப்பட்டோம். இரண்டு நாட்கள் முழுமையான பயணத்துக்குப் பிறகு பாலைவனம் முடிவடையும் அறிகுறிகள் தோன்றின. தொலைவில் தெரிந்த பசுமையான மரங்கள் என்னை உற்சாகப்படுத்தின. பிக்குவும் உற்சாகம் அடைந்தார். "குதிரையே.. உனக்கு எப்படி நன்றி சொல்வதென்றே தெரியவில்லை. எப்படிப்பட்ட ஆபத்தான பயணத்தில் என்னுடன் இருந்து உதவி செய்திருக்கிறாய்?" என்றார். நான் தலையை மட்டும் அசைத்தேன். பாலைவனத்தில் இருந்து தப்பித்ததே பெரிய விஷயமாய் எனக்குப்பட்டது.

அது இகு நகரம். நாங்கள் ஒரு பௌத்த மடாலயம் சென்றோம். அதற்குள் நாங்கள் வந்த செய்தி மன்னருக்குப் போய்விட்டது. அவர் தம் பரிவாரங்களுடன் பிக்குவைப் பார்க்க வந்துவிட்டார். அங்கிருந்த துறவிகள் நம் பிக்குவை அணைத்துக் கண்ணீர்விடுவதைக் கண்டேன். அந்த மடாலயம் பெரும் விழாக்கோலம் கொண்டதைப் பார்த்தவாறே நான் உறங்கிப்போனேன்.

(8)

மன்னன் கியோ தன் கோட்டை வாயிலில் அந்த நடு இரவிலும் காத்திருந்தான். அவனது ராணி தன் தோழியர்களுடன் அவன் அருகே நின்றிருந்தாள். கியோவின் சிறுமகன்களும் ஆவல் பூத்த முகங்களுடன் தூக்கம் தொலைத்து நின்றனர். மன்னனே வந்து வாயிலில் நிற்கையில் காவ்சாங் நகரப் பிரஜைகள் என்ன உறங்கவா செய்வர்? அவர்களுடன் ஆவலுடன் வந்து நின்றனர். இசைக்கருவிகள், வாழ்த்தொலி எழுப்புவதற்கான பணியாட்கள், திருநங்கையர், உயர்ந்த விளக்குகளை ஏந்தியோர், மன்னனின் கொடிகள், கொற்றக்குடைகள், பதாகைகள் ஏந்தியோர் என்று கோட்டை வாயிலில் பெரும் நெரிசல்!

சிவப்புப் பட்டால் ஆன ஆடையொன்றை இடையில் உடுத்து, வெற்று மார்பில் பொன் பதித்த சங்கிலி ஒன்று ஆட, கியோ அமைதியாக நின்றிருந்தான். அவன் காதுகள் எதையோ கூர்ந்து கேட்டுக்கொண்டிருந்தன. திடீரென்று நிமிர்ந்தான். தூரத்தில் குதிரைகள் பல வரும் ஓசை. அப்புரவிகள் வாயிலில் வந்ததும் நின்றன. அவற்றில் வந்த வீரர்கள் வழிவிட உயரமாக இருந்த ஓர் இளம் துறவி உள்ளே வந்தார். அவரைக் கண்டதும், கியோ வருக, வருக என்று வரவேற்றான். இசைக்கருவிகள் முழங்கின. வாழ்த்தொலிகள் ஒலித்தன.

யுவான் சுவாங் தனக்குக் கிடைத்த இந்த வரவேற்பால் சங்கடமடைந்தார். “பிக்குவே, தங்களைக் காணும் நாளுக்காகக் காத்திருந்தேம். நீங்கள் வர இரவு அகாலம் ஆகிவிடும் என்று சொன்னார்கள், ஆனாலும் உங்களைப் போன்றவர்கள் வருகையில் காத்திருந்து வரவேற்பதைவிட எனக்கு எதுவும் பெரியதில்லை” என்றான் கியோ.

காவ்சாங் நகருக்கு வருவது என்பதை உண்மையில் யுவான் தவிர்க்கவே விரும்பினார். அவரது வழியில் அந்நகரம் இல்லைதான். அவர் தன் பயணத்தை மேற்கு நோக்கித் தொடரவே விரும்பினார். ஆனால் அப்படித் தொடர்வது என்பது அவர் விருப்பமாக இருந்தாலும் கியோவின் ஆணையை மீறித் தொடர்வது சாத்தியமில்லை என்று அவருக்கு உணர்த்தப்பட்டது. பெரும் முரடனாகத் தோன்றிய கியோவின் படைத்தலைவன் வர மறுத்தால் அப்படியே அலுங்காமல் தூக்கிவருமாறு உத்தரவு இருப்பதை அவரிடம் கூறினான். யுவான் பயணத்தை போதிசத்துவரின் மேல் போட்டுவிட்டு இங்கே வந்திருந்தார்.

அவருக்காக ஒழிக்கப்பட்டு தயார் செய்யப்பட்டிருந்த மாளிகையில் யுவான் தங்க வைக்கப்பட்டார். கியோ அவரை விட்டு அகலாமல் அவரது பயண அனுபவம் பற்றி விசாரித்துக்கொண்டே இருந்தான். தன் கனவில் ஓயாது வந்துகொண்டிருந்த ததாகதர் பற்றியும் கூறினான்.

ஆனால் பயணக்களைப்பால் யுவானின் கண்களும் உடலும் கெஞ்சவே, ஒரு கட்டத்தில் உறங்கவேண்டும் என்று மன்னனிடம் வாய்விட்டே கூறிவிட்டார். அதன் பிறகுதான் அவன் அம்மாளிகை விட்டு அகன்றான்.

நல்ல உறக்கத்துக்குப் பிறகு காலையில் எழுந்த யுவான் குளித்துவிட்டு வந்தார். தயாராக நின்ற ஒரு காவலாளி, மன்னர் வந்து காத்திருப்பதாக அறிவித்தான். யுவான் சற்றுவியப்புடன் தன் அறையை விட்டு மாளிகையில் அகன்ற கூடத்துக்கு வந்தார்.

அங்கே காவ்சாங் நகரப் பிக்குகளும் அமைச்சரவை உறுப்பினர்களும் அமர்ந்து இருந்தனர். மன்னரும் ராணியும் தனி ஆசனங்களில் அமர்ந்திருந்தனர். யுவானுக்காக ஓர் உயர்ந்த

ஆசனம் போடப்பட்டிருந்தது. இந்த ஏற்பாடுகளைக் கண்ட யுவான் வியப்பில் ஆழ்ந்தார். மன்னன் அவரை வரவேற்று ஆசனத்தில் அமர்த்தினான். பின் அங்கிருந்தோரைப் பார்த்து சொல்லலானான்:

"எம் மக்களே, அன்பிற்குரிய துறவிகளே, சீனதேசத்தின் இணையற்ற பௌத்த அறிஞர்களில் ஒருவரான யுவான் சுவாங் இங்கு வந்திருக்கிறார். அவர் இனி நம்முடன் இருந்து பௌத்த தர்மத்தின் அத்துணை அம்சங்களையும் விளக்குவார். நான் இன்றுமுதல் அவரது அடியவன் ஆகிவிட்டேன். இவரைப் போன்ற தூய மனிதர்கள் மட்டுமே இவர் மேற்கொண்ட கொடும் பயணம் போன்ற ஓர் அனுபவத்தில் இருந்து மீண்டு வரமுடியும். அவ்வளவு துன்பங்கள் நிறைந்த ஒரு பயணத்தை மேற்கொண்டுள்ளார்" கடைசி வரியைக் கூறுகையில் கியோ தழுதழுத்து கண்ணீர் விட்டான்.

அங்கிருந்த முதிய துறவிகள் ஒவ்வொருவராக வந்து யுவானை சந்தித்தனர். அதிலிருந்த ஒரு சிலர் சீனத் தலைநகரில் பயின்றவர்கள். அவர்களுடன் அளவளாவினார் யுவான். பலரும் சீனாவில் தற்போது ஏற்பட்டிருக்கும் அரசியல் மாற்றங்கள் குறித்து கேட்டறிந்துகொண்டனர். இப்படியே பத்துநாட்கள் கழிந்தன. யுவானைச் சந்தித்த துறவிகள் அனைவரும் சொல்லிவைத்தது போல் அவரைப் பயணத்தைக் கைவிட்டு அங்கேயே தங்குமாறு கேட்டுக்கொண்டனர். மன்னன் எல்லோருக்கும் தன் மனதை மாற்ற முயற்சி செய்யுமாறு கூறியிருக்கிறான் என்பதை உணர்ந்தார் பிக்கு.

மறுநாள் மன்னன் காலையிலேயே யுவானைச் சந்திக்க வந்தான். ''மன்னா, நீங்கள் எனக்குச் செய்த இந்த உபசரிப்புகளுக்கு எப்படி நன்றி கூறுவதென்றே தெரியவில்லை. ஆனால் நான் புறப்படவேண்டும். நான் இன்னும் கற்றிராத பல பௌத்த ஞான நூல்களைப் பயிலவேண்டும். எனக்கு விடைதாருங்கள்" என்றார் அவனிடம். மன்னன் புன்னகைத்தான்.

"எமது நகரத் துறவிகள் எல்லோரும் உம்மை இங்கேயே தங்கச்சொல்லி கேட்டிருப்பரே... அதை நீங்கள் கவனத்தில் கொள்ளலாமே?"

"இது மன்னரின் ஆசை என்பதை நான் அறிவேன். உங்களைப் பொறுத்தவரை அது சரியாகத் தோன்றலாம். ஆனால் என் இதயம் அதை விரும்பவில்லை"

"அன்புக்கும் மதிப்புக்கும் உரியவரே, உங்களைப் பார்த்த கணமே உங்கள் சேவகனாக என்னை நான் வரித்துக்கொண்டு விட்டேன். உங்களை இனி ஒருநாளும் பிரிய நான் சம்மதியேன். உங்கள் சீன தேசத்துக்கு நான் இளைஞனாக இருக்கையில் என் குருவுடன் வந்துள்ளேன். அங்கு பௌத்தப் பள்ளிகளுக்குச் சென்று பல குருமார்களைக் கண்டுள்ளேன். ஆனால் எவரைக் கண்டு துள்ளாத என் உள்ளம் உங்களைக் கண்டதும் துள்ளிப் பேரமைதியைக் கண்டது. உங்களை நான் இங்கேயே இருக்குமாறு வற்புறுத்த என்னை அனுமதியுங்கள். உங்கள் வாழ்நாள் முழுக்கத் தாங்கள் இங்கே இருக்கலாம். நான் மட்டுமல்ல, என் தேச மக்கள் அனைவரும் உங்களுக்கு அடிமையாகத் தொண்டு செய்கிறோம். எங்கள் அனைவருக்கும் தர்மத்தைப் போதியுங்கள். நீங்கள் ஆணையிடும் சுவடிகளைச் சுமந்து வரிசையில் நிற்கும்படி இங்கு இருக்கும் ஆயிரக்கணக்கான பிக்குகளுக்கும் நான் கட்டளையிடுகிறேன். அருள்கூர்ந்து என் வேண்டுதலுக்கு இணங்குங்கள். மேற்கு நோக்கிச் செல்லும் பயணத்தைக் கைவிடுங்கள்."

முழங்கால்களை மடித்துத் தரையில் பணிந்து அமர்ந்தான் மன்னன் கியோ.

"மன்னா... நானோ ஓர் எளிய துறவி. இவ்வளவு பெரிய மரியாதைகள் எனக்கு எதற்கு? உம்மை மறுதலிக்கும் நிலையில் கூட நான் இல்லை. ஆனால் நான் இப்பயணத்தை எனக்காக மேற்கொள்ளவில்லை. தர்மத்தை அதன் உண்மையான வடிவில் கண்டறிந்து பரப்புவதற்காகவே நான் மேற்கொள்கிறேன். என் நாட்டில் முழுமையான ஞானம் இல்லை என்பதை அனுபவ ரீதியாக உணர்ந்துள்ளேன். இருக்கும் சுவடிகளோ சரியாக எழுதப்படாத அரைகுறை சுவடிகள். அவற்றை முழுவதும் அறிந்தவர்களோ யாரும் இல்லை. தருமத்தின் இனிய பனித்துளியைத் தேடிச்செல்கிறேன். அதைச் சேகரித்து இந்தக் கிழக்கின் பூமியில் எல்லோருக்கும் வாரி வழங்குவேன். என்னைத் தடுக்காதீர்கள். தங்கள் மனதை மாற்றிக்கொள்ளுங்கள்"

"பிக்குவே, நீர் பேசப்பேச உம்மீது நான் கொண்ட அன்பு பன்மடங்கு பெரிதாகிறது. நீங்கள் மேற்கு நோக்கிச் செல்வேன் என்று கூறக்கூற உம்மை இங்கேயே இருக்கச் செய்ய வேண்டும் என்ற என் உறுதி இருமடங்காகப் பெருகுகிறது. என்னைப் புரிந்துகொள்ளுங்கள். தங்கள் மீது நான் வைத்திருக்கும் மரியாதை சந்தேகத்துக்கு இடமற்றது"

"மன்னா, நீங்கள் இம்மண்ணின் குடிகளுக்கு அரசர் மட்டுமல்ல. புத்த தர்மத்தின் பாதுகாவலரும் கூட. எனவே தர்மத்தைப் பரப்பும், கற்கும் பணியில் பயணம் மேற்கொள்பவனைப் பாதியிலேயே தடை செய்வது தர்மம் ஆகுமா?"

"இனிய துறவியே, பௌத்த தர்மம் பரவுவதற்கு முட்டுக்கட்டை போடும் பாவியல்ல நான். என் அரசில் தர்மத்தை என் மக்களுக்கு உணர்த்தத் தகுதி வாய்ந்த பெரும் பிக்குகள் யாரும் இல்லை. எனவேதான் தங்களை நான் இங்கேயே இருக்கச் சொல்கிறேன்"

மன்னனின் குரல் உயர்ந்தது. பிக்கு ஏற்க மறுப்பதாகத் தலையை அசைத்து உணர்த்தினார். "ஓ.." கியோ கோபமடைந்ததை அவன் சிவந்த முகமே காட்டியது.

"நீங்கள் என் கோரிக்கையை ஏற்கமறுத்தால், உங்களை நான் கைது செய்து உங்கள் சீன தேசத்துக்கே அனுப்பிவிடுவேன்"

கர்ஜித்தான் அவன். யுவான் புன்னகை செய்தார். குளிர்ந்த புன்னகை. கியோ திரும்பிப்போய்விட்டான்.

அன்றிலிருந்து மூன்றுநாட்கள். யுவான் தண்ணீர் கூட அருந்தவில்லை. கொலைப் பட்டினி கிடந்தார். மூன்றாவது நாள் யுவான் துவண்டு படுத்திருக்கையில் வந்து சேர்ந்த கியோ பதறிப்போனான். வெட்கத்தால் தலைகுனிந்த அவன், "பிக்குவே, தாங்கள் விருப்பபடியே பயணத்தை மேற்கொள்ளலாம். இப்போது உணவருந்துங்கள்" என்று வேண்டிக்கொண்டான்.

யுவான் நம்பவில்லை.

"சூரியனை சாட்சியாக வைத்து இந்த வார்த்தைகளை மீண்டும் சொல்லுங்கள் மன்னா..."

"பிக்குவே, நான் இதை புத்தபிரான் முன்னிலையிலேயே சொல்கிறேன். வாருங்கள்" என்றவாறு அவரைக் கைத்தாங்கலாக மாளிகையில் இருந்த பிரார்த்தனை மண்டபத்துக்கு அழைத்துச் சென்று அங்கு ததாகதர் முன்பாக உறுதி கொடுத்தான் கியோ.

"ஆனால் ஒன்று, திரும்பி வருகையில் என் நகரில் நீங்கள் வந்து மூன்று ஆண்டுகள் தங்கி தர்மத்தைப் போதிக்கவேண்டும்"

யுவான் பலவீனமாகப் புன்னகை செய்தார்.

"இன்னுமொரு பிறவியில் நீங்கள் புத்தராகப் பிறப்பீர்கள் என்றால் என்னை பிரசேனஜித்தாகவோ பிம்பிசாரனாகவோ பிறக்குமாறு அருள்புரிவீர்களாக. உமக்கு சேவை செய்யும் பேறு எனக்குக் கிட்டட்டும்" மன்னன் கண்களில் குளமாகக் கண்ணீர் தேங்கியது.

யுவான் அவனது வேண்டுகோளைத் தட்ட இயலாமல் ஒருமாதகாலம் அங்கே தங்கி இருந்து சில முக்கியமான சூத்திரங்களைப் பிக்குகளுக்குப் போதித்தார். தத்துவங்களை விவாதித்தார். அந்த ஒருமாதகாலம் அவரது பயணத்துக்கு வேண்டிய ஏற்பாடுகளை மன்னன் செய்தான். அவர் போகும் வழியில் உள்ள மன்னர்களுக்கெல்லாம் அறிமுக ஓலைகளை எழுதி வைத்தான் அவன். இனி மேற்கே செல்லச் செல்லக் குளிரும் என்பதால் குளிர்கால ஆடைகள், கையுறைகள், காலணிகள் ஆகியவற்றையும் ஏராளமான தங்க, வெள்ளிநாணயங்களையும் அளித்தான். இன்னும் இருபது ஆண்டுகள் இவற்றை வைத்துக்கொண்டு அவர் பிரயாணம் செய்ய முடியும். துணைக்கு 24 வேலையாட்களையும் தரம் வாய்ந்த 30 குதிரைகளையும் யுவானிடம் அளித்தான்.

புறப்படும் நாள் வந்தது. மந்திரிகள், ராணிகள் சூழ கோட்டைக்கு வெளியே வந்து யுவானுக்கு பெரிய வழியனுப்பும் வைபவமே நடைபெற்றது. பின் எல்லோரையும் கோட்டைக்குள்ளே அனுப்பி விட்டு, நீண்ட தூரம் அவன் மேற்கு நோக்கி யுவானுடன் கூடவே வந்தான். பிரிய மனமே இல்லாமல் விடைபெற்றுக்கொண்டான். நன்றியுடன்

அவனுக்கு விடை கொடுத்தார் யுவான். அவன் தலை மறையும் வரை நின்று பார்த்துக்கொண்டிருந்துவிட்டு மேற்குத்திசை நோக்கி அவர் திரும்பினார்.

முப்பது குதிரைகள், நிறைய பணியாட்கள் என்று பெரும் குழுவாக அவரது பயணம் வளர்ச்சி பெற்றிருந்தது. இனியும் யுவான் சீனாவிலிருந்து ஒற்றையாளாகத் தப்பி ஓடிவரும் துறவி அல்ல. மன்னர்களின் ஆதரவைப் பெற்ற பயணி. யுவான் சுவாங் காவ்சங்கிலேயே விட்டுவிட்டு வந்த தன்னுடைய சிவப்புக் குதிரையைப் பற்றி நினைத்துக்கொண்டார்.

(9)

சிலாபத்திரருக்கு நடு இரவில் விழிப்பு வந்தது. தடுமாறி எழுந்துகொண்டார். முதுமையின் காரணமாகக் கைகள் நடுங்கின. அறையில் எரிந்துகொண்டிருந்த எண்ணெய் விளக்கு அணைந்து போயிருந்தது. எழுந்துபோய் எண்ணெய் ஊற்றி அதைக் கொளுத்தி வைத்துவிட்டு அறையின் கதவைத் திறந்து வெளியே வந்தார். நல்ல பௌர்ணமி நிலவு உச்சிக்கு ஏறி இருந்தது. குளிர் போர்வையாய் சிலாபத்திரரின் வற்றிய உடலைத் தழுவியது. கண்களை மூடி சில கணங்கள் அதை அனுபவித்தார். இனி அதை அனுபவிக்கப்போவதில்லை எப்போதும் என்கிற எண்ணம் வந்துபோயிற்று. சிலாபத்திரர் துயரமாகச் சிரித்துக்கொண்டார்.

அவர் உணவருந்தி மூன்று நாட்கள் ஆகிவிட்டன. பட்டினி கிடந்து உயிரை விடுவதென்று தீர்மானித்திருந்தார். நாளந்தா என்கிற இந்த மகாபௌத்த விஹாரம் இந்தச் செய்தியைத் தாங்காது என்பதால் இதை ரகசியமாகவே வைத்திருந்தார். இந்த மஹாவிஹாரத்தின் தலைவர் பட்டினி கிடந்து மரணிக்கிறார் என்றால் அதை அங்கிருந்த பத்தாயிரம் மாணவர்களும் ஆயிரத்து ஐநூறு ஆசிரியர்களும் ஏற்றுக்கொள்ளவே மாட்டார்கள்.

உலகின் மிகப்பெரிய கல்வி மையமாக இருந்த நாளந்தாவில் இப்பூவுலகின் எல்லா மூலைகளிலுமிருந்து மாணவர்கள் வந்து கொண்டே இருந்தனர். எவ்வளவு ஆண்டுகாலமும் தங்கி

என்ன வேண்டுமானாலும் பயிலலாம். மகாயான பௌத்த விஹாரமாக இருந்தாலும் கூட வைதிக தத்துவங்களும் சாஸ்திரங்களும்கூட இங்கு பயிலப்பட்டன. சிலாபத்திரர் எல்லா சமயத் தத்துவங்களும் இங்கே பயிலப்பட வேண்டும் என்பதில் அக்கறை காட்டிவந்தார்.

நாளந்தா பல்கலைக் கழக ஆசிரியர்களில் சுமார் ஆயிரம் பேர் அங்கிருந்த சூத்திரங்கள், சாஸ்திரங்களில் இருபது தொகுதிகளைக் கற்றுத்தேர்ந்தவர்களாக இருந்தார்கள். சுமார் 500 பேர் முப்பது தொகுதிகளைக் கரைத்துக்குடித்தவர்கள். பத்து பேர் ஐம்பது தொகுதிகளை விளக்கிப் பேசும் அளவுக்குக் கற்றவர்கள். சிலாபத்திரர் ஒருவர் மட்டுமே அந்த மஹாவிகாரையில் இருந்த அத்தனை சாஸ்திரங்களையும் சூத்திரங்களையும் அறிந்தவர். அதனால்தான் அவரை அங்கு எல்லோரும் தர்மத்தின் புதையல் என்று அழைத்தார்கள்.

"என்ன பெயரால் அழைத்து என்ன பயன்? நான் கல்லாத சாஸ்திரம் இந்த ஜம்புத்வீபத்தில் இல்லை. கற்றுத்தீர்ந்த பின் எனக்கு எஞ்சியது என்ன?" பெருமூச்செறிந்தார் அந்தமுதிய பிக்கு. வானில் இருந்த பௌர்ணமி நிலவு அவர் பேசுவதைக் காது கொடுத்துக் கேட்பது போல் இருந்தது.

சிலாபத்திரருக்கு தீராத வயிற்று வலி. அந்த வலி மட்டும் வந்துவிட்டால் அவர் துடித்துப்போய்விடுவார். ஒரு நீண்ட வாளை வயிற்றில் சொருகி அதை இருபுறமும் அசைப்பது போல் இருக்கும். என்ன செய்தாலும் அது தீராது. ஆனால் வந்ததுபோல் திடீரென்று அது போய்விடும். எவ்வளவு நாட்களாக அது இருக்கிறது என்றால் இருபது ஆண்டுகள்! கண்ணுக்குத் தெரியாத நிழலைப் போல் அவரை அது தொடர்ந்து வருகிறது. நினைத்த நேரத்தில் அது ஏறி அவரது வயிற்றில் அமர்ந்துவிடும், சிலாபத்திரரின் வயிற்றுவலி மஹாவிகாரையில் எல்லோருக்கும் தெரிந்ததுதான்.

அஜீவகரின் வைத்திய சாஸ்திரங்களைக் கற்றறிந்த தலைமை வைத்தியர் தன் குழுவுடன் எவ்வளவோ மருந்துகளைக் கொடுத்துப்பார்த்துவிட்டு தம்மால் முடியாது என்று கூறிவிட்டார். காலம் செல்லச்செல்ல சிலாபத்திரர் ஒரு முடிவுக்கு வந்திருந்தார். தாம் உயிருடன் இருக்கும் வரை இந்த வலியும் இருக்கும் என்பதுதான் அது. "நான் கற்ற

சாஸ்திரங்களும் தத்துவங்களும்தான் இந்த வலியாக உருவெடுத்துள்ளன என்று கருதுகிறேன். முற்பிறவியில் என்னவாக இருந்தேனோ தெரியாது. மறு பிறவியிலாவது மைத்ரேயரின் வருகையின்போது அவர் தரிசனத்தைக் காணும் பேறுபெற்ற உடலாகப் பிறக்க போதிசத்துவர்தான் வழிகாட்ட வேண்டும்" அலோகிதேஸ்வரரைப் மௌனமாகப் பிரார்த்தித்துக்கொண்டார் சிலாபத்திரர்.

தன் சொல்லே இறுதிக்கட்டளையாகக் கருதப்படும் அந்த மகாவிஹாரத்தைச் சுற்றிப்பார்த்துவிட்டு வரலாமே என்று அவருக்கு அந்த இரவில் எண்ணம் தோன்றியது. கைத்தடி ஒன்றை எடுத்துக்கொண்டார். அதை ஊன்றியவாறே தான் தங்கியிருந்த அறையிலிருந்து வெளியே வந்தார். இன்னொருமுறை அதைக் காண நாம் இப்படி சுற்றிவரப்போவதில்லை என்று எண்ணிக்கொண்டார்.

விஹாரத்தின் தென்பகுதி நோக்கி அவர் நடந்தார். அங்கே ஒரு அழகிய குளம் இருக்கிறது. தெளிவான தண்ணீர் தேங்கியிருக்கும் அதில் நாளந்தா என்ற ஒரு நாகன் வசித்தான். அவன் பெயரால்தான் இந்த விஹாரைக்கு நாளந்தா என்ற பெயர் சூட்டப்பட்டது என்று சொல்லக்கேட்டுள்ளார் அவர்.

இன்னொரு விவரமும் உண்டு. ததாகதர் ஒருமுறை போதிசத்துவராக இருந்தபோது மிகப்பெரிய அரசனாக இருந்தார். அவரது தலைநகர் இங்கே தான் இருந்தது. அவர் ஏழைகளுக்கு எப்போதும் தடையே இல்லாமல் வழங்கிக் கொண்டே இருந்தார். அதனால் தடையில்லாமல் தர்மம் கிடைக்கும் என்ற பொருளில் நாளந்தா என்ற பெயர் கிட்டியது என்று சொல்பவர்களும் உண்டு. இரண்டில் எதை நம்புவது என்று சிலாபத்திரர் யோசித்தது இல்லை. அந்த யோசனையால் பயனில்லை என்பதே அவர் தத்துவம்.

எதிரே இருந்த புல் படர்ந்த மைதானத்தைத் தாண்டி யிருந்த மேடையின் படிகளில் ஏறி நின்றார். தூரத்தில் குளம் புலப்பட்டது. அதன் நீர் நிலவொளியில் பளபளத்தது. அதற்குச் சற்றுமுன்னால் சாரிபுத்தரின் ஸ்தூபி. சுற்றிலும் விரிந்து கிடந்த நாளந்தா விஹாரத்தைக் கண்டு ஒரு கணம் தன் மனதில் அக்காட்சியை நிரப்பிக்கொண்டார். விண்ணோக்கி உயர்ந்த அகன்ற கோபுரங்கள். பல மாடிகள்

கொண்ட மாணவர்களும் பிக்குகளும் தங்கும் கட்டடங்கள். இவற்றைச் சுற்றி எழுப்பப்பட்ட உயரமான செங்கல் சுவர். சாரிபுத்தர் ஸ்தூபியைக் கைகூப்பித் தொலைவிருந்தே வணங்கினார்.

தொலைவில் நிலவொளியில் மெல்ல ஒரு உருவம் தன்னை நோக்கி வருவது அவருக்குத் தெரிந்தது. ஒருவர் அல்ல இருவர். விஹாரையில் மூத்த பிக்குவாக இருக்கும் புத்தபத்ரரும் அவருடைய மாணவனாக கலந்தனுமே அவர்கள் என்பது தெரிந்தது. இருவரும் வணங்கினர்.

"குருவே, இரண்டு நாட்களாகவே தாங்கள் மிகுந்த வாட்டத்துடன் இருப்பது கண்டேன். எனவே தங்களைச் சந்திக்கலாம் என்று உங்கள் அறைக்கு வரும்போது நீங்கள் வெளியேறிச் செல்வதைக் கண்டேன். பின் தொடர்ந்து வந்தோம். தங்கள் எண்ண ஓட்டத்தைக் குலைத்திருந்தால் மன்னிக்கவும்" என்றார் புத்தபத்ரர்.

"அப்படியெல்லாம் ஒன்றுமில்லை புத்த பத்ரா, சில நாட்களாகவே என் மனம் அமைதியிழந்து உள்ளது. கல்வியால், அறிவால், யோகத்தால், தத்துவத்தால் என்ன பலன் என்ற கேள்வி எனக்குள் உருவாகிக் கொண்டே உள்ளது. உலகின் மிக உயர்வான, மிகப் புகழ்வாய்ந்த கல்வி மையத்தின் தலைவனாகிய நான் இப்படிப்பேசுவது உனக்கு வியப்பை அளிக்கலாம். ஆனால் எல்லாமே ஒரு கட்டத்தில் பயனற்றதாகிவிடுகிறது. இது ஒரு சபிக்கப்பட்ட மனித வாழ்வு. மரணத்தின் தருவாயில் தத்துவங்களுக்கு வேலையில்லை" முதிய பிக்குவின் கண்கள் வானை நோக்கின.

"இருவரும் இப்படியே அமருங்கள் சற்று நேரம் பேசிக்கொண்டிருக்கலாம்." என்ற சிலாபத்திரர் கால்களை மடக்கி அமர்ந்தார். அவர் சௌகரியமாக அமரக் கலந்தன் உதவி செய்தான்.

"கலந்தா. நீ என்ன கற்கிறாய்?"

"சாங்கிய சாஸ்திரம்"

"நல்லது" புன்னகைத்தார் சிலாபத்திரர். "இந்த மண்ணின் முக்கியமான தத்துவமரபுகளில் ஒரு இழையைக் கற்கிறாய்...

நன்று. உன் வயதாய் இருந்த போது நான் மிகுந்த வேகத்துடன் இருந்தேன். உறங்காமல் எப்போதும் சுவடிகளுடன் உறவாடிக்கொண்டிருந்தேன். கற்றவர்கள் கூடியிருந்த சபைகளில் அஞ்சாமல் மூர்க்கத்துடன் விவாதம் செய்தேன். பிராமண அறிஞர்கள் யாரும் சிலாபத்திரன் என்றால் விவாதத்துக்கு வராமல் அஞ்சி ஓடுவர். கங்கை நதி தீரத்தில் என்னை வெல்ல ஆள் இல்லை என்ற இறுமாப்பில் இருந்தேன். இந்த மஹாவிகாரத்தின் தலைமைப்பதவி என்னைத் தேடிவந்தபோது நான் அடைந்த மகிழ்ச்சி இருக்கிறதே... அதைச் சொல்ல இயலாது. ஆனால் நான் கற்ற கல்வியும் பெற்ற பேறும் என் வயிற்று வலிக்கு முன் நிற்க இயலவில்லை. இருபது ஆண்டுகளாக இந்த வலியைச் சுமந்துகொண்டு துடித்து வாழ்கிறேன். என் கல்வியும் இறுமாப்பும்தான் இவ்வலியா? இந்த வலியோடுதான் பூமியின் மீதி நாட்களையும் வாழ்ந்து கழிக்கப்போகிறேனா? குழந்தாய், என் இனிய கலந்தனே,! உலகின் அத்தனை அறிவாளிகளையும், தத்துவஞானிகளையும் ஈர்க்கும் இந்த மாபெரும் கல்வி மையத்தின் தலைவன் ஒரு வயிற்றுவலி நோயாளி. அவன் கற்ற கல்வியும் இங்குக் குவிந்திருக்கும் விஞ்ஞான மருத்துவ அறிவும் அவனது வேதனையைப் போக்கவில்லையெனில் அதனால் என்ன பயன்?" ஆவேசத்துடன் பேசிக்கொண்டே போனார்.

அவர் முன்னால் பதில் சொல்லும் துணிச்சல் இருவருக்கும் இல்லை. மௌனமாகக் கேட்டுக்கொண்டிருந்தார்கள்.

"இதோ இந்த விகாரத்தைப்பார். இது அடைந்திருக்கும் மாபெரும் வளர்ச்சியால், இதன் மிகப்பெரிய மாணவர் தொகையால் இதை மஹாவிகாரம் என்கிறார்கள். இதற்கு இணையாக உலகில் ஒரு கல்விச்சாலையும் இல்லை. ஒரே நாளில் இது எழுந்துவிடவில்லை. இந்த இடத்தை ஐநூறு வர்த்தகர்கள் ஒன்று சேர்ந்து வாங்கினார்கள். இதற்காக அவர்கள் கொட்டிக்கொடுத்தது பத்துலட்சம் பொற்காசுகள். இதை அவர்கள் ததாகதரிடம் காணிக்கையாக வழங்கினார்கள். இதோ நாம் அமர்ந்து பேசிக்கொண்டிருக்கிறோமே இங்கு ததாகதர் மூன்று மாதங்கள் தங்கி இருந்து தர்மத்தைப் போதனை செய்தார்..." சிலாபத்திரர் குரல் விம்மலில் நெகிழ்ந்தது. மிகுந்த உணர்ச்சிக்குள்ளானார் அவர்.

"ததாகதரின் பரிநிர்வாணத்துக்குப் பின்னால் மகத சாம்ராஜ்யத்தைச் சேர்ந்த ஒரு மன்னனான சக்ராதித்தன் இந்த விகாரத்தை எழுப்பினான். பிக்குகளைத் தங்கவைத்து தத்துவ ஆராய்ச்சியில் ஈடுபடுமாறு பணித்தான். அவனுக்குப் பின் அவனது மகன் புத்தகுப்தன் ஆட்சிக்கு வந்தான். அவன் இங்கே தென் பகுதியில் இருக்கும் கட்டடத்தைக் கட்டினான். அவனுக்குப் பின் ஆட்சிக்கு வந்த ததாகதன், கிழக்குப் பக்கமாக ஒரு விஹாரத்தை எழுப்பினான். அதன் பின் வந்தவன் பாலாதித்தன். இவனும் தன் பங்குக்கு வடகிழக்காக ஒரு விஹாரத்தைக் கட்டினான். இந்த அரசன் இங்குவந்த ஒரு சீனக்குழுவைச் சந்தித்து அதனாலேயே தன் ராஜ்யத்தையே துறந்து பிக்குவாகவும் ஆனான். அவனது மகன் வஜ்ரனும் தன் தந்தையைப் பின்பற்றி வடக்குப் பக்கமாக இன்னொரு விஹாரத்தைக் கட்டினான். அதன் அருகில் இன்னொரு விஹாரம் இருக்கிறது அல்லவா? அதை இங்கிருந்து சற்று தெற்காக உள்ள ஒரு தேசத்தின் மன்னன் கட்டிவைத்தான். ஆறு மன்னர்கள் ஆறு தலைமுறையாக கொடுத்த கொடைகளில் இது எழுந்து நிற்கிறது. எழுநூறு ஆண்டுகளாக இங்கு ஒலிக்கும் தர்ம கோஷம் உலகெங்கினும் எட்டி இருக்கிறது."

சற்று நிறுத்தி மூச்சுவாங்கினார். நினைத்ததைப்பேசிவிட வேண்டும் என்ற எண்ணம் அவருக்கு.

"சுற்றிலும் இருக்கும் நூறு கிராமங்கள் நமக்குச் சொந்தம். அம்மக்கள் தங்கள் வயல்களில் உழைத்து உண்டாக்கும் உபரிதான் இங்கே பத்தாயிரம் மாணவர்களை கல்வியைத்தவிர வேறெதையும் சிந்திக்கவேண்டிய அவசியம் இல்லாதவர்களாக ஆக்குகிறது. புதிய தத்துவச் சிந்தனைகள் பசியில்லாத வயிறில்தான் முளைவிடும், கூர்மை பெறும் அல்லவா? சுமார் ஏழு நூற்றாண்டாக இந்த பாரத தேசத்திலும் அதைச் சுற்றிலும் பௌத்த தர்மம் பரவுகிறது அது நிலைத்து நின்று சுடர்விடுகிறது என்றால் அதன் தத்துவவலிமை அதைத் தாங்கிப் பிடிக்கிறது. அதைத் தருபவர்கள் நம்மைப் போன்றவர்கள். ஆனால்... இவற்றால் என்ன பயன்? நூறு கிராமவாசிகளின் உழைப்பைத் தின்று எழுந்து நிற்கும் இந்த விஹாரம் அவர்களுக்கு என்ன செய்தது? இத்தத்துவங்கள்

அவர்களுக்கு சோறுபோடுமா? அவர்களின் பசுக்களுக்கு உணவாகுமா?"

"குருவே, தாங்கள் இவ்வளவு கசப்புற்று நான் பார்த்ததில்லை" என்றார் புத்தபத்திரர்.

"புத்தபத்திரா, என் மனவேதனையை இருபது ஆண்டுகளாக நான் யாரிடமாவது கொட்ட வேண்டுமென்று இருந்தேன். என்னைத் தலைவனாக்கி விட்டதால் என்னை நெருங்கவே அனைவருக்கும் அச்சம். எனக்கு தர்மத்தின் புதையல் என்று வேறு பெயர் வைத்துவிட்டீர்கள். புதையல் என்றால் ரகசியமாக இருக்கவேண்டியவன்தானே?" சிலாபத்திரர் நகைத்தார். கலந்தன் சிரிப்பதா வேண்டாமா என்ற யோசனையில் இருந்தான்.

சற்றுநேரம் அமைதியாக இருந்தார் மஹாவிகாரையின் தலைவர். "இனி யாருடனும் நான் என் மனக்கிடைக்கையைக் கொட்டவேண்டிய தேவை இராது" என்று மனதுக்குள் சொல்லிக்கொண்டார். மெதுவாக எழ முயன்றார். இளைஞனான கலந்தன் பாய்ந்து எழுந்து அவரைத் தாங்கினான். மூவரும் மெல்ல சிலாபத்திரரின் அறையை நோக்கி நடந்தார்கள்.

அறையில் படுத்தவாறே விளக்கைப் பார்த்தவண்ணம் இருந்தார் சிலாபத்திரர். சுரீரென்று வயிற்றில் வலி. ஆ வெனக் கதறி வயிற்றைப் பிடித்த அந்த முதிய துறவி வலியுடன் கண்களை மூடினார். கண்ணீர் வழிந்தது. விடியும்வரை வலி போகாது. விடிந்தபின் அது விரும்பினால் விலகும். வயிற்றுவலியை ஒரு கொடுமைக்கார நண்பனாக உருவகித்து வைத்திருந்தார் அவர். "நண்பனே, இன்னும் சில நாட்களில் நான் இறந்துவிடப்போகிறேன். இனி யாரை நீ இம்சிப்பாய்?"

முனகிக்கொண்டிருந்தார் அவர். வெளியிலிருந்து வேகமாய் அடித்த காற்றில் அறைவிளக்கு அணைந்து அந்தகாரம் சூழ்ந்தது. இருளைக் கவனமாகப் பார்த்த சிலாபத்திரர் தன்னைத் தவிர அறைக்குள் வேறு சிலர் இருப்பதை உணர்ந்து வியர்த்தார்.

அசோகன் நாகமுத்து

(10)

கனவா நனவா என்று தெரியாமல் வாழ்வில் எவ்வளவோ நிகழ்ச்சிகள் நடக்கின்றன. ஆனால் அவை நடந்தபிறகு அவற்றைக் கனவில்தான் சேர்த்துக்கொள்கிறோம். அன்றிரவில் சிலாபத்திரர் உணர்ந்ததையும் அப்படி எடுத்துக்கொள்ளலாம்.

இருட்டில் நகர்ந்த உருவங்களைக் கண்டதும் சிலாபத்திரர் ஆரம்பத்தில் திடுக்கிட்டாலும் பின்னர் சுதாரித்தார். அனுபவம் வாய்ந்த துறவி என்பதால் அவருக்கு எதுபற்றியும் அச்சமில்லை. போதிசத்துவரைத் துதித்தவாறே, அறையைக் கண்களால் துழாவலானார்.

ஆச்சரியம் மேலிடும் விதத்தில் அறையில் வெளிச்சம் அதிகரித்துக்கொண்டே வந்தது. பின் அறை முழுக்க பிரகாசமான நிலவொளி போன்ற குளுமையான ஒளியில் நிரம்பியது. அறையின் செங்கல் சுவர் செந்நிற ஒளியை தன் பங்குக்கு உமிழ்ந்தது. மூன்று பேர் அறையின் மூலையில் நின்றுகொண்டிருந்தார்கள். அவர்கள் யாரும் பூமியில் இருக்கும் மனிதர்கள் போலத் தோன்றவில்லை. மிகுந்த பிரகாசமானவர்களாக இருந்தார்கள். முகங்களில் அருள் சொட்டிப் பிரகாசித்தது. கற்றறிந்த அறிஞரான சிலாபத்திரர் இருகரங்களையும் கைகூப்பினார்.

பின்னர் அவர்கள் ஒவ்வொருவரையும் கூர்ந்து கவனித்தார். ஒருவர் சுட்ட பொன்னின் மஞ்சள் நிறத்தில் இருந்தார்.

இன்னொருவர் ஸ்படிகம் போல சுடர்விட்டார். இன்னொருவர் வெள்ளியின் நிறத்தில் தோன்றினார். மென்மையான பட்டு வஸ்திரங்களை அவர்கள் அணிந்திருந்தார்கள்.

சிலகணங்களோ, சில நாழிகைகளோ எவ்வளவு நேரம் ஓடியதோ தெரியவில்லை. அங்கு மௌனமே காற்றாக நிரம்பியிருந்தது. அதை அவர்களில் ஒருவர் உடைத்தார். யாழினும் இனிய குரலில் பேசினார்:

"சிலாபத்திரா, நீ இந்த உடலை விட்டு நீங்க ஆர்வம் கொண்டுள்ளாய். ஏன் இவ்வளவு அவசரப்பட்டு உன் உடலை வருத்திக்கொள்கிறாய்? புனித நூல்கள் சொல்வதென்ன? உடல் பிறந்திருப்பதே வேதனைகளை அனுபவிக்கத்தான். நம் உடலை வெறுத்து ஒதுக்கவேண்டும் என்று எங்கும் சொல்லப்படவில்லை. உன் முற்பிறவி ஒன்றில் ஒரு நாட்டின் அரசனாக இருந்தாய். அப்போது பெருமளவிலான உயிர்களை வருத்தமுறச்செய்தாய். அதன் பலனைத்தான் இப்போது அனுபவிக்கிறாய். எனவே தேடு. உன் பழைய தவறுகளை அறிந்துகொள். அவற்றுக்கு இப்பிறவியிலாவது முறையாக வருத்தப்படு. உன் வலியை அமைதியாக, பொறுமையாக ஏற்றுக்கொள். சூத்திரங்களையும் சாஸ்திரங்களை தெளிவாக விளக்குவதில் ஈடுபட்டு உன் மனதிற்கு அமைதியைத் தேடு. இந்த வலியிலிருந்து நீயே விடுதலை அடைவாய். ஆனால் உன் உடலை வெறுப்பாயானால் உன் வேதனைகளுக்கு எப்பிறவியிலும் முடிவே கிடைக்காது"

சிலாபத்திரர் கவனமாகக் கேட்டார்.

பொன் வண்ணத்தில் ஜொலித்தவர் புன்னகை புரிந்தார். பின் மெதுவாகக் கரம் உயர்த்தி ஸ்படிகமாக ஜொலித்தவரைச் சுட்டி, "இவர்தான் அவலோகிதேஸ்வர போதிசத்துவர், இவரை உனக்குத் தெரிகிறதா?" என்றுகேட்டார். அத்துடன் வெள்ளி நிறத்தில் இருந்தவரைக் காட்டி,"இவர்தான் மைத்ரேய போதிசத்துவா!" என்றார்.

சிலாபத்திரர் மூச்சை இழுத்துப் பிடித்தார். காலங்காலமாய் யார் யாரையெல்லாம் நோக்கி அவர் மனம் பக்தியில் சதா நிலைகொண்டு இருந்ததோ அந்தக் குவிமையங்கள் அல்லவா?

வியப்பிலும் பக்தி உணர்ச்சியிலும் அவருக்கு வாய் அடைத்துப் போய்விட்டது. ஆனாலும் சில கணங்களில் அவர் சுதாரித்தார். எழுந்துபோய் மைத்ரேயரின் காலடியில் விழுந்தார்.

"உங்கள் அரண்மனையின் தாழ்வாரங்களில் தங்கள் சேவகனான சிலாபத்திரனும் வந்து சேரும் பாக்கியம் கிடைக்கவேண்டும் என்று பல ஆண்டுகளாகத் தொடர்ந்து பிரார்த்தித்து வருகிறேன். அப்பாக்கியம் எனக்குக் கிட்டுமா?" என்று வேண்டிக்கொண்டார்.

"உண்மையான தர்மத்தைப் பரப்பும் பணியைத் தொடர்ந்து செய்துவா. நீ விரும்புவது உனக்குக் கிடைக்கும்" என்று பதில் கிட்டியது. பொன்னிறத்தில் இருந்தவர் புன்னகை புரிந்தார். அவரது புன்னகையில் அந்த அறை மேலும் வெளிச்சத்தால் நிரப்பப்பட்டது.

"சிலாபத்திரா.. நான்தான் மஞ்சுஸ்ரீ. உன் செயல்களை யாம் கவனித்தே வருகிறோம். நீ இப்போது எடுத்திருக்கும் முடிவானது எங்களை துணுக்குற செய்துள்ளது. உன் உடலைத் துறக்க உனக்கு உரிமை இல்லை. உன் முடிவைக் கைவிடுமாறு சொல்லவே யாம் இங்கு வந்தோம். உன் அறிவைப் பயன்படுத்தித் தர்மத்தைத் தொடர்ந்து உபதேசித்துவா. உன் சொற்கள் மேலும் வலுவானதாகட்டும். மேலும் மேலும் ஆழ்ந்து போதனை செய். இதுவரை தர்மத்தைக் கேட்டிராத காதுகள் அவற்றைக் கேட்கச்செய்," என்ற மஞ்சுஸ்ரீ சற்று நிறுத்தினார். அவர் சொல்லுக்காக பசித்த குழந்தைபோல் அவர் முகத்தையே சிலாபத்திரர் பார்த்தார்.

"உன் வயிற்றுவலி என்ன ஆகும் என்று தானே அறிந்துகொள்ள ஆசைப்படுகிறாய்? உனக்கு இனிமேல் வலி ஏற்படாது. கவனமாகக் கேள். சீன தேசத்திலிருந்து ஒரு பிக்கு இங்கே சாஸ்திரங்களைக் கற்க வந்து கொண்டிருக்கிறார். அவருக்கு கவனத்துடன் போதிப்பாயாக"

வயிற்றுவலி இனி இருக்காது என்ற சொற்கள் சிலாபத்திரரின் கண்களில் நீரை ஆறாகப் பெருக்கின. அவர் நன்றி உணர்ச்சியில் விம்மினார். அவர் உடல் பக்தியில் மேலும் சுருங்கி, தரையாக அப்படியே வீழ்ந்தார்,

"உங்கள் உத்தரவுக்குக் கட்டுப்பட்டு நடக்கிறேன். என் போன்றவனுக்காக நீங்களே இப்படி வந்தது என் மாபெரும் பாக்கியம் அல்லவா?"

மறுகணம், அறை பழையபடி இருளை அணிந்துகொண்டது. அவர் இப்போது தனிமையில் இருந்தார். சிலாபத்திரர் இது கனவா நனவா என்று தெரியாமல் சில கணங்கள் அமைதியாக இருந்தார். அவரது வயிற்றுவலி காணாமல் போயிருந்தது ஆச்சரியப்படுத்தியது. நடந்தது கனவல்ல என்ற முடிவுக்கு அவர் வந்தார். படுக்கையில் இருந்தவாறே ஜன்னல்வழியாக, மூன்று நட்சத்திரங்களை அவர் கண்டார். அவை அவரைக்கண்டு கண்சிமிட்டின. சீனத்துறவி ஒருவரின் வருகைக்காகவும் அவர் தங்குவதற்காகவும் மறுநாளே விஹாரத்தில் ஏற்பாடுகளைக் செய்யச் சொல்லவேண்டும் என்று தனக்குள் சொல்லிக் கொண்டார் அவர்.

சிலாபத்திரர் தன் அறைக்குப் போனபிறகு அவரை விட்டுவிட்டுத்திரும்பிவிட்ட புத்தபத்திரருக்கு உடனடியாகத் தூக்கம் வரவில்லை. தன் குருவின் வேதனை நிரம்பிய சொற்கள் அவரைப் பாதித்திருந்தன. தூக்கம் வராமல் நெடுநேரம் புரண்டவர் எழுந்து தன் அறைவாயிலுக்கு வந்து நின்று தொலைவில் தெரிந்த குருவின் அறையை நோக்கியவர் பெரும் வியப்புக்கு ஆளானார். சிலாபத்திரர் அறை பளீரென்ற ஒளியால் நிரம்பி, அந்த ஒளி வெளியே வழிந்தது. அதையே கண் இமைக்காமல் பார்த்துக்கொண்டே இருந்தார். சில வினாடிகள் கழித்து அந்த வெளிச்சம் மறைய, குருவின் அறை மீண்டும் இருளானது. புத்தபத்திரர் விரைவாகத் தன் படுக்கைக்கு வந்து படுத்துக்கொண்டார்.

(11)

இச்சம்பவம் நடந்த அதே பௌர்ணமி இரவில், அதே நேரத்தில் நாளந்தாவில் இருந்து பல்லாயிரக்கணக்கான காத தூரங்கள் தொலைவில், பனிமலைகள் தாண்டி, துணைக்கு நாலைந்துபேருடன் ஓர் உருவம் பட்டுப்பாதை என்று பின்னாளில் சரித்திர ஆசிரியர்கள் அழைத்த பாதையில் நடந்து வந்துகொண்டிருந்தது. திடீரென ஏதோ விளக்க இயலாத ஒரு காரணத்தால் சில கணங்கள் தன் மயிர்க்கால்கள் எல்லாம் சிலிர்ப்பதை அந்த பௌர்ணமி இரவில் அவர் உணர்ந்தார். காரணம் தெரியாமல் அவர் திகைக்க, ஆயிரம் புத்தர்களும் போதிசத்துவர்களும் எங்கோ ஒரே கணத்தில் புன்னகை புரிந்தார்கள். முழுநிலவு மேலும் பிரகாசம் பெற்றது.

பலநகரங்களையும் வறண்ட பூமிகளையும் கடந்து பயணம் தொடர்ந்துகொண்டே இருந்தது. எல்லா இடங்களிலும் யுவான் சுவாங் நல்ல வரவேற்பைப் பெற்றார். மன்னர்களும் அரச அவையினரும் புத்த பிக்குகளும் அவருக்கு வரவேற்பளித்தனர். சில நாட்கள் கழித்து யுவானின் குழுவினர் ஒகினி என்ற ராஜ்யத்தை அடைந்தனர். அதற்குள் நுழைந்தவுடன் ஒரு குன்று மீதிருந்து வழிந்த நீரூற்றைக் கண்டனர். அதன் அருகிலேயே ஓய்வெடுத்தனர்.

தன்னுடன் உதவியாக வந்திருந்த காவ்சாங் நாட்டு வீரனை அழைத்தார் யுவான்.

"இந்தக் குன்றும் இதில் இருந்து வழியும் சுவையான நீரும் என்னை ஆச்சரியப்படுத்துகின்றன. யார் இதை வெட்டுவித்தார்கள்? ஏதேனும் விவரங்கள் உனக்குத் தெரியுமா?"

அவன் விழித்தான்.

"பெருமை மிகுந்த பிக்குவே, அந்த விவரம் எனக்குத் தெரியாது. இருப்பினும் விசாரித்து வந்து உடனே தங்களுக்குத் தெரிவிக்கிறேன்" என்றவாறு உடனே அவன் கிளம்பிப்போனான். குளிர்ந்த காற்றில் யுவான் கண்ணயர்ந்தார்.

பயணமே வாழ்வு முறையாக அவருக்குப் போய்விட்டிருந்த படியால் வாய்ப்பு கிடைத்த இடத்தில், நேரத்தில் எதையும் செய்துகொள்ள அவர் பழகி இருந்தார். யாத்திரிகனாகவே இனி பதினாறு ஆண்டுகளை ஓட்டப்போகிறார் அல்லவா? புதிதாக முளைத்த காட்டாறுபோல அவர் பாய்ந்து செல்கிறார். ஒரு வித்தியாசம். ஆறுகள் கடலில் கலக்கும். ஆனால் இவர் வழியெங்கும் சேகரித்த சொத்துக்களுடன் பிறந்த இடத்துக்கே திரும்பப்போகிறார்.

மாலை மயங்கிக்கொண்டிருந்தது. ரத்தத்தைத் தோய்த்ததுபோல் அடிவான மேகங்கள் சிவந்தன. யுவான் அமர்ந்து இருந்த இடத்தைச் சுற்றிலும் மேலே குடைபோல மேகங்கள் வளைந்து சூழ்ந்திருந்தன. அதை ஆச்சரியத்துடன் பார்த்து ரசித்தார். சூரியனின் அஸ்தமனம் அவர் பார்த்துக்கொண்டிருக்கையில் பிரித்தறிய முடியாத ஒருகணத்தில் நிகழ்ந்தது. சூரிய உதயமும் சரி, அஸ்தமனமும் சரி நிகழும் சரியான தருணத்தை, நேரத்தின் துளியை எப்போதும் பிரித்தறிய முடியாததாகவே அவர் கண்டு வந்திருக்கிறார்.

இருள்சூழும் நேரத்தில் நெய்யூற்றிய பந்தங்களை அவருடன் வந்திருந்த ஆட்களும் வர்த்தகர்களும் கொளுத்தினார்கள். கோரைப்பாயை விரித்து சரிந்துகொண்டார். வானத்தில் இருள் மெல்ல பரவிக்கொண்டிருந்தது. இன்னும் நட்சத்திரங்கள் கண்ணுக்குத் தெரியும் அளவுக்கு இருட்டவில்லை. அவசரமாக பறவைகள் கூடு தேடிப் பறந்துகொண்டிருந்தன.

ஒரு பறவை சோகமாகக் கதறிக்கொண்டு குன்றைத் தாண்டிப் பறந்துபோனது.

இருட்டி வெகுநாழிகை கழித்துத்தான் யுவானின் ஆள் வந்து சேர்ந்தான். அவனை அமரச்சொல்லி கேட்ட சம்பவம் மிகவும் சுவாரசியமாக இருந்தது.

பல ஆண்டுகளுக்கு முன்னால் இவ்வழியாக பல நூறுபேர் கொண்ட பெரிய வர்த்தகர் கூட்டம் ஒன்று பயணம் செய்தது. அவர்களுடன் ஒரு புத்த பிக்குவும் பயணம் மேற்கொண்டார். அவர் கையில் ஏதுவுமே எடுத்துவர வில்லை. பசித்தால் உடன்வந்த வர்த்தகர்களிடமோ வழியில் வரும் ஊர்களிலோ அவர்களால் தர இயன்றதை வாங்கிச் சாப்பிடுவார். அதைத்தவிர அவருக்கு எதுவும் தேவையானதாக இருக்கவில்லை. எப்போதும் மிகுந்த மகிழ்ச்சியுடன் இருப்பார். அவர் முகம் கவலை கொண்டே வர்த்தகர்கள் யாரும் பார்த்ததில்லை.

பலநாட்கள் பயணமாக வந்த அக்கூட்டம் இந்த இடத்தை அடைந்தபோது அவர்களிடம் இருந்த கடைசிச் சொட்டு நீரும் காலியாய்ப் போயிருந்தது. தண்ணீர் இல்லாமல் மேற்கொண்டு எப்படிப் பயணத்தைத் தொடர்வது என்று தெரியாமல் தவித்தார்கள். அருகில் எந்தவிதத்திலும் நீருக்கான அறிகுறியே இல்லை.

அவர்கள் கும்பல்கும்பலாய்க் கூடிப் பேசிக்கொண்டிருக்கையில் அந்த பிக்கு மட்டும் புன்னகை தொற்றிய முகத்துடன் இந்த குன்றின் அடிவாரத்தில் அமைதியாக ஆரவாரம் இன்றி உட்கார்ந்திருந்தார்.வர்த்தகர்கள் கோபமுற்றனர்.

“பிக்குவே, எம்முடன் நீர் பயணம் மேற்கொண்டு வந்தீர். வழியில் எம்மிடம் இருந்தவற்றை வாங்கி உண்டீர். எம் நீரைப் பருகினீர். ஆனால் இப்போது எம்மிடம் தண்ணீர் காலியாகிவிட்ட நிலையில் எம் கவலையில் பங்கெடுத்துக் கொள்ளாமல் சிரித்துக்கொண்டே இருக்கிறீரே.. உமக்கும் தண்ணீர் கிடையாது தெரியுமா?”

தலைமை வர்த்தகன் பிக்குவை நோக்கி வெறுப்புடன் கூறினான். மற்றவர்களும் பிக்குவின் மீது கசப்பு தோய்ந்த பார்வையை வீசினர்.

அவரது முகத்தில் இருந்த சிரிப்பு முதல்முறையாக மறைந்தது. ஒரு வழவழப்பான பளிங்குக் கல்போல் அவரது முகம் மாறிற்று. கண்கள் தீக்கங்குகளாக ஜொலித்தன. எழுந்து அருகே இருந்த உயரமான பாறைக்குச் சென்றார்.

“வர்த்தகர்களே... நீவிர் அனைவரும் தண்ணீர் இல்லாததால் மிகுந்த துன்பத்துக்கு ஆளாகியுள்ளீர்கள். உங்கள் மனம் அச்சத்தால் நிரம்பி உள்ளது. தாகத்தால் உங்கள் நாவுகள் வறண்டு போயிருக்கின்றன. இதுதான் உங்கள் இதயங்களை பௌத்த தர்மத்தால் நிரப்பச் சரியான நேரம் என்று நான் கருதுகிறேன். புத்தரின் வழிகளை ஏற்று இத்தர்மத்தின் நியதிகளை நீங்கள் இங்கே ஏற்றுக்கொள்ளுங்கள். அவ்விதம் செய்வீர்களேயானால் இதோ இந்த குன்றின் உச்சியில் இருந்து நீர் பெருகி ஓடச்செய்கிறேன்”

பிக்கு பெருங்குரலெடுத்து இதை உரைத்தார்.

வர்த்தகர்களுக்கு வேறு வழி இருக்கவில்லை. பௌத்தத்தை அங்கே அவர்கள் அனைவரும் ஏற்றுக்கொண்டனர். பிக்கு குன்றின் மீது ஏறினார்.

“நான் உச்சிக்குப் போனதும் நீங்கள் அனைவரும் தண்ணீரைப் பெருகச்செய்யுமாறு இங்கிருந்து புத்தபிரானைக் கோருங்கள். நீர் பெருகிவரக் காண்பீர்கள்”என்று கூறியபிறகு அவர் மேலே ஏறினார்.

உச்சியில் நின்று அவரது கரங்கள் அசைந்தன. வர்த்தகர்கள் அனைவரும் பெருங்குரலில் புத்தபிரானை வேண்டினார்கள்.

உச்சியில் இருந்து ஊற்றெடுத்து தண்ணீர் கீழ்நோக்கிப் பாய்ந்ததை முதலில் ஒரு இளம் வர்த்தகன்தான் கண்டு உரத்தகுரலில் ஆர்ப்பரித்தான்.

வர்த்தகர் கூட்டம் தாகம் தீர்த்தது. தண்ணீர்ப்பாத்திரங்கள் நிரம்பி நீண்ட நேரம் கழிந்தபிறகும் மேலே போன பிக்கு இன்னும் கீழே வராதத்தை உணர்ந்து சிலர் குன்றின் மேலே ஏறினர். நீரூற்று கிளம்பிய இடத்துக்கு அருகே கிடந்தது பிக்குவின் உயிரற்ற உடல். முகத்தில் மட்டும் புன்னகை.

வர்த்தகர்கள் அனைவருமே இதனால் பெரும் துயரத்துக் குள்ளாகிக் கண்ணீர் சிந்தினர். பின்னர் அவரது உடலை

எரித்து இறுதி அஞ்சலி செய்து, எரித்த இடத்தில் சிறிய கோபுரம் ஒன்றையும் அமைத்தனர்.

அன்றிலிருந்து இன்று வரை இந்த நீர் ஊற்று இவ்வழியாகச் செல்வோரின் தாகம் தீர்த்துவருகிறது. ஆட்கள் வந்தால் மட்டுமே இந்த ஊற்று சுரக்கிறது. யாரும் வராதபோது சுரப்பு நின்றுவிடும்.

இந்தச் சம்பவத்தைக் கேட்டு யுவான் சுவாங் மட்டுமல்ல. அவருடன் வந்த எல்லோருமே மெய்சிலிர்த்தார்கள்.

மறுநாள் காலையில் எல்லோரும் கிளம்பிப் பயணத்தைத் தொடக்கினார்கள். யுவான் சுவாங்கின் குழுவில் சில வர்த்தகர்களும் சேர்ந்துகொண்டிருந்தனர். அவர்கள் நோக்கம் விரைவாகச் செல்லவேண்டும் என்பதே. ஆனால் யுவானின் குழு மெதுவாகவே சென்றது.

வெள்ளித் தாது வெட்டியெடுக்கப்படும் ஒரு மலையை அவர்கள் கடந்ததும் பெரிய கொள்ளைக் கும்பல் ஒன்று அவர்களைச் சூழ்ந்தது. இருக்கும் எல்லாவற்றையும் பிடுங்கும் கும்பல் அல்ல அது. அவர்களிடம் இருந்தவற்றில் தங்களுக்குப் பிடித்தமானவற்றை எடுத்துக்கொண்டு விட்டுவிட்டார்கள்.

யுவானுடன் வந்தவர்கள் பிழைத்ததே பெரிது என்று சொல்லிக்கொண்டே பயணத்தைத் தொடர்ந்தனர். ஏனெனில் அக்காலத்தில் கொள்ளையர்கள் பயணியரைக் கண்டால் ஒருவர் விடாமல் கொன்று பொருட்களை அபகரிப்பதே வழக்கமாக இருந்தது.

அன்றிரவு ஓரிடத்தில் அனைவரும் கூடாரம் அமைத்துத் தங்கினர். இன்னும் ஒரு பகல் பயணம் மேற்கொண்டால் நகரம் ஒன்று வரும் என்பது தெரிந்திருந்தபடியால் யாருக்கும் நிலைகொள்ளவில்லை. எப்போது வசதிகள் நிறைந்த நகருக்குள் செல்வோம்; தங்கள் பொருட்களை விற்போம் என்று வர்த்தகர்கள் கணக்குப் போட்டார்கள். அதில் ஒரு குழுவினர் மட்டும் அனைவரும் உறங்கிய பிறகு நள்ளிரவில் புறப்பட்டுவிட்டனர். முன்கூட்டியே சென்றால் போட்டியின்றி பொருட்களை விற்கலாம் என்பது அவர்களின் கணக்கு.

போதியின் நிழல் 82

காலையில் யுவான் தம் குழுவினருடனும் எஞ்சி இருந்த வர்த்தகர்களுடனும் புறப்பட்டனர். சுமார் இரண்டு நாழிகை நடந்தபிறகு வழியில் ஓரிடத்தில் அவர்கள் கண்ட காட்சி இதயத்தைப் பிசைவதாக இருந்தது.

முன்கூட்டியே புறப்பட்டிருந்த வர்த்தகர் குழுவில் ஒருவர் மீதமில்லாமல் எல்லோருமே ஒரு கொள்ளைக் கூட்டத்தால் கொல்லப்பட்டு கிடந்தார்கள்.

(12)

ரத்தத்தையும் சிதறிய உடல்களையும் கண்டதும் பிக்குதான் எந்த அளவுக்குப் பதறிப்போய்விட்டார்? இப்படி இறப்பதற்குத்தானா இவர்கள் நம்மை விட்டு அவசரமாகக் கிளம்பினார்கள் என்று புலம்பித்தீர்த்துவிட்டார். அவரை அந்த இடம் விட்டுக் கிளப்பவே மிகவும் சிரமப்பட்டோம். சற்று தூரம் பயணம் செய்தபோது தூரத்தே ஒகினி நகரம் தெரிந்தது. காவ்சாங் நகரில் இருந்து யுவான் சுவாங்குடன் என்னை மன்னர் துணைக்கு அனுப்பியபோது எனக்குப் பயணம் குறித்து அச்சம் இருந்தது உண்மைதான். ஆனால் இவருடன் பயணம் செய்யச்செய்ய இது ஒரு சாகச அனுபவமாகவே இருக்கிறது. ஒகினியின் கோட்டைச் சுவர்களில் எழுந்திருந்த கொடிகள் தூரத்தில் காற்றில் அலைந்தன. எங்கள் குழுவின் வருகையை முன் கூட்டியே தெரிந்துகொண்டிருந்த அந்நகர மன்னரே கோட்டை வாயிலில் தன் பரிவாரங்களுடன் நின்று கொண்டிருந்தார். இதைக் கண்டதும் எவ்வளவு பெரிய பிக்கு ஒருவருடன் வந்துகொண்டிருக்கிறோம் என்பதை நான் உணர்ந்துகொண்டேன். ஏற்கெனவே எம் மன்னர் பெரிய அளவில் மரியாதையை இப்பிக்குக்கு அளித்திருந்தாலும் மாற்று தேச மன்னர்களும் அளிக்கும்போது பெருமை கூடுகிறது அல்லவா?

ஆனால் எம் தேசத்துக்கும் ஒகினி தேசத்துக்கும் நல்லுறவு இல்லை. எம் நாட்டைச் சேர்ந்த கொள்ளையர்கள்

தாக்குதலால் பாதிக்கப்படும் மக்களாக ஒகினி மக்கள் இருந்தனர். இதனால் எங்கள் மீது அவர்களுக்கு கோபம் இருப்பது இயல்புதானே?

இதைப் பிக்குவிடம் ரகசியமாகத் தெரிவிக்கவும் செய்தேன். அவர் கேட்டுக்கொண்டார். முகம் எந்த மாறுதலையும் காண்பிக்கவில்லை. தெளிந்த நீர்போலவே இருந்தார். சிறு அலைகூட இல்லை.

அம்மன்னனின் அழைப்பை ஏற்று ஓரிரவு மட்டும் அங்கே தங்கிவிட்டு பின்னர் புறப்பட்டோம். மேற்கு நோக்கிச் சென்று அகன்ற ஒரு நதியை படகுகள் மூலம் கடந்தோம். அடுத்து நாங்கள் எதிர்கொண்ட நகரம் கியுச்சி என்பதாகும். அந்நகரத்தின் கிழக்கு வாயில் எங்கள் வருகைக்காக விழாக்கோலம் பூண்டிருந்தது. அங்குள்ள மன்னர் ஆயிரக்கணக்கான பிக்குகளுடன் காத்துக்கொண்டிருந்தார். அவர்கள் அழகிய பூக்களை யுவான் சுவாங்குக்கு அளித்து வரவேற்றனர். யுவான் அப்பூக்களை அங்கிருந்த ததாகதர் சிற்பத்தின் காலடியில் சொரிந்தார். எங்கும் இசை முழங்கி அப்பகுதி முழுவதும் உற்சாக வெள்ளத்தில் மூழ்கியதாகக் காணப்பட்டது. புத்தரின் சொல் செழித்த நகராக அது விளங்கிற்று.

வரவேற்பு நிகழ்ச்சிகள் நடக்கும்போதே கூட்டத்தைப் பிளந்துகொண்டு ஒரு முதிய துறவி கம்பீரமாக நடந்துவந்தார். எல்லோரும் வணங்கி அவருக்கு வழிவிட்டனர். மன்னரும் பவ்யமாகப் பணிந்து அவரை வரவேற்றார். நமது பிக்குவுக்கு அருகில் அவரையும் அமரவைத்தனர். அவர் யுவானிடம் ஏதோ சொல்ல, யுவான் மறுமொழி கூறினார்.

நான் என் அருகில் இருந்த இளம் பிக்கு ஒருவரிடம் அவர் யார் என்று கேட்டேன். "உனக்குத் தெரியாதா? அவர்தான் மோட்சகுப்தர். இப்பகுதியிலேயே பௌத்த சாஸ்திரங்களில் கரை கண்டவர். பல்லாண்டுகள் ததாகதர் பிறந்த பூமியில் தங்கிக் கற்றுணர்ந்தவர். அவரை ஈடு இணையில்லாதவர் என்ற பெயரில் இங்குள்ளவர்கள் அழைக்கிறார்கள்." என்றார் அவர்.

"நீ அழைத்து வந்திருக்கும் இளம் பிக்கு மிகவும் புத்திசாலியாக இருக்கலாம். மோட்சகுப்தரிடம் எதுவும் பலிக்காது.... எந்த

விவாதத்திலும் அவர் பிய்த்து உதறிவிடுவார். உன் ஆளிடம் சொல்லிவை'' என்று இன்னொரு இளம்பிக்கு சொல்ல உடனிருந்தவர்கள் சிரித்தனர்.

வரவேற்புக்குப் பிறகு எமது சொந்த ஊரில் இருந்து இங்கே வந்து நிரந்தரமாகத் தங்கிவிட்ட பிக்குகளின் அழைப்பை ஏற்று அவர்களின் விஹாரத்தில் யுவான் உள்ளிட்ட எல்லோரும் தங்கினோம். அவரைச் சந்திக்க யாராவது வந்துகொண்டே இருந்தனர். மறுநாள் மன்னரின் அழைப்பை ஏற்று அவர் அரண்மனைக்குச் சென்றார். அங்கு அவருக்கு சம்பிரதாயமான வரவேற்பும் பரிசுகளும் அளிக்கப்பட்டன. அங்கு நிலவிய பௌத்தப் பிரிவின் முறைப்படி காட்டு வாத்து, கன்று, மான் ஆகியவற்றின் இறைச்சி உணவை மன்னர் அளித்து உண்ணுமாறு வேண்டினார்.

நான் வயிறு புடைக்க உண்ணலாம் என்று திட்டம் போட்டேன். ஆனால் யுவான் மறுத்துவிட்டார். மன்னர் முகம் சுண்டிப் போய்விட்டது.

“மன்னா, நான் துறவறம் ஏற்ற மடாலயத்தின் முறைப்படி மாமிச உணவை நான் அறவே உண்ணாதவன். மாமிசம் ஒருவிதத்தில் படிநிலை பௌத்த தர்மத்தின்படி, சில கட்டுப்பாடுகளின் படி அனுமதிக்கப்படுகின்றது என்பதை அறிவேன். ஆனால் நான் கடைப்பிடிக்கும் மஹாயான தர்மம் அதை அனுமதிப்பதில்லை. மன்னியுங்கள்'' என்றார் யுவான்.

மற்ற மரக்கறி வகைகளை மட்டுமே அவர் உண்டார். இப்படி ஒரு வாய்ப்பை யாராவது தவறவிடுவார்களா என்று எண்ணியவாறு நான் அந்த மாமிச வகைகளை ஒரு கை பார்த்தேன். இந்தப் பிக்குவுடன் பயணம் செய்ய ஆரம்பித்ததில் இருந்து இறைச்சிக்குத் தட்டுப்பாடுதான். வாழ்க இம்மன்னர்!

ஹீனயானவாதிகள் தங்களை மெதுவாக பின்னர் மஹாயானத்துக்கு மாற்றிக்கொள்வது அப்போது சகஜமாக இருந்தது. கியுச்சியில் அப்போது ஹீனயானமே வழக்கத்தில் இருந்தது. அவர்களின் முறைப்படி ஆரம்ப கட்டத்தில் இருப்பவர்களுக்கு அவர்களுக்காக கொல்லப்படாத

உயிர்களின் மாமிசத்தை அவர்கள் உண்ணலாம் என்று புத்தபிரான் அனுமதித்துள்ளார். ஆனால் உயர்வான நிலையில் மாமிசம் சுத்தமாக மறுக்கப்படுகிறது. அது ஆன்மீகப் படிநிலைகளில் முன்னேறுவதைத் தடை செய்வதுடன் கர்ம வினைகளுக்கு இட்டுச் செல்கிறது என்று பின்னர் யுவான் என்னிடம் விளக்கம் அளித்தார்.

உணவுக்குப் பின் யுவான் என்னை மட்டும் அழைத்துக்கொண்டு மோட்சகுப்தர் தங்கி இருந்த விஹாரத்துக்குச் சென்றார். மோட்சகுப்தர் மெத்தப் படித்த அறிஞர் என்பதால் அங்கு அவருக்கு மிகப்பெரிய மரியாதை இருந்தது என்று ஏற்கெனவே நான்கூறினேன் அல்லவா? சாஸ்திரவிவகாரங்களில் அவர் சொல்லே கடைசிச்சொல். ஆகவே இரண்டு அறிவு ஜீவிகள் சந்திக்கப்போகிறார்கள் என்பதால் அவர்கள் என்ன பேசுகிறார்கள் என்று அறிய ஆவலாக இருந்தேன். அறிவுஜீவிகள் சந்திப்பென்றால் இரண்டு கூரிய வாட்களின் சந்திப்பாகப் பொறி பறக்கும் என்று அன்றுதான் அறிந்தேன். வயதில் மூத்தவராக இருந்தாலும் மோட்சகுப்தர் யுவான் சுவாங்கை எளிதாக எடை போட்டு ஏமாந்து விட்டார் என்பது எனக்குப் புரிந்தது.

யுவான் சுவாங்கைக் கண்டதும் மோட்சகுப்தர் ஆசனத்தில் இருந்து எழுந்துவந்து வரவேற்றார். அவரது பயணத்தைப் பற்றிக் கேட்டவர், மிகச்சாதாரணமாகச் சொன்னார்:

“நீர் ஏன் அவ்வளவு தூரம் பயணம் மேற்கொள்கிறீர்? இங்கேயே முக்கியமான நூல்கள் எல்லாம் உள்ளன. அவற்றை நீர் இங்கேயே படிக்கலாம். ஆபத்தான பயணத்தைக் கைவிட்டுவிடுங்கள். உமது உடல் தாங்காது”

அவரது உதடுகளின் ஓரத்தில் எளிய குறுநகை தவழ்ந்தது. அவர் பேச்சைக் கவனத்துடன் கேட்ட யுவான், “அது சரி.. இங்கே யோக சாஸ்திரம் உள்ளதா இல்லையா?” என்றார்.

மோட்சகுப்தர் இக்கேள்வியை ரசிக்கவே இல்லை. அவரது சிவந்த முகம் மேலும் சிவந்துபோயிற்று.

“ஏன் அந்த நூலைப் பற்றி இங்கே பேசுகிறீர்? அது புத்தரின் உண்மையான சீடர்கள் படிக்க அருகதை அற்றது”

யுவானுக்கும் கோபம் வரும் என்பதை நான் அப்போதுதான் கண்டேன்.

“உம்மை மெத்தப் படித்தவர். விஷய ஞானம் உடையவர் என்று கருதி இருந்தேன். ஆனால் இப்போது அக்கருத்தை மாற்றிக் கொள்ளவேண்டும் போலிருக்கிறது. எங்கள் தேசத்திலும் பல நூல்கள் உண்டு. அவற்றைக் கற்றபோது அவற்றின் மொழியிலும் ஆழத்திலும் போதாமை இருப்பதைக் கண்டு நான் வருத்தம் கொண்டேன். எனவேதான் அவற்றில் எனக்கு ஏற்பட்டிருக்கும் சந்தேகங்களைப் போக்கிக்கொள்ளவும், அவற்றின் மூல நூல்களைப் படியெடுக்கவும் அத்துடன் யோகசாஸ்திரம் கற்பதற்காகவும்தான் இப்பயணத்தை மேற்கொண்டுள்ளேன். மைத்ரேய நாதர் உபதேசித்த யோகசாஸ்திரத்தைப் பயனற்ற புத்தகம் என்று சொல்ல எப்படித்தான் உங்களால் முடிகிறது?” சீறினார் யுவான்.

மோட்சகுப்தர் இதை எதிர்பார்க்கவில்லை, இருப்பினும் யுவானை, ஒரு மாணவனை ஆசிரியர் பார்ப்பதுபோல் இன்னும் அலட்சியமாகப் பார்த்தார். எதையும் அலட்சியம் செய்யும்போது மனிதன் தவறிழைக்கிறான்.

“விபாஷம் மற்றும் பிற சூத்திரங்களை நீர் இன்னும் அறிந்துகொள்ளவில்லை. அப்படி அறிந்திருந்தால்தானே ஆழமான அம்சங்கள் அதில் இல்லை என்று கூறமுடியும்?”

அடடா... மோட்சகுப்தர் தானாக வந்து மாட்டுகிறாரே என்று நினைத்துக்கொண்டேன். வயதானால் மூளை மழுங்கிவிடும் என்பது இதுதானோ? யுவான் எழுந்தார்.

“நீவிர் கூறிய இந்தச் சூத்திரங்களை நீர் தற்சமயம் அறிந்திருக்கிறீரா?”

மோட்சகுப்தர் கர்வத்துடன் சிரித்தார் .

“அனைத்தையும் தெள்ளத்தெளிவாக யாம் அறிவோம். எம்மைப் பற்றி நீர் அறியாமல் இருப்பது எனக்கு வியப்பைத் தருகிறது”

யுவான் கோஷத்தின் ஆரம்ப சூத்திரத்தைக் கூறினார்.

“மோட்சகுப்தரே, இதற்கு அடுத்த பகுதியைக் கூறுவீராக” என்றார்.

பெரியவர் இதை எதிர்பார்த்திருக்கவில்லை. தடுமாறினார். பின் சமாளித்துச் சில வரிகளைக் கூறினார். அதற்கு மேல் எதையும் கூற முடியவில்லை. அவருக்கு வியர்த்தது.

“நீர் என்னை வேறு பகுதிகளிலிருந்து சோதித்து அறியலாம்.”

வேறுபகுதிகளிலிருந்து யுவான் கேட்டவற்றுக்கும் அவரால் பதில் சொல்ல இயலவில்லை.

“நீர் சொல்லும் வரிகள் அந்த சாஸ்திரத்தில் இல்லவே இல்லை” என்று சாதித்தார் மோட்சகுப்தர்.

மன்னரின் உறவினரான ஒரு பிக்கு அங்கு அமர்ந்திருந்தார். அவர் உடனே சுவடிகளைப் பரிசோதித்து யுவான் கூறும் பகுதிகள் சரியானவையே என்றார். அதை எடுத்து வாசித்தும் காட்டினார்.

பெரியவர் பதற்றமடைந்தார். அங்கிருந்த பட்டுத்துணியை எடுத்து முகத்தைத் துடைத்தார். “வயதேறியதால் ஞாபகமறதி ஏற்படுகிறது. நீங்கள் இளைஞர்கள் என்பதால் ஞாபக ஊற்று உங்களுக்கு சிறப்பாக இருக்கிறது”.

அந்த மோதலில் யுவான் சுவாங்தான் வென்றார். அந்நகரின் பிக்குகள் அவரை வியந்து பார்த்ததை நான் அறிந்தேன். இங்கேயே அவர் தங்குவதாக இருந்தால் எல்லா பிக்குகளும் யுவானின் மாணவர்கள் ஆகிவிடுவார்கள் போலிருந்தது. நாங்கள் மேற்கொண்டு பயணம் மேற்கொள்ள, பனி படர்ந்த மலைப்பாதைகள் உருகி வழிவிட்டால்தான் அந்நகர்விட்டுச் செல்ல முடியும். ஆனால் இன்னும் பனி உருகவில்லை. எனவே சுமார் அறுபது நாட்கள் அந்த நகரிலேயே நாங்கள் தங்கினோம். மோட்சகுப்தர் எங்கள் எதிரிலேயே வரவில்லை. வந்தாலும் தலையசைப்புடன் சென்றுவிடுவதையே வழக்கமாகக் கொண்டிருந்தார்.

(13)

வெயில் காலமெனில் மனமும் உடலும் குளிரை எண்ணி ஏங்குகின்றன. குளிர்காலமெனில் அதே மனமும் உடலும் கோடையை எண்ணிக் குமைகின்றன. இப்போது நான் உடலை விறைக்கச்செய்யும் கடுங்குளிர் சூழ்ந்த பனிமலையில் நிற்கிறேன். இவ்வளவு குளிரை என் வாழ்நாளில் நான் கண்டதே இல்லை. இம்மலைச்சிகரங்கள் முடிவே இல்லாமல் விண்ணோக்கிச் சென்றன. அவற்றின் உச்சி நிச்சயம் சொர்க்கத்தில் இருக்கும் என்பதே இவ்வழிச்செல்லும் பயணிகளின் நம்பிக்கை. எனக்கும் அப்படியே தோன்றியது.

கண்ணைக் கூசும் வெண்பரப்பாய்ப் பனிப்பாறைகள் எங்கும் பரவியிருந்தன. எங்குப் பார்த்தாலும் வெண்மையாகவே இருந்ததால் கண்கள் பூத்துப்போயின. என்னைச்சுற்றி ஏழு கம்பளிப்போர்வைகளைச் சுற்றியிருந்தேன். எருதுகளால் இழுக்கப்பட்ட பத்துக்கும் மேற்பட்ட வண்டிகள் பின்னால் வர என்னுடன் சேர்த்து முப்பதுக்கும் மேற்பட்டோர் கொண்ட குழு மெதுவாக பாதையற்ற நெடும்பாதையாகத் தோன்றிய அவ்வழியாக மெல்ல ஊர்ந்து சென்றோம்.

சதா ஒரு நொடிகூட நீங்காத வேதனையாய் குளிர் என் எலும்புகளை நொறுங்கச்செய்யும் ஆக்ரோஷத்துடன் தழுவிக் கொண்டிருந்தது. ஒரு கொடிய ராட்சசன் தன் வலியகரங்களால் என்னை எப்போதும் தழுவிக்கொண்டிருப்பதாய் உணர ஆரம்பித்தேன். தப்பிக்க எந்தவழியும் இல்லை.

என்னுடன் வந்த யார் முகத்திலும் எந்த சுரத்தும் இல்லை. உலவும் பிரேதங்கள் போல அவர்கள் காட்சி தந்தார்கள். அவர்களின் மூச்சு சூடாக வந்தது. ஆனால் கண் இமைகளும் மீசைகளும் கூடப் பனியின் வெண்மையான துகள்களைத் தாங்கியிருந்தன.

இரவு மிகவும் கொடுமையாக இருந்தது. எங்கும் பனியாக இருக்கிற இடத்தில் எதன்மேல் வைத்து அடுப்பை எரிப்பது? மூன்று கழிகளைச் சேர்த்துக்கட்டி அதில் பானையைத் தொங்கவிட்டு கீழே நாங்கள் கொண்டுவந்திருந்த கற்களை வைத்து அதன் மீது நெருப்பு மூட்டித்தான் சமைக்கவேண்டும். சூடு ஆறுவதற்குள் சாப்பிட்டாக வேண்டும். சூடு ஆறுவது என்றால் உணவு பனிக்கட்டியாகப் போய்விடுவதற்குள் என்று அர்த்தம். உறக்கம் எப்படி என்கிறீர்களா? படுக்கக் காய்ந்த தரை இல்லை அல்லவா? கோரைப்பாய்களைப் பாறை மீது விரித்துப் படுக்கவேண்டியதுதான். வருவது உறக்கமா மயக்கமா என்று தெரியாது.

எந்தக்காலத்துக்கும் இந்த சிகரப் பாறைகள் உருகுவதே இல்லையாம். கோடையில் சற்று இந்தப் பாதையில் இருக்கும் பனிக்கட்டிகள் உருகுவதுடன் சரி. சமயங்களில் கொடுமையான குளிர் காற்று ஊவென ஓர் ஒலியுடன் சுழன்று வீசும். அதைச் சமாளிப்பதுதான் இங்கு எல்லாவற்றையும் விட மிகவும் கொடுமையான விஷயமாக இருந்தது. என் கைகள் கால்கள் எல்லாம் வெடித்துப் புண்ணாகிவிட்டன. உதடுகள் வீங்கியிருந்தன.

விலங்குகள் பாடுதான் மிகக்கடினமாகப் போய்விட்டது. இரண்டு நாட்கள் பயணம் முடிவதற்குள் இரண்டு காளைமாடுகள் இறந்துபோய்விட்டன. குதிரைகளும் சில இறக்கும் தருவாயில் இருப்பதால் அவற்றை அங்கேயே விட்டுவிட்டு முன்னேறிச்செல்வதாக முடிவு செய்தோம்.

அவ்வப்போது சிதறி பாதையில் வீழும் பனிப்பாறைகளில் இருந்து தப்பிப்பதும் அவற்றின் மீது ஏறி முன்னேறிச்செல்வதும் கடினமாக இருந்தது. என்னுடன் வந்திருந்த அனைவருக்கும் இப்பயணம் மரணத்தை நோக்கிய பயணமாகவே தோன்றியிருக்கலாம். சுமார் பத்துபேரின் மரணமும் ஐந்தாவது நாளில் சம்பவித்தது. இரவில் படுத்தவர்கள் மறுநாள் எழவே

இல்லை. குளிரில் விறைத்துச் செத்துப்போயிருந்தார்கள். மற்றவர்களோ எலும்பும் தோலுமாக வாடிப்போயிருந்தனர். நான் வெறும் எலும்புக்கூடாக மாறியிருந்தேன். என்னைச் சுற்றியிருந்த கம்பளி ஆடைகள் மட்டுமில்லையெனில் என்னை நடக்கும் எலும்புக்கூடாக மிக எளிதில் எல்லோரும் சொல்லிவிடமுடியும்.

எல்லாத் துன்பங்களும் ஒரு முடிவு உண்டே? ஏழுநாள் கழித்து இந்தப் பனிப்பாதையை நாங்கள் கடந்து வெளியே வந்தோம். மண்ணும் கல்லும் படர்ந்த பூமியைக் கண்டோம். புற்களையும் மரங்களையும் கண்டோம். தப்பிப்பிழைத்து உயிரைக் கையில் பிடித்துக்கொண்டு எங்களுடன் வந்திருந்த விலங்குகள் மகிழ்வாக அதே சமயம் ஈனஸ்வரத்தில் முனகின. அங்கேயே நாங்கள் அனைவருமே இரண்டு நாட்கள் தங்கி ஓய்வெடுத்தோம். பழைய தெம்பு வந்தாலும் உடல் வெடிப்புகளும் புண்களும் ஆற வில்லை. ஆனாலும் பயணத்துக்கான வலிமை கூடியதும் வட மேற்காக நகர்ந்தோம். மேலும் இருநாட்கள் பயணத்துக்குப் பிறகு கடல்போன்ற ஓர் ஏரியை வந்தடைந்தோம்.

குளிர் உறையும் பெரும் நீர்ப்பரப்பு அது. சதா சுழல்கள் எழுந்து எழுந்து அடங்கிக்கொண்டிருந்தன. அந்நீரின் உள்ளே கொடும் தீய மிருகங்கள் இருப்பதால் யாரும் அதில் இறங்கத் துணியார் என்று அறிந்தேன். அதன் நீர் ஓரங்களில் சூடாக இருந்தது. நாங்கள் கடந்து வந்த பனிமலையில் இருந்து புறப்பட்டு வந்த ஓடைகள் அந்த ஏரிக்கு நீர் அளித்தன. அங்கிருந்து மேலும் வடமேற்காகப் பயணம் செய்து சுஷே நகரை அடைந்தோம்.

அந்நகரத்தில் நான் துருக்கியர்களைக் கண்டேன். முரட்டு ஆட்கள். அவர்களின் தலைவன் பெயர் ஷேஹு கான். ஒரு பெரிய குழுவாக வேட்டைக்குச் செல்வதற்காகக் கிளம்பியிருந்தார்கள். அவர்கள் பச்சை நிறத்துணியை உடுத்தியிருந்தார்கள். கானின் தலையில் பெரிய முடிச்சு போல் தலைப்பாகை இருந்தது. சுமார் பத்து அடி நீளமிருக்கும் பட்டுத்துணியை அவன் தலையில் சுற்றிக்கட்டி இருந்தான். அவனுடன் சுமார் 200 வீரர்கள் இருந்தனர். அவர்களின் தலைமுடி கயிறுகளாகப் பின்னப்பட்டு இருந்தது. அழகிய தோல் ஆடைகளை அவர்கள் அணிந்திருந்தனர்.

அவர்களை விட அவர்களின் மயிர் அடர்ந்த பெரும் ஜாதிக்குதிரைகள்தான் என்னைக் கவர்ந்தன. குதிரைகள் மட்டுமல்லாமல் ஒட்டகங்கள் மீதும் சிலர் அமர்ந்திருந்ததைக் கண்டேன். ஈட்டிகளையும் பதாகைகளும் தாங்கி எங்கள் முன்பெரும் புழுதியைக் கிளப்பியவாறு அந்தப் பரிவாரம் வந்தது. என்னைக் கண்டதில் அரசன் மகிழ்ந்தான் என்பதை என்னால் உணர முடிந்தது.

"இங்கே சில நாட்கள் தங்கியிருங்கள். நான் வேட்டை முடிந்ததும் திரும்பி விடுகிறேன். பிறகு நாம் பேசலாம். நீங்களும் நெடும் பயணத்தில் களைத்துப் போயிருக்கிறீர்கள், ஓய்வெடுங்கள்" என்ற அவன் நாங்கள் தங்குவதற்கான ஏற்பாடுகளைச் செய்யுமாறு தன் ஆட்களுக்கு உத்தரவிட்டான். எங்களுக்கும் ஓய்வும் தேவையாகவே இருந்தது. ஒரு பெரிய கூடாரம் எங்களுக்காக ஏற்பாடு செய்யப்பட்டது. சகல வசதிகளும் கூடிய அந்த கூடாரத்தில் மூன்று நாட்களைக் கழித்தோம்.

மூன்று நாட்கள் கழித்து அரசன் திரும்பியதும் எங்களுக்குப் பெரிய விருந்தளித்தான். பழங்குடி வாழ்வை மேற்கொண்டிருந்த அவர்கள் தீயை வணங்குபவர்களாக இருந்தனர். எனவே அவர்கள் அமர்வதற்கு மர ஆசனங்களைப் பயன்படுத்தவில்லை. ஏனெனில் மரத்தில் தீ இருப்பதாக அவர்கள் எண்ணினர். எனவே தரையில் துணியை அல்லது பாயை விரித்து அமர்ந்தனர். எனக்காக மட்டும் இரும்பால் ஆன ஒரு ஆசனம் வந்தது.

எங்களிடம் இருந்த காவ்சாங் மன்னன் அளித்த கடிதங்களையும் பரிசுப்பொருட்களையும் அரசனிடம் அளித்தோம். அனைவருக்கும் மதுபானங்கள் வழங்கப்பட்டன. இசைக்கலைஞர்கள் தங்கள் இனிய வாத்தியங்களை முழங்கினர். எனக்கு திராட்சை ரசத்தை அளித்தார்கள். குடியில் இவர்களை மிஞ்ச வேறு யாரும் இனிதான் பிறந்து வரவேண்டும் என்று நான் கருதினேன். அவர்களின் குவளைகள் வாயில் வைத்த உடனே காலி ஆயின. உடனுக்குடன் அவற்றை ஆட்கள் நிரப்பினர். போட்டி போட்டுக்கொண்டு குடித்தனர்.

நான் மெள்ளமாக இசையை ரசித்தேன். என் நினைவுகள் பின்னோக்கி சீன தேசத்தை சென்றடைந்தன. அங்கு நான் ரசிக்கும் இசை வேறுமாதிரியானது. இங்கு கேட்ட இசைக்கும் அதற்கும் தொடர்பில்லை. இருப்பினும் ரசிக்கத்தக்கதாகவே இருந்தது. சில நாட்கள் முன்புதான் எலும்பை உருக்கும் பனிமலையில் இருந்தேன், இன்றோ கதகதப்பான கூடாரத்தில் அரசனுடன் விருந்து. நாட்கள் ஒவ்வொரு நாளும் மாறுவதும். சூழல் தினம் ஒரு தினுசாக மாறுவதும்தான் பயணத்தின் சிறப்பாகும்.

ஆட்டின் பின் கால் பகுதியும் இளம் கன்றின் நெருப்பில் வாட்டிய கறியும் அடுத்ததாகப் பெரிய தட்டுகளில் கொண்டு வரப்பட்டன. அவற்றைக் கண்டதும் நான் அஞ்சினேன்.

ஆனால் அரசன் என் உணவுப் பழக்கத்தை முன்பே கேட்டு அறிந்திருந்த படியால் எனக்கு அரிசியால் ஆன அவித்த பண்டங்களுக்கு உத்தரவு போட்டிருந்தான். சுடச்சுட அவை பறிமாறப்பட்டன. தேன் கலந்த இனிப்பு வகைகளும் கிடைத்தன. உணவுக்குப் பின் மீண்டும் மதுவகைகள் ஆறாக ஓடின. எனக்கு திராட்சைச் சாறு.

விருந்து முடிந்ததும் அரசன் தங்களுக்கு புத்தரைப் பற்றிக் கூறுமாறு கேட்டுக்கொண்டான். புத்தரின் சொற்களை அவர்களுக்கு உரைத்ததுடன் தச சீலங்களான வழிமுறைகளையும் அவர்களுக்கு விளக்கினேன். உயிர்களைக் கொல்லாமையின் அவசியத்தையும் அவற்றைப் பாதுகாக்க வேண்டிய கடமையையும் சற்றுக் கடுமையாகவே அவர்களுக்கு எடுத்துக் கூறினேன்.

அரசன் மெல்ல எழுந்து பணிந்தான். அப்படியே தரையில் வீழ்ந்து நான் சொன்னவற்றை ஏற்றுக்கொள்வதாக கூறினான். அலாதியான மகிழ்ச்சியை அடைந்தேன்.

(14)

ஒளி மிகுந்த பெரும் விளக்கொன்று அந்த மலைப் பகுதி அரசனின் கூடாரத்தில் சுடர்விட்டு எரிந்து கொண்டிருந்தது. விலங்கின் கொழுப்பில் தயாரித்த எண்ணெய்யை அதில் ஊற்றியதால் அது எரியும்போது உண்டான மணமானது அங்கு காற்றில் கலந்திருந்தது. புலால் உணவை மறுப்பவரான யுவான் சுவாங்குக்கு அந்த மணம் தர்மசங்கடத்தை அளித்தது.

யுவான் மீது மிகுந்த பக்தி கொண்டவனாக இருந்த, கான் என்று அழைக்கப்பட்ட அத்தலைவன், பிற மன்னர்களைப்போலவே யுவானைத் தன்னிடமே வைத்துக்கொள்ள விரும்பினான். "புனிதரே, தாங்கள் சிந்து நதிக்கு அப்பால் உள்ள பிரதேசத்துக்குச் செல்ல விரும்புகிறீர்கள். உங்கள் பயண நோக்கமே அதுதான் என்பதையும் நான் அறிவேன். இருப்பினும் அங்கு இருப்பவர்கள் நாகரிகமே அல்லாத கறுப்பு மனிதர்கள் என்றும், குளிரும் அதே சமயம் வெயிலும் மிகக்கடுமையாக இருக்கும் என்று கேள்விப்பட்டுள்ளேன். இவ்வளவு கடினமான பயணம் உங்களுக்குத் தேவைதானா என்று சிந்தியுங்கள்."

யுவான் புன்னகைத்தார். "யாம் இதுவரை சந்தித்த கடும் பயணங்களை விடவா அது கொடுமையாக இருக்கப் போகிறது? அப்படியே இருந்தாலும் ததாகதர் பிறந்த

அப்புண்ணிய பூமியைக் காண்பதைவிட எனக்கு என்ன பேறு இருக்கப்போகிறது?"

"அப்படியெனில் தாங்கள் செல்லும் முன் எனக்கு நான் கடைப்பிடிக்க மேலும் சில உபதேசங்களைச் சொல்லிவிட்டுச் செல்லுங்கள்"

யுவான் சில நிமிடங்கள் அமைதியாக கண்மூடி இருந்தார். "ததாகதர் உருவேலா கிராமத்தில்(இன்றைய போதிகயா) நிரஞ்சனா நதிக்கரையில் ஞானம் பெற்ற பிறகு சில நாட்கள் அங்கேயே தங்கியிருந்தார். பக்கத்துக் கிராமத்திலிருந்து அவருக்கு உதவிகள் செய்யும் மாபெரும் பேறு பெற்ற சுஜாதா உட்பட பல சிறுவர் சிறுமிகளை ஒருநாள் அழைத்து அவர்களுக்கு அவர் ஒரு எளிய விஷயத்தை உபதேசித்தார். அவர்களுடன் சேர்ந்து அவர் ஓர் புளியம்பழத்தை உண்டார். பிறகு அவர் கூறியதாவது: இந்தப் புளியம்பழத்தின் ஒவ்வொரு கொட்டையாக பிய்த்து நான் தின்றேன். அதன் ஒவ்வொன்றின் மணமும், ருசியும், எப்படி இருந்தன என்பதை மிகவும் தனித்தனியாக பிரித்து அறிந்தேன். என் கவனத்தை இதில் குவித்திருந்தேன். ஒவ்வொரு செயலையும் இதுபோலவே கவனத்துடன் விழிப்புணர்வுடன் செய்கிறேன். இதே போன்ற விழிப்புணர்வுடன் நீங்களும் ஒவ்வொரு கணத்தையும் அறிவீர்களாக.

இதையே நான் உங்களுக்கும் சொல்கிறேன். விழிப்புடன் இருப்பீர்களாக. வாழ்வில் துக்கம் என்பது இரண்டறக் கலந்துள்ளது. அதைத் தவிர்க்க இயலாது. அதற்கான காரணங்களை யோசியுங்கள். நீங்கள் பிறவற்றின் மீது வைத்திருக்கும் பற்றும் எதிர்பார்ப்புமே துக்கங்களுக்குக் காரணம். அவற்றிலிருந்து விடுதலை பெறுவதை, பற்றை அறுப்பதைப் பற்றிச் சிந்தியுங்கள்"

கான் கவனமாகக் கேட்டான். இரு கரங்களையும் உயர்த்தி யுவானை வணங்கினான்.

"உமக்குச் சில நாட்களுக்கு முன் பத்து சீலங்களை உரைத்தேன். அவற்றை மீண்டும் ஞாபகமூட்டுகிறேன். கொல்லாமை, களவு புரியாமை, அசுத்தமான செயல்களைச் செய்யாமை, இரட்டை நாக்குடன் பேசாமை, பொய் சொல்லாமை, கெட்டவார்த்தைகளைப்பேசாமை, வெற்றுப்புகழ்ச்சி

வார்த்தைகளைப் பயன்படுத்தாமை, கோபம் தவிர்த்தல், மதக்கொள்கைகளை எதிர்க்காமை, வீண் பெருமை கொள்ளாமை இவற்றைக் கடைப்பிடிக்க முயற்சி செய்க"

மீண்டும் மன்னன் தரையில் வீழ்ந்து வணங்கினான். அவன் தலையில் கட்டியிருந்த நீண்ட துண்டு அவிழ்ந்ததை யுவான் கவனித்தார். கானுக்கு இவ்வளவு நீளமான தலைமுடி இருக்கும் என்று அவர் நினைக்கவில்லை. பத்து அடி நீளமான கரிய முடி. ஒரு பணியாளன் ஓடிவந்து அதைச் சுருட்டி தலையில் கட்டி, அதன் மீது பட்டுத்துணியைச் சுற்ற உதவினான். யுவான் சுற்றிலும் பார்த்தார். எல்லோர் தலையிலும் பெரிய துணி சுற்றப்பட்டிருப்பதன் ரகசியம் அவருக்குப் புரிந்தது.

அன்றிரவு அவர் தங்கியிருந்த கூடாரத்துக்கு வெளியே காவ்சாங்கிலிருந்து அவருடன் வந்த ஆட்கள் கும்பலாக அமர்ந்து பேசிக்கொண்டிருந்தது சுவாரசியமாக இருந்தது. கானின் தலைமுடி அதில் பிரதான இடம் பெற்றது. ஒருவன் கூறினான். "நம் மதிப்பிற்குரிய பிக்கு இந்த மன்னனுக்குப் பத்து சீலங்களைக் கூறினார். அதில் ஒன்றுக்குப் பதிலாக தலைமுடியை ஒட்ட வெட்டுதலையும் அவர் கூறியிருந்தால் நன்றாக இருக்கும்" அனைவரும் சிரித்த ஒலி இன்னும் கொஞ்ச நேரத்துக்கு வெளியே கேட்டுக்கொண்டிருந்தது. பிக்கு தனக்கு வந்த சிரிப்பைச் சிரமப்பட்டு அடக்கிக்கொண்டார். ஆனாலும் ஓர் இளநகையை அவரால் தவிர்க்க முடியவில்லை.

மறுநாள் காலையில் அவர் விடைபெற்ற போது அவருடன் சீன மொழியும் அப்பிராந்தியங்களின் மொழியும் அறிந்தவனான ஒருமொழிபெயர்ப்பாளன் உட்பட பலரை கான் துணைக்கு அனுப்பினான். சிவப்பு நிறத்திலான ஐம்பது பட்டுத்துணிகள் உட்பட பல பொருட்களைப் பரிசாக அளித்து, வெகுதூரம் தன் அமைச்சர்களுடன் துணையாக வந்து கண்ணீர் மல்க அவருக்கு விடையும் கொடுத்தான். அதன் பிறகு மேற்காகவும் தென் மேற்காகவும் பல நாட்கள் பயணம் நடைபெற்றது வழியில் கண்ட பல நகரங்களையும் ஆறுகளையும், ஒரு பாலைப்பூமியையும் கடந்து சமோகின் என்ற நகரை வந்தடைந்தார் யுவான்(பின்னாளில் இப்பகுதியே சமார்கண்ட் என்று வரலாற்றில் குறிக்கப்பட்டது). அங்கு அவருக்கு ஒரு சின்ன சவால் காத்திருந்தது.

அந்நகர மன்னனோ மக்களோ பௌத்தத்தைப் பின்பற்று பவர்கள் அல்லர். அவர்கள் தீயைவணங்கியவர்கள். அக்னிக்குப் படையல் பொருட்களை இட்டு பெரும் யாகங்களைச் செய்வது அவர்களின் வழக்கமாக இருந்தது. பிற கடவுளரையும் அவர்கள் வணங்கிவந்தனர். அதன் மன்னன் சிறந்த படையை வைத்திருந்தான். அந்நகரம் வர்த்தகத்திலும் கலையிலும் சிறந்து விளங்கியது. அங்கு இரண்டு பௌத்த விகாரங்கள் இருந்தன. அவை நெடுங்காலத்துக்கு முன்பே கைவிடப்பட்டவை. யுவானின் குழுவினர் நகருக்குள் சென்றபோது எந்த வித வரவேற்பும் இல்லை.பௌத்தத்தின் மீது அவர்களுக்கு வெறுப்பு இருந்ததை யுவானால் உணர்ந்துகொள்ள முடிந்தது. கைவிடப்பட்ட விஹாரம் ஒன்றில் அன்றிரவு தங்க முடிவுசெய்து அவர்கள் சென்றபோது, தீப்பந்தங்கள் ஏந்திய முரடர்கள் குழு ஒன்று அவர்களைத் துரத்தி அடித்தது.

அன்றிரவை யுவான் திறந்த வெளியில் தூங்கினார். இது ஒன்றும் அவருக்குப் புதிது அல்லவே?

கூரை இல்லாத அவ்விரவில் நட்சத்திரங்கள் அவருடன் பேசின. போதிமரத்தைத் தாங்கள் விண்ணின் உயரத்திலிருந்து எப்போதும் பார்த்துக்கொண்டே இருப்பதாக அவரிடம் உரைத்தன. ததாகதர் ஞானம் பெற்ற இரவில் முழுநிலவுடன் சேர்ந்து தாங்களும் அவ்வரிய காட்சியைக் கண்டதை அவரிடம் பகிர்ந்துகொண்டன. ததாகதருக்கு முன்பே புத்தர்கள் யுகம் யுகமாக உருவாகிக் கொண்டே இருப்பதையும் அவருக்கு உரைத்தன. இப்போது மைத்ரேயரின் வருகைக்காகக் காத்திருப்பதையும் அவர் வரவை எப்படியும் தாங்கள் கண்டே தீர்வோம் என்பதையும் சமார்கண்டில் மல்லாந்து கோரைப்பாயில் படுத்திருந்த அந்தப் பிக்குவிடம் பெருமையுடன் அவை உரைத்தன. தானும் ஒரு நட்சத்திரமாய் விண்ணுக்குச் சென்றுவிட அக்கணத்தில் அவருக்கும் பெரும் ஆசை ஒன்று உருவாகிக் கனத்த போர்வையாய்ச் சூழ்ந்தது.

(15)

வாழ்த்தொலிகள் முழங்கத் தொடங்கியபோது விரிந்து, உயரமான அந்த அரங்கினுள் சாமர்கண்டின் அரசன் கம்பீரமாக நுழைந்தான். அவன் காதில் பொன் குழைகள் ஆடின். முடி தோள் வரை படர்ந்திருக்க தலையில் சிறிய அழகிய பொன்முடி சுடர்விட்டது. நல்ல உயரத்தில், மஞ்சள் நிறத்தில் காணப்பட்ட அவன், சிவப்புப் பட்டாடைகளை உடுத்தியிருந்தான். அவைக் காவலர்கள் அவனுக்கு மரியாதை செலுத்தும் விதத்தில் உடை வாட்களையும் வேல்களையும் தாழ்த்தினர்.

"சீனத்திலிருந்து வந்திருக்கும் பிக்குவையும் அவர் குழுவினரையும் அழைத்துவாருங்கள்," இது சிம்மாசனத்தில் அமர்ந்த உடன் அவன் இட்ட முதல் கட்டளை. வெளியே காத்திருந்த யுவான் சுவாங், தன் குழுவினருடன் உள்ளே வந்தார். பௌத்த துறவிகளுக்கு அந்த தேசத்தில் அதுவரை செல்வாக்கு இல்லை. பௌத்தமும் அங்கே பரவியிருக்கவில்லை. பலநூறு ஆண்டுகளுக்கு முன்பே பௌத்தம் அங்கு அறிமுகம் ஆகியிருப்பினும் யாரும் அதை ஆதரிக்கவில்லை. அருகில் உள்ள நாடுகளிலும் நகரங்களிலும் பௌத்தம் செல்வாக்கு செலுத்தியபோதும் இங்கு இல்லாதது ஆச்சரியமான ஒன்றுதான்.

யுவான் சுவாங் அரசனுக்கு வணக்கம் செலுத்தினார்.

அவருக்கு தகுதியான ஆசனம் அளிக்கப்பட்டது. யுவான் அமைதியாக அமர்ந்தார். அரங்கின் சுவர்களில் அழகான வண்ணங்களில் வரையப்பட்டிருந்த ஓவியங்களை ஒரு கணம் பார்த்தார்.

யுவான் சுவாங் முகத்தில் குடிகொண்டிருந்த அமைதி, தனக்குப் பெரும் உவகையை உருவாக்குவதை அரசன் உணர்ந்தான்.

"அமைதியே உருவான துறவியே நீர் யார்?"

"எம்மை யுவான் சுவாங் என்று அழைப்பார்கள். ஆனால் யுவான்சுவாங் என்பது ஒரு அடையாளமே அன்றி வேறெதுவும் இல்லை. ஏனெனில் நிரந்தரமானது என்று எதுவும் எம்மிடம் இல்லை"

அப்படி ஒரு பதிலை அவன் எதிர்பார்க்கவில்லை.

"அப்படியெனில் என்னிடம் பேசிக்கொண்டிருப்பது யார்?"

"பல்வேறு பொருண்மைகளால் ஆன ஓர் உருவம். அதன் மனம்"

"அப்படியெனில் உமது ஆத்மா?"

"ஆத்மா என்று ஒன்று இல்லை. இவ்வுடலின் காரியங்களால் விளையும் கர்மா மட்டுமே உள்ளது"

"மேலும் விளக்கமாகச் சொல்லுங்கள்"

"மன்னா.. உங்களுக்கொரு பெயர் உள்ளது. குழந்தையாக இருந்த நீங்களும் பத்து வயதான நீங்களும் ஒன்றா?"

"இல்லை"

"பதினாறுவயதில் இருந்த நீங்களும் இப்போதிருக்கும் நீங்களும் ஒன்றா?"

"இல்லை"

"உலகில் எல்லாம் ஒவ்வொரு கணமும் மாற்றம் அடைகின்றன. நிலையானது எதுவும் இல்லை. ஜடப்பொருட்களாக நாம்

காண்கின்ற பொருள்கூட ஒருகணம் இருப்பது அல்ல மறுகணம் நாம் காண்பது. அதுபோலவே மனித மனமும் தான் என்கிற உணர்வும் கூட மாறுதல் அடைகின்றன. எல்லாமும் மாறிக்கொண்டிருக்கின்றன. இவ்வுலகில் நிலையானது என்று எதுவும் இல்லை. எனவே ஆத்மா என்றொன்று இந்த உடலை மீறித் தனியாக நிலையாக உள்ளது என்பதும் தவறே"

"மறுபிறவிகள் உண்டா?"

"உள்ளன"

"இப்பிறவியில் இறக்கும் ஒருவன் மறுபிறவி எடுக்கையில் பிறப்பது யார்? அவன்தானா? வேறொரு ஆளா?"

"இவனுமில்லை; வேறொருவனும் இல்லை"

"எப்படி?"

"பால் தயிராகிறது, அதிலிருந்து வெண்ணை, பின் நெய் ஆகியவை உருவாகின்றன. ஆனால் தயிர், வெண்ணை, நெய் ஆகியவற்றைப் பால் என்று சொல்ல முடியுமா?"

"இயலாது."

"ஆனால் அவை பாலில் இருந்தே பிறக்கின்றன. எனவே அவை வேறுபொருட்கள் என்று சொல்வதும் சரியாக இராது அல்லவா? அப்படித்தான் மறுபிறவி குறித்து நீங்கள் கேட்டதும்."

அரசன் அவையில் இருந்த அனைவரையும் ஒருமுறை பார்த்தான். இந்தப் பிக்கு பெரிய ஆளாய் இருக்கவேண்டும். அவர் முன்னிலையில் ஏன் என் மனம் இப்படிக் குழைகிறது? இவர் மீது அன்பும் மரியாதையும் அருவியாய் என்னை மீறி ஏன் பெருக்கெடுக்கிறது?

தான் மட்டுமல்லாமல் தன் அவையினரும் கூட அந்தப் பிக்குவின் தோற்றத்தாலும் சொற்களாலும் கட்டுண்டு இருப்பதை மன்னன் கண்டான். வெறும் சொற்களை மீறிய ஏதோ ஒன்று அங்கு நிகழ்ந்ததைப் புரிந்துகொள்ள முடிந்தது.

பௌத்தத்தின் வேறு அம்சங்களையும் பிறப்பின் தொடர்ச்சியை அறுக்கமுடியும் என்பதையும் யுவான் அவையில் போதனை செய்தார். இறுதியில் அரசன் பிக்குவிடம் வந்து பணிந்தான்.

"பிக்குவே, என் மனமும் முழுமையாக தாங்கள் போதித்தவற்றை ஏற்றுக்கொள்கிறது. எம் குடிமக்களின் கூட்டத்துக்கும் ஏற்பாடு செய்கிறேன். தயவு செய்து அவர்களுக்கும் போதனை நிகழ்த்துங்கள்"

யுவான் புன்னகை செய்தார். மறுநாள் மிகப்பெரிய கூட்டம் கூட, யுவான் அவர்களிடையே பேசினார். ததாகதரின் தத்துவங்களை, வழியை எடுத்துச் சொன்னார்.

பலர் பிக்குகளாக ஆக முன்வந்தனர். அவர்களை யுவான் மனமுவந்து ஏற்றுக்கொண்டார். பலர் தனிப்பட்ட முறையில் அவரைச் சந்தித்து பௌத்தம் குறித்து சந்தேகங்களைக் கேட்டறிந்தனர். பெரும் வணிகர்களும் தளபதிகளும் ததாகதர் குறித்து ஆர்வம் காட்டியது அவருக்கு மகிழ்வை அளித்தது.

இரண்டு நாள் கழித்து இரவில் யுவானைக் காண வந்திருந்தான் மன்னன். அப்போது வெளியே சென்றிருந்த யுவானின் குழுவைச் சேர்ந்த இரு இளம் பிக்குகள் அவசரமாக வந்து சேர்ந்தனர். ஒரு பிக்குவின் ஆடையில் தீப்பிடித்ததால் உண்டான அடையாளம் இருந்தது. அவ்விரு பிக்குகளும் பதற்றமாகக் காணப்படுவதை யுவான் சுவாங் அறிவதற்கு முன்பே சாமர்க்கண்டின் தலைவனின் கூரிய கண்கள் கண்டன.

"என்னவாயிற்று பிக்குகளே?"

"அரசே, உங்கள் ஆதரவு இருக்கும் தைரியத்தில் இந்நகரில் உள்ள கைவிடப்பட்ட புத்த விஹாரத்துக்கு பிரார்த்தனை செய்யச் சென்றோம். அங்கு சிலர் எம்மை தீப்பந்தத்தால் தாக்கி விரட்டிவிட்டனர். ஏற்கெனவே நாங்கள் இங்கு வந்த அன்று இது நிகழ்ந்திருந்த போதிலும், இப்போது நிலைமை மாறியிருக்கலாம் என்று நினைத்தே சென்றோம். ஆனாலும் பழைய நிலையே தொடர்கிறது"

மன்னன் முகத்தில் எள்ளும் கொள்ளும் வெடித்தது. அருகில் இருந்த உபதலைவனை நோக்கினான். "அந்த தீப்பந்தக் கும்பலைக் கைது செய்து, அவர்களின் கரங்களைத் துண்டித்துவிடுங்கள்"

அதுவரை சிலைபோல நின்றுகொண்டிருந்த உபதலைவன் திடீரென்று தன் கனத்த உடலை அசைத்தான். சிலைக்கு உயிர் வந்ததுபோல இருந்தது அக்காட்சி. மறுநொடியில் அவன் காற்றைப் போல வெளியேறிச் சென்றான்.

அதுவரை தரையில் விரிக்கப்பட்டு இருந்த கோரைப்பாயில் அமர்ந்து இருந்த யுவான் சுவாங் அவசரமாக எழுந்தார்.

"இவ்வளவு கொடூரமான தண்டனை விதிக்க எம்மைப்போன்ற பிக்குகள் காரணமாக இருந்துவிடக்கூடாது. தயவு செய்து அவர்களுக்குத் தண்டனை விதிக்கவேண்டாம்.'' என வேண்டினார் அவர்.

மன்னன் முகத்தில் கோபம் குறையவில்லை.

"அவர்களை நாளை நானே விசாரிக்கிறேன். அதன் பின்னர் வேண்டுமானால் தண்டனை விதிக்கிறேன். ஆனால் தீப்பந்தம் ஏந்திய கைகளுக்குத் தண்டனை நிச்சயம் உண்டு".

அவன் கிளம்பிச் சென்றான். மறுநாள் விசாரணை மன்றம் கூடியபோது, அங்கு இறுக்கமான சூழ்நிலை நிலவியது. சுமார் பதினைந்து பேர் கொண்ட கும்பலை கயிற்றால் கட்டி ஒரு மூலையில் நிற்க வைத்திருந்தனர்.

அரசன் விசாரணை முடிந்ததும் மீண்டும் அவர்களின் கைகளைத் துண்டிக்கும் தண்டனையையே அறிவித்தான். யுவான் சுவாங் மெல்ல அவையில் பேசலானார்.

"அவர்கள் புரியாமல் அறியாமல் தமக்குப் பிடிக்காத சமய வழிபாட்டினரைத் தாக்கும் முயற்சியில் ஈடுபட்டுவிட்டனர். அவர்களுக்கு இவ்வளவு பெரிய தண்டனை அளிப்பதும் அதைப் பார்த்துக்கொண்டிருப்பதும் எம்மைப் போன்ற பிக்குக்களுக்கு தகுதி ஆகாது. கொல்லாமையையும் பிறரை வருத்தாமையையும் கொள்கைகளாகக் கொண்ட ததாகதரின் அறவழியில் இந்தக் கொடூரத் தண்டனைகளுக்கு இடமில்லை. ததாகதரின் அறத்துக்காக எந்த இடரையும் தாங்கிக்கொள்ளும் வலிமை எம்மைப் போன்ற பிக்குகளுக்கு உள்ளது. இவர்களின் கைகளை வெட்டும் கட்டளையைக் கைவிடுமாறு உங்களைக் கேட்டுக்கொள்கிறேன்".

பிக்குவின் இந்த கோரிக்கையைக் கேட்ட அரசன் புன்னகை புரிந்தான். சாமர்க்கண்ட் நகர மக்களும் அதிகாரிகளும் இந்த சீனப் பிக்குவை நினைத்து பெருமிதம் கொண்டனர். அவர் மீதான மதிப்பு அவர்கள் மனத்தில் அதிகரித்தது. ஏனெனில் அங்கே உடல் உறுப்புகளை வெட்டும் தண்டனைகள் சாதாரணமாக இருந்தன. அவற்றைக் கைவிடுமாறு யாரும் கேட்டதே இல்லை.

"சரி.... சீன தேசத்துப் பிக்குவே...உங்கள் விருப்பப்படியே செய்கிறேன்" என்ற மன்னன், குற்றவாளிகளைப் பார்த்து சீறினான்.

"மூடர்களே, நீங்கள் நடந்துகொண்ட விதத்துக்கு இந்த பிக்குவின் எதிர்வினையைக் கண்டீர்களா? இவர்களிடம் போய் இப்படி நடந்துகொண்டீர்களே... இன்று இவரால் உங்கள் கரங்கள் பிழைத்தன," என்ற அவன் அவர்களை சாட்டையால் நன்றாக அடித்து நகரை விட்டுத் துரத்துமாறு கட்டளை பிறப்பித்தான்.

(16)

அதிகாலையில் எல்லோருக்கும் முன்னதாகவே விழித்துக் கொண்டார் தர்மபிரியர். எழுந்து மெதுவாக தான் தங்கியிருந்த சிறுஅறையின் ஜன்னல்வழியாக வெளியே பார்த்தார். இன்னும் முழுவதுமாக வெளிச்சம் வந்திருக்கவில்லை. சாம்பல் வண்ணத்தில் ஒளி மெதுவாகப் பரவிக்கொண்டிருந்தது. அவர் தன் காலைக் கடன்களை முடிப்பதற்காக வெளியே வந்தபோது தர்மகாரர் காத்திருந்தார். இவரைக் கண்டதும் கைகூப்பினார்.

காலையில் யார் முன்பாக எழுவது என்பதில் இருவருக்கும் ஒரு போட்டி இருக்கும். தர்மகாரர் இன்று முன்கூட்டியே எழுந்துவிட்டதைக் கண்டு பிரியர் தலையசைத்துப் பதிலுக்கு அர்த்தமிகு புன்னகை செய்தார். இரு பிக்குகளும் எதுவும் பேசாமல் அந்த மடாலயத்தை விட்டு வெளியேறி அருகில் சலசலத்து ஓடிக்கொண்டிருந்த ஆற்றை நோக்கிச் சென்றனர். காலைக் கடன்களை முடித்துவிட்டு குளித்துவிட்டு இரு பிக்குகளும் நன்கு துவைத்த காவி ஆடைகளை அணிந்தனர். ஆற்றை விட்டு வெளியே வந்தபோது கிழக்கே உதயசூரியன் பளபளவென்று வெளியே வருவதற்கு ஆயத்தமாயிருந்தான்.

"தர்மகாரரே, சற்று நில்லும். உதயசூரியனைக் கண்டு செல்லலாம்." என்றவாறு அங்கே கிடந்த பெரிய மரக்கட்டை ஒன்றில் தர்மபிரியர் அமர்ந்தார்.

"உமது பூர்வாசிரம நினைவுகள் வந்துவிட்டனவா? சூரிய நமஸ்காரம் செய்யப்போகிறீரா?" என்று சிரித்தார் தர்மகாரர்.

பிரியர் பதிலேதும் சொல்லவில்லை. பத்து ஆண்டுகளுக்கும் மேலாகத் தன்னோடு நெருங்கிப் பழகிவருபவர் என்பதால் அவரது அன்பான நட்பு தோய்ந்த சொற்களை ரசிப்பதே பிரியருக்குப் பழக்கம். இப்போதும் அப்படியே.

தொலைவில் இளம் பிக்கு ஒருவர் வருவதை இருவரும் கண்டார்கள். அருகில் வந்ததும் அது பிரஞானகரர் என்பது தெரிந்தது. இரண்டு மூத்த துறவிகளையும் கண்டதும் பிரஞானகரர் வணங்கினார். தர்மபிரியரும் தர்மகாரரும் பதிலுக்கு வணங்கினர். பக்தாரா நகரில், ஹீனயான பௌத்தத்தின் தலைசிறந்த அறிஞர்களான இம்மூவரும் அக்காலை வேளையில் ஒன்றாக அமர்ந்து பேசிக்கொண்டிருப்பதைக் கண்ட பிற பிக்குகள் மிகுந்த மரியாதையுடன் விலகிச்சென்றார்கள். அவர்கள் பேச்சுக்கு தாங்கள் இடையூறாக இருக்கக் கூடாது என்பதில் மிகவும் கவனமாக இருந்தார்கள். அங்கு பிக்குகள் மத்தியில் இந்த அறிஞர்களுக்குப் பெரும் மதிப்பு இருந்ததைக் காண முடிந்தது.

"இளம் சீனத்துறவி ஒருவர் இன்று இந்நகருக்கு வருகிறாராம். கேள்விப்பட்டீரா?" தர்மகாரர் கேட்டார்.

"ஆமாம்" மற்ற இருவரும் ஒன்றாகக் கூறினார்கள்.

"கடினமான பயணத்துக்குப் பிறகு அவர் வருகிறார். மிகவும் உறுதி வாய்ந்த பிக்குவாம். சூத்திரங்களிலும் சாஸ்திர விளக்கங்களிலும் கரை கண்டவராம். அவரைக் காண ஆவலாக இருக்கிறேன்" என்றார் பிரஞானகரர்.

மற்ற இருவரும் அமைதியாக இருந்தனர். பின்னர் "பிரஞானகரா, அவர் வந்தால் எங்களிடம் அழைத்து வா. அவர் எந்த அளவுக்கு சூத்திரங்களைப் பயின்றுள்ளார் என்று நாங்களும் சோதித்துப் பார்த்துவிடுகிறோமே" என்றனர். அந்த மூத்த துறவிகளின் வார்த்தையைக் கேட்டு இளம் பிக்கு புன்னகைத்தார்.

சின்ன ராஜகிரகம் என்று அழைக்கப்பட்ட பக்தாரா,

சாமர்கண்டிலிருந்து பாரதக்கண்டம் செல்லும் நேர் வழியில் இல்லை என்றாலும் முக்கியமான பௌத்த மையமாக புகழ் பெற்று விளங்கியது. எனவே யுவான் சுவாங் இங்கு பயணம் மேற்கொண்டிருந்தார். குண்டுஸ் நகர மன்னனான ஷேஹ், தன் ஆளுமையில் இருந்த பக்தாராவுக்குச் செல்லுமாறு யுவான் சுவாங்கிடம் அன்புடன் கோரியதுடன் உதவிக்கு ஆட்களையும் அனுப்பி வைத்திருந்தான். அங்கு நூறு பௌத்த விஹாரங்களும் மூவாயிரம் பிக்குகளும் இருந்தனர்.

இதன் தென்மேற்குப் பகுதியில் இருந்த பௌத்த விஹாரம் மிகப் பெரியதாகவும் அலங்கரிக்கப்பட்டதாகவும் இருந்தது. உள்ளே இருந்த பெரிய மண்டபத்தின் நடுவே ததாகதர் பயன்படுத்திய தண்ணீர்க்கலம் ஒன்று இருந்தது. அத்துடன் புனிதரின் பல் ஒன்றும் பாதுகாத்து வைக்கப்பட்டிருந்தது. ததாகதர் பயன்படுத்திய தரையைக் கூட்ட உதவும் புல்லால் ஆன விளக்குமாறு ஒன்றும் வைக்கப்பட்டிருந்தது. மூன்றடி நீளமாக இருந்த அதன் கைப்பிடியில் விலைஉயர்ந்த கற்கள் பதிக்கப்பட்டிருந்தன. முக்கியமான நாட்களில் இவை வெளியே பொதுமக்கள் பார்வைக்கு வைக்கப்படும்.

பல ஸ்தூபிகள் நகர் முழுக்க அமைக்கப்பட்டிருந்தன. அவற்றில் மிகவும் பழையதாகக் கருதப்படும் இரு ஸ்தூபிகள் மிகவும் புனிதமானதாகக் கருதப்பட்டன. ததாகதர் ஞானம் பெற்ற காலகட்டத்தில் இப்பகுதியைச் சேர்ந்த இரு வணிகர்கள் அவரைச் சந்தித்தனர். அவர்கள் அளித்த தேனையும் உணவையும் ததாகதர் உண்டார். அவரிடம் உபதேசம் பெற்று அறிந்த அவர்கள், ததாகதரின் விரல்நகங்களையும் தலைமுடியையும் சின்னங்களாக இரந்து பெற்றனர். மிகவும் கவனத்துடன் அதை இங்கு கொண்டுவந்த அவர்கள் எழுப்பியதே இந்த ஸ்தூபிகள்.

அன்று மாலை, யுவான் சுவாங்கின் பயணக்குழு அங்கு வந்து சேர்ந்தது. பல உள்ளூர் பிக்குகளும் அக்குழுவில் இடம்பெற்றிருந்தனர். இரவில் அமைதியாக ஒரு விஹாரத்தில் தங்கி ஓய்வெடுத்துக் கொண்ட அவர், மறுநாள் பக்தாராவின் புனித இடங்களைச் சுற்றிப்பார்த்து உவகை கொண்டார். அன்று மாலையே அவர் தங்கியிருந்த விஹாரத்தைத் தேடிவந்தார் பிரஞானகரர். யுவான் சுவாங் அவரை வரவேற்று அமரவைத்தார். நகருக்குள் வந்தவுடனே

அங்கிருக்கும் முக்கிய அறிஞர்கள் பற்றி யுவான் ஏற்கெனவே கேட்டறிந்தபடியால் பிரஞானகரருக்குத் தன்னைப் பற்றி எதுவும் சொல்லிக் கொள்ளும் அவசியம் ஏற்படவில்லை.

“அன்புள்ள சீனதேசத்துப் பிக்குவே, உங்கள் பயணம் எப்படி? தாங்கள் ஆரிய தேசம் செல்வது எதற்காக?” உரையாடலைத் தொடங்கினார் பிரஞானகரர்.

“எமது தேசத்தில் ததாகதரின் தர்மம் நன்கு பரவியுள்ளது. சிறுவயதிலேயே பௌத்த விஹாரத்தில் பயின்ற நான் எம்மிடம் இருக்கும் சுவடிகள் முழுமையாக இல்லாததை உணர்ந்தேன். புத்தர் பிறந்த தேசம் சென்று அப்புனித நூல்களைப் பெற்று மொழிபெயர்த்து எம் தேசத்துக்கு எடுத்துச்செல்வதுடன், ததாகதர் வாழ்ந்த இடங்களையும் ஞானம் பெற்ற இடங்களையும் காண்பதே எம் பயணத்தின் நோக்கம். உருவேலாவில் இருக்கும் நிரஞ்சனா நதி அன்னை எம்மை அழைக்கிறாள். ததாகதருக்கு சுஜாதா அளித்த பால் சோற்றுக் கிண்ணத்தை எறிந்த நதி அல்லவா அது? அக்கிண்ணத்தை தன் நீரோட்டத்துக்கு எதிராக ஓடச்செய்து அவர் ஞானம் பெற இருப்பதை அந்த பௌர்ணமி நன்னாளில் உணர்த்திய நதியல்லவா நிரஞ்சனா? அண்ணல் ஞானம் பெற்ற போதிமரத்தடியில் விழுந்து அப்புனித மண்ணை முத்தமிட விரும்புகிறேன்” பிக்கு உணர்ச்சியவப்பட்டார். கண்ணீர் பெருகிக் கன்னங்களில் உருண்டது.

“பிக்குவே, இன்றிலிருந்து சுமார் ஐந்தாண்டுகளுக்கு முன்பாக உருவேலாவில் போதியின் நிழலில் இளைப்பாறும் அரிய அனுபவம் எனக்கும் கிட்டியது. வார்த்தைகளில் கட்டுக்குள் அடங்கிவிடாத உணர்வை நான் பெற்றேன். நிரஞ்சனா அன்னையின் ஓட்டத்தை சிறுபிள்ளையெனக் கண்டு மகிழ்ந்தேன். ததாகதர், அன்றாடம் குளித்துத் தூய்மை பெற்ற அந்நதியின் கர்வம் கண்டு ஆனந்தப்பட்டேன்”

யுவான் சுவாங் எழுந்து கைகூப்பினார். பிரஞானகரரும் எழுந்துகொண்டார். இரு பிக்குகளும் சற்று நேரம் உணர்ச்சி வயப்பட்டுக் கூப்பிய கரங்களுடன் நின்றுகொண்டிருக்க, அவர்கள் அறையில் புகுந்த மாலைத் தென்றல் ஒரு கணம் திகைத்து நின்றது.

(17)

இன்று என்னைக் காண தர்மபிரியரும் தர்மகாரரும் வந்திருந்தனர். அவ்விருவரும் பக்தாராவின் மிகப்பெரிய அறிஞர்கள் என்பதை ஏற்கெனவே அறிந்திருந்தேன். தொலைவில் வரும்போதே அவர்களின் தோற்றம் அறிவின் சுடராக இருப்பதைக் காண முடிந்தது. ஆனாலும் எவ்வளவு அடக்கமாக இருந்தனர். அவர்களிடம் என் சந்தேகங்களைப் போக்கிக்கொள்ள உதவவேண்டுமெனக் கூறியபோது அவர்கள் மிகுந்த மகிழ்ச்சி அடைந்தார்கள். கற்றவர்களிடம் உலகெங்கும் காணப்படும் பண்பு இதுதான். அவர்கள் தாம் கற்றவற்றைப் பிறருக்குக் கொடுக்கும்போது தாங்கள் கற்றது மேலும் மேலும் சுரக்கிறது என்பதை அறிகிறார்கள்.

இங்கு வருவதற்கு முன்பாக என் பயணம் எப்படி இருந்தது என்பதை உங்களுக்குச் சொல்லவேண்டும். சாமர்கண்டில் இருந்து புறப்பட்டதும் பல நகரங்களைக் கடந்தோம். வழியில் கடினமான ஒரு மலைப்பாதையைக் கடக்க வேண்டியிருந்தது. நீண்டபாதை. ஆனால் என்னுடன் இப்போது வழித்துணைக்குத்தான் நபர்கள் உள்ளனரே... ஆகையால் கவலையில்லை. அதைக் கடந்து நாங்கள் இரும்புக் கதவுக்கு வந்து சேர்ந்தோம்.

சிவப்பு நிறத்தில் இருந்த பெரும் மலைப்பாறைகளுக்கு இடையில் இருந்தது இக்கதவு. மணிகள் தொங்கும்

அசோகன் நாகமுத்து

அழகிய முரட்டுக் கதவு அது. எதிரிகள் ஊடுருவலைத் தடுப்பதற்கு அரணாக மலைப்பாதையில் இந்தக் கதவை அமைத்திருக்கிறார்கள்.

இதைக் கடந்து குண்டூஸ் நகருக்கு வந்து சேர்ந்தோம். இங்குதான் நான் முன்னால் சந்தித்த கான் என்கிற துருக்கர் தலைவனின் மூத்த மகனான ஷேஹ் ஆட்சிப்பொறுப்பில் இருந்தான். அவனுக்கு கான் ஓலை அனுப்பியிருந்தான். இவன் காவ்சாங் மன்னருடைய ராணியின் தங்கையை மணந்தவன் என்கிறபடியால் காவ்சாங் அரசனும் எனக்கு உதவும்படி அவனுக்கு ஓலை எழுதியிருந்தான்.

ஆனால் நான் வந்து சேர்ந்தபோது மன்னன் உடல்நலம் குன்றிப் படுத்த படுக்கையாய் இருந்தான். அவனது ராணிகளில் மூத்தவள் இறந்துபோயிருந்தாள். என் வருகை பற்றிய செய்தி அவனுக்குப் போனதும் உடனே கூப்பிட்டு அனுப்பினான். நான் சென்றபோது அவனைத் தரையில் பெரிய இலைகளை விரித்துப் படுக்க வைத்திருந்தனர். உடல்முழுக்க பச்சிலை பூசப்பட்டிருக்க, வீச்சம் அடித்தது. அவனது அறைக்குள் இருள் சூழ்ந்து இருந்தது. எனவே பெரிய எண்ணெய் விளக்கொன்று எரிந்து கொண்டிருந்தது. அருகே வைத்தியர் அமர்ந்து கண்களைமூடி ஏதோ மந்திரத்தை உச்சரித்துக்கொண்டிருந்தார். என்னைப் பார்த்ததும் அவன் கண்கள் சட்டென்று ஒளிபெற்றன.

“பிக்குவே, என் நிலையைக் கண்டீரா? உங்களை எழுந்து வரவேற்கக் கூட திராணியின்றி கிடக்கிறேன். சில நாட்கள் என் தேசத்திலேயே தங்கி இருங்கள். என் உடல்நிலை குணமானதும் நானே உங்களை அழைத்துச் செல்லும் சேவையைப் புரிகிறேன்” என்றான்.

“மன்னா, உங்களுக்கு எவ்வளவோ அரசகாரியங்கள் உள்ளன. அவற்றைக் கவனியுங்கள் எம்மைப் போன்ற ஏழைப்பிக்குவை மனதில் கொண்டு நீங்கள் இப்படிச் சொல்வது உங்கள் பெரிய மனதைக் காட்டுகிறது. உங்கள் உடல்நிலை விரைவில் குணமடையவேண்டும் என்பதே எமது இப்போதைய பிரார்த்தனை”

அருகில் இருந்த வைத்தியர் தனது மந்திர உச்சாடனத்தை நிறுத்திவிட்டு, அருகில் இருந்த கமண்டலத்தில் கொஞ்சம்

நீர் எடுத்து மன்னன் மீது தெளித்தார். அவர் தெளித்த ஒரு சொட்டுநீர் மன்னன் உடலில் பட்டதும் பெருகி அவன் உடல் முழுக்க ஓடுவதைக் கண்டேன். வைத்தியர் என்னை நோக்கிப் புன்னகை புரிந்தார்.

"நான் பரத கண்டத்துப் பிராமணன். அரசருக்கு உடல்நிலை சரியில்லை என்று கேள்விப்பட்டு நேற்றுதான் வந்து சேர்ந்தேன். என் மூலிகை மற்றும் மந்திர உச்சாடனங்களால் அரசரைக் குணப்படுத்திவிட முடியும் என்றுதான் கருதுகிறேன்" என்றார்.

"ஆம் பிக்குவே, இவர் மிகவும் புகழ்பெற்ற வைத்தியர். மந்திர சிகிச்சைகளில் இவரை வெல்ல இப்பகுதியிலேயே ஆள் கிடையாது" இடையில் புகுந்த மன்னன் புகழ்ந்தான்.

நான் அவருக்கு வணக்கம் செலுத்தினேன். வைத்தியர் திடீரென உடலைக் குலுக்கினார். அவரது கைகள் காற்றில் எழுந்து ஏதோ சைகைகளைச் செய்ய விளக்கு அணைந்து இருள் சூழ்ந்தது. மீண்டும் சில நொடிகளில் வெளிச்சம் வந்து சேர்ந்தது. அரசன் குப்புறப் படுக்க வைக்கப்பட்டு இருந்தான். அவன் மீது மீண்டும் பச்சிலைக் குழம்பு பூசப்பட்டிருந்தது. நான் வைத்தியரிடம் விடை பெற்றுக்கொண்டே ன்.

இரண்டுநாட்களில் அந்த வைத்தியரின் சிகிச்சைக்குப் பலன் கிடைத்தது. அரசன் எழுந்து நடமாட ஆரம்பித்துவிட்டான். நான் தங்கியிருந்த இடத்துக்கே வந்து என்னைக் கண்டு சென்றான்.

ராணி இறந்துவிட்டமையால் அவளது சகோதரியை சில நாட்களில் அவன் மணந்துகொண்டான். அதுதான் அவனது தவறான செயலாக முடிந்தது. இறந்த ராணியின் மூத்தமகனின் தூண்டுதலால் புதிய ராணி விஷம் வைத்து அரசனைக் கொன்ற தகவல் என் காதுகளுக்கு வந்தது. மூத்தமகன் ஆட்சியைக் கைப்பற்றியதுடன் தன் சிற்றன்னையையும் மணந்துகொண்டான். இறந்த அரசனின் ஈமச்சடங்குகள் ஒரு மாத காலம் நடைபெற்றன. அதனால் அதுவரை நாட்டை விட்டுக்கிளம்ப முடியவில்லை.

அந்த தினங்களில் ஒரு நாள் வைத்தியரைச் சந்தித்தேன். என்னைக் கண்டதும் காற்றில் இருந்து அழகிய பூ ஒன்றை வரவழைத்துத் தந்தார்.

"பிக்குவே, வாழ்வின் முடிச்சுகள் அவிழ்க்க முடியாதவை. அரசனை சாவின் பிடியில் இருந்து நான் காப்பாற்றினேன். ஆனால் விதி என் மருந்துகளை விட வலிமையானது" என்றார். நான் மௌனமாக இருந்தேன்.

"சீனத்தேசத்து அறிஞரே, மனிதன் காமத்துக்கு அடிமையாகி உழல்கிறான். உமது ததாகதர் உபதேசித்தபடி காமத்தை வென்று பிக்குவாகி, இப்பிறவியுடன் உமது வாழ்வின் சுழற்சியை முடித்துக்கொள்ள நீர் முயற்சி செய்கிறீர்கள். இந்த அரசனைப் பாருங்கள். அவன் உடல் நலம் பெற்றதும், பெண்களின் மூச்சுக்காற்றே உன் மீது இன்னும் ஓராண்டுக்குப் படக்கூடாது என்று கூறினேன். மூடன். அரியாசனத்தில் ராணி அமரும் இடம் காலியாக இருக்கக் கூடாது என்று நொண்டிச் சாக்கு சொல்லி, காமத்தின் பாதையில் அவனே வலியச் சென்று வீழ்ந்தான். அவளோ முதிய அரசனை விட இளவரசனே வேண்டும் என்று விஷம் வைத்துவிட்டாள். அதிகாரத்தின் மீதான ஆசை மிகவும் கொடூரமானது. அதைவிட காமத்தின் கரங்கள் மிகவும் வலிமையானவை. அவை இம்மை,மறுமை எதுபற்றியும் சிந்திப்பதில்லை. சுய திருப்தி என்னும் தீரா ஆற்று வெள்ளம் மனித வாழ்வை அடித்துச் செல்கிறது," அப்பிராமணர் தூய சமஸ்கிருதத்தில் சொன்னார்.

"வாழ்வு குறித்த உமது அறிவு எம்மை பிரமிக்கச் செய்கிறது. உயிர் காக்கும் வைத்தியர் மட்டுமல்ல நீர். வாழ்வின் நிலையாமை பற்றியும் இவ்வளவு அறிந்துள்ளீரே" என்றேன்.

"சிந்து நதியைக் கடந்து உமது ததாகதர் பிறந்த பூமிக்கு வாரும். எல்லா இடங்களிலும் ஞானம் பூத்துக்கிடப்பதைக் காண்பீர். என் பேச்சு அப்போது உமக்கு பிரமிப்பூட்டுவதாய் இருக்காது. எம் தத்துவ மரபு அவ்வளவு ஆழமானது," என்றார் அவர் புன்னகையுடன்.

பின்னர் தம் பல்லக்கில் அமர்ந்து என்னிடம் விடைபெற்றார். அவரது சீடர்கள் பல்லக்கைத் தூக்க அது ஒரு யானையைப் போல் மெல்ல நகர்ந்து சென்றது. அது கண்ணுக்கு மறையும் வரை அதையே பார்த்த வண்ணம் இருந்தேன். என் கையில்

அவர் கொடுத்துச் சென்ற பூ இருந்தது. ஏ, பரதகண்டத்தின் ஞானமே, விரைவிலேயே உன்னை வந்து சந்திக்கின்றேன் என்று மனதுக்குள் சொல்லிக் கொண்டேன். அந்தப்பூ மேலும் மலர்ந்து சிரித்தது.

மன்னனின் ஈமச்சடங்குகள் முடிந்தபிறகு புதிய அரசனிடம் விடை பெறச்சென்றபோதுதான் அவன் பக்தார் நகருக்குச் சென்றுபார்த்து விட்டுச் செல்லுமாறு என்னிடம் சொன்னான். அக்கணமே அவனைக் காணவந்திருந்த பக்தார் நகர பிக்குகள் குழாமுடன் இணைந்து குண்டூஸ் நகரை நீங்கினேன்.

இன்று பக்தாராவில் ததாகதரின் ஞானத்தின் துளிகளை இந்த அறிஞர்களுடன் சுவைக்கிறேன். வெல்க ததாகதரின் தர்மம்!

(18)

கோடைக்காலமாக இருப்பினும் கூட பாமியனில் பகல் குளிராகவே இருந்தது. அந்த நண்பகலில் குளிர்ந்த காற்று வேகமாக அடித்தது. அதில் தங்கள் காவி ஆடைகள் பறக்க அவற்றைப் பிடித்தவாறு சற்று வேகமாகவே நடந்து கொண்டிருந்தனர் இரண்டு பிக்குகள். ஒருவர் தலையில் தொப்பி அணிந்திருந்தார். மஞ்சள் நிறத்தில் நடந்துவரும் பொற்சிலையைப் போல் தொலைவில் இருந்து தோற்றமளித்தார் அவர்களில் ஒருவரான யுவான் சுவாங்.

"பக்தாராவில் இருந்து என்னுடன் நீங்கள் கிளம்பித் துணையாக வந்ததில் மிக்க மகிழ்ச்சி அடைகிறேன் பிரஞானகரரே"

"மேன்மை தங்கிய சீனப்பிக்குவே, இதைத்தான் பலமுறை என்னிடம் கூறிவிட்டீர்கள். தாங்களைப் போன்ற மிகப்பெரும் அறிஞருடன் வருவதையே நான் மிகுந்த பாக்கியமாகக் கருதுகிறேன். அதற்கு அனுமதித்த உங்களுக்கு அல்லவா நான் நன்றிக் கடன் செலுத்தவேண்டும்?"

"சகோதரரே... ஒரு மாதகாலம் உங்கள் நகரில் தங்கி இருந்தது எனக்கு மிகவும் பயனுள்ளதாக இருந்தது. என் பயணத்தில் புதிய சுவடிகளைக் கற்பது என்பது உங்கள் நகரில்தான் தொடங்கியது. இன்னும் மேற்கொண்டு பயணம்

செய்யச்செய்ய மூலச் சுவடிகளைக்காணும் வாய்ப்பும் புதிய அறிஞர்களைச் சந்திக்கும் வாய்ப்பும் எனக்கு கிட்ட இருக்கிறது என்பதை எண்ணுகையில் என் மனம் துள்ளுகிறது. எல்லாம் ததாகதரின் முடிவற்ற அருள் கொடை”

பிரஞானகரர் மிகுந்த மரியாதையுடன் யுவானைப் பார்த்தார். கற்பதையே வாழ்வின் பெருநோக்காகக் கொண்டுள்ள அபூர்வப் பிறவி அல்லவா இவர்? அதற்கு ஏற்றார்போல அல்லவா இவரது கற்கும் வேகம் அமைந்துள்ளது? எதையும் ஒரு முறை படித்தாலோ கேட்டாலோ அப்படியே இவர் நினைவில் பதிந்துவிடுகிறது.

ஓலைச்சுவடியிலோ களிமண் பலகையிலோ எழுதுவதுபோல் அல்லவா இவர் எல்லாவற்றையும் தன் மனதில் எழுதிக் கொள்கிறார்! ததாகரின் ஞானம் முழுவதும் இவருக்குள் இறங்கும் என்பதில் ஐயமே இல்லை.

செம்மண்ணும் பாறைக்கற்களுமாக இருந்த அந்தப் பாதையில் ஒரு வளைவில் திரும்பியதும் இருவரும் திகைத்து நின்றுவிட்டனர். பலமுறை அக்காட்சியைக் கண்டிருந்தபோதும் பிரஞானகரர் மூச்சை இழுத்துப் பிடித்தார். தொலைவில் நூற்றியெழுபது அடி உயரம் கொண்ட பிரம்மாண்டமான புத்தரின் புகழ்பெற்ற கற்சிலை. பாமியன் புத்தர் என்று வரலாற்றில் பொன்னெழுத்துக்களால் பொறிக்கப்பட்ட சிலை! பொன் வண்ணத்தில் நின்ற அக்கற்சிலையில் விலை உயர்ந்த கற்களால் ஆன ஆபரணங்கள் அணிவிக்கப்பட்டிருந்தன. மிகப்பெரிய பூமாலை ஒன்று அவரது கழுத்தில் அணிவிக்கப்படிருந்தது. காலடியில் பூக்களைக் கொட்டியிருந்தார்கள். எதிரே இருந்த பெரிய கல் பாத்திரம் ஒன்றில் அகிற்புகை எழுந்தது. அங்கு அமந்திருந்த காவி உடை பிக்குகள் ஓலைச்சுவடிகளில் இருந்து உரக்கச் சுலோகங்களை இணைந்து படித்தார்கள். சரணகோஷம் எங்கு எழுந்தது. யுவான் சுவாங்கும் பிரஞானகாரரும் வேகமாக நடந்து புத்தர் சிலைக்கு முன்னால் வந்து மண்டியிட்டு அமர்ந்தனர். அரைக்கண் மூடிய புத்தரின் தலையில் சிறு மகுடம் ஒன்று இருந்தது. முழங்காலுக்கு மேல் நீண்டிருந்த கைகளில் ஒன்று அபய முத்திரை காட்டியது.

யுவான் சுவாங்கின் உதடுகள் எதையோ முணுமுணுத்துக் கொண்டிருந்தன. சுமார் அரை நாழிகை கழித்து அவர் மெல்ல எழுந்தார். சாக்கியமுனியின் பிரம்மாண்டம் அவரைச் சுத்தமாக வீழ்த்திவிட்டது என்றே கூறவேண்டும். இருவரும் எழுந்ததும், ஓர் இளம் பிக்கு அவர்களிடம் வந்தார்.

"மேன்மை தங்கிய பிக்குகளே தாங்கள் அருகில் உள்ள எம் விஹாரத்துக்கு வருகை தரவேண்டும்'' என்றார் பணிவுடன். கிழக்கு திசையில், நடந்து செல்லும் தொலைவில், பிரம்மாண்டமாக இருந்தது விகாரம். அதன் வாயிலில் இன்னொரு பிரமாண்டமான புத்தர் சிலை இருப்பதையும் இருவரும் கண்டனர்.

விஹாரத்தின் முன்பகுதியில் இருந்த அகன்ற புல்வெளியில் கிட்டத்தட்ட நூறு அடி உயரத்தில் இன்னொரு பிரம்மாண்டமான புத்தர் சிலை. யுவான் தன் உள்ளம் பொங்கி நுரைப்பதையும் அதில் பக்தி என்கிற அமுதம் எல்லையின்றி எழுவதையும் கண்டார். அவர் கண்கள் அருவியாய் மாறி கன்னம் நனைந்தது. அவரது கூப்பிய கைகள் பிரியவே இல்லை. மெதுவாக அவர்கள் இருவரையும் அந்த பிக்கு விஹாரத்தின் மத்திய மண்டபத்துக்குள் அழைத்துச் சென்றார்.

உள்ளே விளக்குகளின் ஒளியில் புத்தர் பரிநிர்வாணம் அடையும் மிகப்பெரிய சிற்பம் இருந்தது. ஆயிரம் அடி நீளத்தில் ததாகதர் வடக்கு நோக்கித் தலைவைத்துப் படுத்திருந்தார். வலது கையைத் தலையணையாய் வைத்துக் கண்களை மூடியிருந்தார். அவர் மிகப் பிரமாண்டமான சிலை என்பதால் மனிதர்கள் அச்சிற்பத்துடன் ஒப்பிடுகையில் எறும்புகள் போலத் தோன்றினர்.

யுவானும் பிரஞானகரரும் அங்கேயே அமைதியாக அமர்ந்து தியானத்தில் ஆழ்ந்தனர். எவ்வளவு நேரம் என்றே தெரியவில்லை. வெளியே பௌத்த விஹாரத்தில் பிரமாண்டமான மணி ஓசை ஒன்று கேட்டபோது இருவரும் கண்விழித்தனர். எதிரே புத்தரின் கண்கள் முன்பிருந்ததுபோலவே மூடியிருந்தன. மேடையில் வாடிப்போன பூக்களை ஒரு வயதான பிக்கு அகற்றிவிட்டு புதிதாக வைத்துக்கொண்டிருந்தார்.

சில இளம் பிக்குகள் அங்கே மண்டியிட்டு அமர்ந்திருந்தனர். அந்த விஹாரத்தின் தலைமைப்பிக்கு யுவானுக்காக அவரது அறையில் காத்திருந்தார். அவர் முன்பாக யுவானும் பிரஞானகரரும் அமர்ந்தனர்.

"மரியாதைக்குரிய சீனப்பிக்குவே, உங்கள் வருகை பற்றி ஏற்கெனவே இங்கு செய்தி பரவிவிட்டது. உமது வருகையின் உயரிய நோக்கம் எமக்குப் பெருமை அளிக்கிறது" என்றார் தலைமைப் பிக்கு. சற்று நேரம் மரியாதைக்காகத் தன் பயண விவரங்களைச் சொல்லிக்கொண்டிருந்தார் யுவான். பின்னர் சற்று அமைதிக்குப் பின்னால் "ததாகதரின் ஞானம் சுடர்விட்ட போதி மரத்தடிக்குச் சென்றிருக்கிறீர்களா?" சிறு குழந்தையைப் போலத் திடீரென்று கேட்டார் யுவான். மூத்த குரு அமைதியாக எழுந்து சென்று மூலையில் இருந்த ஒரு மரப்பெட்டியைத் திறந்தார். அதற்குள் சில ஆடைகளும் ஒரு தண்ணீர்க்குடுவையுமே இருந்தது.

துணிகளை விலக்கிய அவர் உள்ளிருந்து சிவப்பு நிறத்தில் ஒரு பேழையை எடுத்தார்.

யுவானும் பிரஞானகரரும் ஆவலுடன் அவரைக் கவனித்தனர். மிகப்பெரும் பொக்கிஷத்தை எடுத்துவரும் கவனத்துடன் அந்த பேழையை அவர் மிகவும் பக்தியுடன் எடுத்துவந்து ஒரு பட்டுத்துண்டை விரித்து யுவானுக்கு முன்னால் வைத்தார்.

"திறந்து பாருங்கள் சீனத்துறவியே"

யுவானின் இருதயம் வேகமாகத் துடிக்கத்தொடங்கிற்று. பரிசுப்பொருளைப் பிரிக்கும் குழந்தையின் ஆர்வத்துடன் அந்த ஞானத்துறவி அதைத் திறந்தார்.

உள்ளே ஒரு காய்ந்த இலை. இதய வடிவில் கூர்மையான முனையுடன் இருந்தது. பிரஞானகரர் அது இன்னதென்று உடனே யூகித்து எழுந்து மண்டியிட்டார். யுவானின் கண்கள் கேள்விக்குறியுடன் தலைமை பிக்குவை நோக்கி உயர்ந்தன.

"இது உருவேலாவில் உள்ள போதி மரத்தின் இலை. ததாகதர் ஞானம் பெற்ற மரத்தின் இலை. கடந்த ஆண்டு நான் அங்கு சென்றிருந்த போது உதிர்ந்த இலை ஒன்றை எடுத்துவந்தேன்"

அசோகன் நாகமுத்து

மிக மெதுவாக தலைமைப் பிக்கு அந்த சொற்களை உச்சரித்தார்.

யுவான் சற்றுநேரம் சிலையென இருந்தார். அவரது உதடுகள் ஏதோ முணுமுணுக்க, கைகள் குவிந்தன. மூவரும் ஒன்றாக ஒரே சமயத்தில் சரணகோஷம் ஒலித்தார்கள். வெளியே புத்தவிகாரத்தின் மணி ஒலிக்கத்தொடங்கியது.

தலைமைப்பிக்கு கேட்டுக்கொண்டதற்கு இணங்க இரண்டு நாட்கள் யுவானும் பிரஞானகரரும் அங்கே தங்கியிருந்தார்கள். அங்கிருந்த சமயத்தில் அப்பகுதியின் புத்த விஹாரங்கள் குறித்தும் அரசியல் சூழல் குறித்தும் அவர்கள் கேட்டறிந்தார்கள்.

இருநாட்கள் கழித்து தலைமைப்பிக்குவிடம் விடைபெற சென்றபோது அவர் தியானத்தில் இருந்தார். சற்று நேரம் கழித்து கண்விழித்த அவர் யுவானிடம் "நீங்கள் இவ்விடத்திலிருந்து கபிஸாவுக்குச் செல்கிறீர்கள் அல்லவா?" என்றார்.

"ஆம்"

"செல்லுங்கள். அங்கே பணையக்கைதியாக கனிஷ்க மஹாராஜா காலத்தில் கொண்டுவரப்பட்ட ஒரு சீன இளவரசர் காத்திருக்கிறார். அவரது செல்வத்தை உம்மிடம் அளிப்பதற்காக அவர் காத்திருக்கிறார். விரைந்து செல்லுங்கள்"

இளம் பிக்குகள் இருவரும் ஒன்றும் புரியாமல் விழித்தனர்.

"இப்போதைக்கு நான் எதையும் சொல்வதற்கில்லை. நீங்கள் விரைந்து புறப்படுங்கள். கபிஸாவில் அனைத்தும் புரியவரும்" தலைமைப் பிக்கு விடைகொடுத்தார். யுவான் புறப்பட்டார்.

(19)

மழைத்துளிகள் விண்ணிலிருந்து ஒரே சீராய் விழுந்து கொண்டிருந்தன. அறையெங்கும் குளிர் பரவியது. இருளை அகற்ற அங்கே ஒரு பந்தம் கொளுத்தப்பட்டு செங்கல்லால் ஆன சுவரில் செருகப்பட்டிருந்தது. வெளியே இருளைக்கிழித்துக்கொண்டு மின்னல் கீற்றுகள் அவ்வப்போது எழுந்தன. அஞ்ஞானத்தை அகற்றும் ததாகதரின் வாக்குகள் போன்றவைதான் இந்த மின்னல்கள் என்று யுவான்சுவாங் எண்ணிக்கொண்டார்.

"நல்ல மழை. பயிர்களின் விளைச்சலுக்கு மிக உதவியாக இருக்கும்" என்றார் அருகில் நின்ற பிரஞானகரர்.

"உண்மைதான். இங்குள்ள ஏழை எளிய விவசாய மக்கள் நிம்மதி அடைவர். அவர்கள் உழைக்கவில்லையெனில் நகர மக்களுக்கு உணவு எங்கிருந்து கிடைக்கும்?"

"அரசுகள் காடுகளைத் திருத்தி விவசாயத்தை மேம்படுத்துவதற்குப் பதிலாக கோட்டைகளைத் திருத்தி, இளைஞர்களைப் படையில் சேர்த்து தங்கள் போர்ப்படையை பெருக்கிக்கொள்வதிலேயே கவனம் செலுத்துகின்றன என்பதைக் காணும்போது எனக்கு வருத்தம் மேலிடுகிறது"

"எல்லோரும் அசோக மகாராஜா போல ஆகிவிடவேண்டும் என்றுதான் என் உள்ளமும் பலநேரங்களில் சிந்திக்கிறது.

ஆனால் அவர் ததாகதரின் தர்ம உபதேசத்தைப் பெறுவதற்கு முன்பாக நிகழ்த்திய ரத்தப் படுகொலைகளும் ஞாபகத்துக்கு வருகின்றன”

“மரியாதைக்குரிய பிக்குவே, இப்படி எத்தனையோ படுகொலைகளைச் செய்தவர்களையும் அபூர்வமான அகிம்சைப் பெருவாழ்வுக்கான உதாரண புருஷர்களையும் இப்பாரதக்கண்டம் பார்த்துள்ளது. தினமும் கொலைத்தொழில் செய்கிறவர்களும் எவ்வுயிருக்கும் தீங்கு விளைவிக்காமல் காட்டுக்குள் உறைந்து இலைகளையும் வேர்களையும் உண்டுவாழும் மகாமுனிவர்களும் இங்குதான் உள்ளனர்”

இவர்களின் உரையாடிக் கொண்டிருக்கையில் நேரத்தில் அந்த விஹாரத்தின் தலைமை குரு இவர்களுக்குப் பின்னால் வருவது கண்டு இருவரும் வணங்கினர்.

“கபிஸா ராஜ்யத்துக்கு வந்திருக்கும் இளம் பிக்குகளே, உங்கள் சௌகரியத்துக்கு ஏதேனும் குறையிருப்பின் இந்த எளியேனிடம் கூறுங்கள். எம்மால் இயன்றதைச் செய்கிறேன்” என்ற அவருக்கு எழுபது வயதுக்கு மேல் இருக்கும். முகத்தில் தோல்கள் சுருங்கியிருந்தன. லேசாகக் கூன் விழுந்திருந்தது. பல்லாண்டுகளாகத் ததாகதரின் தர்மத்தைக் கடைபிடிக்கும் அவர் கபிஸாவின் பெரும் அறிஞர்களில் ஒருவர். தேவப்பிரியர் என்பது அவர் பெயர்.

தேவப்பிரியர் மெல்ல நடந்து சென்று அந்த அறையில் இருந்த கற்படுக்கையில் அமர்ந்து, இரண்டு இளம் பிக்குகளையும் அமருமாறு சைகை செய்தார்.

“சீனப்பிக்குவே, உமது ஞானத்தின் பிரகாசம், உமது பயணத்தின் நோக்கம், நீர் எதிர்கொண்ட சவால்கள் அனைத்துமே நீர் இங்கு வருவதற்கு முன்பே எட்டிவிட்டது. கபிஸாவைத் தாண்டி சிந்து நதிக்கரையையும் தாண்டி கங்கையின் விரிவையும் தாண்டி நாளந்தாவுக்குக் கூட இச்செய்தி எட்டியிருக்கலாம். இங்கே கபிஸாவில் இருக்கும் பிக்குகளாகிய நாங்களும் சில நாட்களாக உமது வருகையை ஆவலுடன் எதிர் நோக்கியிருந்தோம்” என்ற தேவப்பிரியர் எழுந்துபோய் அறையில் இருந்த மண்பாண்டத்திலிருந்து தண்ணீரை மரக்குவளையால் எடுத்து அருந்தினார். பின் உதடுகளைத் தன் மேலாடையால் துடைத்துக்கொண்டார்.

‘‘கனிஷ்க மஹாராஜாவின் ஆட்சிக்காலத்தில் அவரது ராஜ்ஜியம் எட்டுத்திசைகளிலும் பரவி இருந்தது. அவருக்கு தூரதூரத்து ராஜாக்கள் எல்லாம் அடிபணிந்தனர். தங்கள் இளவரசர்களையும் இளவரசிகளையும் அவரது சபையில் பணிபுரிவதற்காக அனுப்பி வைத்தனர். தங்கள் அரசின் மீது படையெடுக்காமல் இருப்பதற்காக அவர்கள் செய்த ஏற்பாடு அது. சீனதேசத்திலிருந்தும் அப்படியொரு இளவரசர் இங்கே வந்தார். அவர் கட்டிய ஆலயம் ஒன்று இங்குள்ளது” என்ற அவர் சற்றுநிறுத்தி விட்டு வாயில் வழியாக வெளியே பார்த்தார். இடி மின்னலுடன் மழை தொடர்ந்து பெய்தது. அவ்வப்போது காற்று சீற, குளிர்ந்த நீர்த்துளிகள் அறைக்குள் விழுந்தன.

பனிமலையின் அடிவாரத்தில் இருந்த அந்த நகரின் குளிர் ஊசியாகக் குத்தியும் தேவப்பிரியரோ அங்கிருக்கும் பிற பிக்குகளோ கம்பளி ஆடைகளைக் பயன்படுத்தாமல் இருப்பதை ஏற்கெனவே கண்டு வியந்திருந்தார் யுவான். அந்த எழுபது வயதுக் கிழவர் குளிரின் எந்த சலனமும் இன்றி பேசிக்கொண்டே சென்றார். யுவானுக்கோ குளிரில் பற்கள் ஆடத்தொடங்கிவிட்டன.

“இளம்பிக்குகளே, சீன இளவரசர் கட்டிவைத்த அந்த ஆலயத்தில் ஏராளமான தங்க, வைர, வைடூரியங்களை ஓரிடத்தில் புதைத்து வைத்துள்ளார். அவற்றை ஆலயத்தின் மறுசீரமைப்புக்கு மட்டுமே பயன்படுத்தவேண்டும் என்று குறிப்பு எழுதிவைத்துவிட்டு அவர் மறைந்துவிட்டார். பல நூற்றாண்டுகள் ஆகிவிட்டன. இன்று அந்த ஆலயம் சிதிலமடைந்து கிடக்கிறது”

‘‘மேன்மை பொருந்திய தலைமைப்பிக்குவே, அந்தச் செல்வத்தைக் கொண்டு ஆலயத்தை நிர்மாணிக்கலாமே? என்ன தயக்கம்?” பிரஞானகரர் கேட்டார்.

“ஏற்கெனவே பல்லாண்டுகளுக்கு முன்பு ஒரு பேராசை பிடித்த மன்னன், அந்த செல்வத்தின் மீது ஆசை கொண்டு, அதைத் தோண்டி எடுத்துச் செல்ல ஆட்களை அனுப்பினான். கிழக்கு வாயிலின் தெற்குப் பகுதியில் சீன இளவரசரின் சிலை உள்ளது. அதன் காலடியில்தான் அவ்வளவு செல்வமும்

புதைக்கப்பட்டுள்ளது என்று சொல்கிறார்கள். அந்த இடத்தில் மன்னனின் ஆட்களில் ஒருவன் தோண்டினான். மறுகணம் பூமி அதிர்ந்தது. சீன இளவரசரின் தோளில் அமரும்படி செய்யப்பட்டுள்ள கற்கிளிக்கு உயிர் வந்து அது தன் இறக்கைகளை அடித்துக்கொண்டது. மிகக் கடுமையான குரலில் அது ஒலியெழுப்பியது. இந்தச் சம்பவங்களைத் தூரத்தில் இருந்து பார்த்துக்கொண்டிருந்த மன்னனும் அவனது மந்திரிமாரும் அஞ்சி ஓடிவிட்டார்கள்"

"ஓ" இரு இளம் பௌத்த அறிஞர்களும் ஒன்றாக ஒலி எழுப்பினார்கள்.

"அது மட்டுமா? அதன் பிறகு பல ஆண்டுகள் கழித்து பௌத்த சங்கத்தார் ஆலயத்தைச் சரிசெய்ய செல்வத்தை எடுத்துப் பயன்படுத்துவோம் என்று முடிவு செய்தனர். அவர்கள் முயன்றபோதும் அதே சம்பவங்கள் தோன்றின. அவர்களும் செல்வத்தை எடுக்கும் முயற்சியைக் கைவிட்டனர். அதன்பிறகு எனக்கு நினைவு தெரிந்த நாளில் இருந்து அந்த செல்வத்தைத் தொடும் துணிச்சல் யாருக்கும் இல்லை" என்றவாறு தேவப்பிரியர் பெருமூச்செறிந்தார்.

"இன்று அந்த வாய்ப்பு வந்திருப்பதாக எனக்குத் தோன்றுகிறது. நேற்று நீங்கள் வருவதற்கு சற்று முன்பாக சீன இளவரசரின் சிலை முன்பாக நெடு நேரம் நின்றிருந்தேன். அந்த கற்கிளியின் கண்கள் என்னைப் பார்த்தவண்ணம் இருந்தன. அதன் செல்வத்தை எடுத்துச் சென்றுவிடுவேனோ என்று வெறிக்கும் கண்கள் அவை. அதன் பார்வையை என்னால் உணர முடிந்தது. இமைக்காத, சந்தேகப்பிராணியின் கண்கள் அவை. ஆனால் என் பிரார்த்தனையை முடித்துக்கொண்டு திரும்பிய கணத்தில் ஒரு வேறுபாட்டைக் உணர்ந்தேன். ஆம், பிக்குகளே, கிளியின் கண்கள் மூடியிருந்தன. என் கண்ணில்தான் கோளாறு இருக்கவேண்டும் என்று கருதி, சங்கத்தைச் சேர்ந்த பிற சகோதரர்களையும் சென்று பார்த்துவிட்டு வருமாறு கோரினேன். எல்லோருமே கிளியின் மூடிய கண்களையே பார்த்தனர்."

"இதற்கு அர்த்தம் என்ன?"

"உங்கள் வருகைதான் அதற்குக் காரணம் என்று நான் கருதுகிறேன். சீனதேசத்து இளவரசர் ஒரு சீனதேசத்து

பிக்குவைத்தான் நம்புகிறார் போலிருக்கிறது" புன்னகைத்தார் தேவப்பிரியர்.

பிரஞானகரர், யுவானை நோக்கி, "பாமியனில் நாம் சந்தித்த தலைமை குரு சொன்னது நினைவில் உள்ளதா, பிக்குவே?" என்றார்.

"ஆம்" என்றார் அவர் விரிந்த விழிகளுடன்.

"பாமியன் பிக்கு என்ன சொன்னார்?' கேட்டார் தேவப்பிரியர்.

''கபிஸாவில் ஒரு சீன இளவரசர் காத்திருப்பதாகச் சொன்னார்"

இந்தச் சொற்களைக் கேட்டது தேவப்பிரியர் திடீரென எழுந்தார். "அப்படியா சொன்னார்? அப்படியா சொன்னார்? எனில் எல்லாம் ஏற்கெனவே தீர்மானிக்கப்பட்டதா?'' மெல்லிய குரலில் தனக்குள் கூறிக்கொண்டார்.

"இப்போதைக்கு இருவரும் படுத்து ஓய்வெடுங்கள். இது சதுர்மாதம் முடியும் காலகட்டம் என்பதால் எங்கள் சங்கத்துப் பிக்குகள் அனைவரும் நகரில் தான் உள்ளனர். அவர்களின் கூட்டத்துக்கு நாளையே ஏற்பாடு செய்கிறேன்"

தேவப்பிரியர் கிளம்பிச்சென்று வேகு நேரம் கழித்தே அந்த அறையில் எரிந்த தீப்பந்தம் ஊதி அணைக்கப்பட்டது.

(20)

மறுநாள் அதிகாலையில் பெரிய மணியொன்றின் ஓசையைக் கேட்டு கண்விழித்தனர் இளம் பிக்குகள் இருவரும். வெளியே ஆட்கள் நடமாட்டமும் சரண கோஷமும் கேட்டது. அவசரமாக எழுந்துத் தயாராகி வெளியே வந்தபோது நூற்றுக்கணக்கான காவி ஆடை அணிந்த, பிக்குகளைக் கண்டார்கள். எல்லோரும் அவசரமாகத் தயாராகிக் கொண்டிருந்தனர். இவர்களைக் கண்டதும் எதிரே வந்தவர்கள் உடனடியாக வணங்கி முகமன் கூறினர்.

தேவப்பிரியரின் அறை மிகவும் பரபரப்பாக இருந்தது. அவர் மிகுந்த உற்சாகமாகப் பிக்குகளுக்கு அடிக்கடி ஏதோ கட்டளைகளைப் பிறப்பித்தவண்ணம் இருந்தார்.

இவர்களைக் கண்டதும் வெளியே வந்து வரவேற்ற அவர்,“இன்னும் சற்று நேரத்தில் முரசு ஒலிக்கும். சீன இளவரசர் ஆலயத்துக்குச் செல்வோம். அங்கு சங்கம் கூட்ட உத்தரவிட்டுள்ளேன்” என்றார்.

தேவப்பிரியரின் அறையில் ஆளுயரத்தில் அமைந்த ததாகதரின் சிற்பம் ஒன்று இருந்தது. அதன் காலடியில் அழகிய பூக்கள் வைக்கப்பட்டு அகிற்புகை மணத்தது. அதைப் பார்த்தவண்ணம் யுவான் தரையில் அமர்ந்தார்.

“என்ன அழகு? இவ்வுலகின் அழகெல்லாம் அருள் சொட்டும் இவரது வதனத்துக்குச் சமமாகுமா?'' பிரஞானகரர்

நின்றவண்ணம் ரசித்தார். வெளியே பெரிய முரசு முழங்கியது. தேவப்பிரியர் உள்ளே வந்தார்.

"வாருங்கள் போகலாம்"

அவர்கள் வெளியே வந்ததும் சுமார் இருபது பேர் கொண்ட பிக்குகள் குழு எதிர்கொண்டது. பதாகைகளையும் பெரிய குடை ஒன்றையும் அவர்கள் ஏந்தியிருந்தனர். இவர்களை வரவேற்று அழைத்துச் சென்றனர். வாத்தியக்குழு ஒன்று முன்னால் சென்றது.

குடையின் கீழ் யுவான் சுவாங்கும் தேவப்பிரியரும் பிரஞானகரரும் நடந்துவர அக்குழு மெல்ல நகர்ந்தது. விஹாரத்திலிருந்து வெளிப்பட்டு கிழக்காக நடந்தனர். ஒரே இரவில் தேவப்பிரியர் அப்பகுதி முழுக்க அலங்கரிக்கவும் திருவிழாக்கோலம் பூணவும் ஏற்பாடு செய்திருப்பதை அவர்கள் கண்டனர். தோரணங்களால் அலங்கரிக்கப்பட்ட சாலை வழியாக கொஞ்ச தூரம் நடந்தபின்னர் பெரிய ஸ்தூபி ஒன்று தூரத்தில் தென்பட்டது. அதைச் சூழ்ந்து சில கல்மண்டபங்கள் சிதிலமடைந்து தெரிந்தன. பெரிய கற்சுவர் அவற்றைச் சுற்றி எழுப்பட்டிருந்தது. ஆயிரத்துக்கும் மேற்பட்ட எண்ணிக்கையில் பிக்குகள் பெரிய பாய்களின் மீது அமர்ந்திருந்தனர். தொலைவில் இருந்து அதைக் கண்டபோது காவிநிறப்பூக்களால் ஆன பூங்கொத்துபோல் தெரிந்தது. அவர்கள் நெருங்க நெருங்க மணியொலியும் முரசொலியும் குழல்வாத்தியங்களின் ஒலியும் அதிகரித்தே வந்தது. வாழ்த்தொலிகளும் கேட்கத்தொடங்கின.

மெதுவாக அப்பெரிய கூட்டத்துக்கு முன்னால் போய் நின்றார் தேவப்பிரியர். அவர் கையமர்த்தியதும் கூட்டம் மௌனமானது.

"பிரார்த்தனைகள் தொடங்கட்டும்" என்ற அவர் முன்வரிசையில் யுவான், பிரஞானகரருடன் அமர்ந்தார். பிக்குகள் தங்கள் கையில் இருந்த சுவடிகளைப் படிக்க ஆரம்பித்தனர். சதுர் மாதம் முடியும் தருவாயில் பிக்குகள் இங்கு கூடிச் சுவடிகளைப் படித்துப் பிரார்த்தனை செய்வது பல தலைமுறைகளாக இருந்துவரும் பழக்கம்.

சுமார் ஒரு நாழிகை நேரம் தொடர்ந்து ஸ்லோகங்கள் ஒலித்தன. பின்னர் மணி ஒலித்து பிரார்த்தனைகள் முடிந்ததும் தேவப்பிரியர் எழுந்தார்.

“பிக்குகளே, இந்த ஆலயத்தின் கதையை நீங்கள் அனைவரும் அறிவீர்கள். சீன இளவரசர் விட்டுச்சென்ற செல்வத்தை எடுத்து இதற்கான திருப்பணியைச் செய்யும் வாய்ப்பு இதுவரை யாருக்கும் வாய்க்கவில்லை. இனியும் வாய்க்கப்போவதில்லை என்று நான் எண்ணியிருந்தேன். ஆனால் நேற்று எனக்கு ஒரு சமிக்ஞை கிடைத்தது. இன்று அது நிறைவேறும் என்று நான் கருதுகிறேன். சீனதேசத்திலிருந்து ஜம்புத்வீபத்துக்குப் பயணம் மேற்கொண்டிருக்கும் பிக்கு, யுவான் சுவாங்கின் வருகை எனக்கு அதை உறுதிப்படுத்துகிறது. எனவே நம் எல்லோரின் சார்பாக இந்தச் செல்வத்தை யுவான் சுவாங் எடுத்து இதன் சீரமைப்புப் பணிக்காகத் தரவேண்டும் என்று கேட்டுக்கொள்கிறேன்” என்று அவர் சொல்லி முடித்ததும் பெரிய கரகோஷம் எழுந்தது.

மனரீதியில் தயாராகி இருந்த யுவான் சுவாங் எழுந்து நின்றார். சீன இளவரசரின் சிலைக்கு முன்னால் போய், வணங்கினார். இரண்டு ஆள் உயரமான சிலை அது. தோளில் இருந்த கற்கிளியின் கண்கள் மூடி இருந்தன. சீன இளவரசரின் முகத்தில் ஒரு புன்னகை தொற்றி இருந்ததுபோல் யுவான் உணர்ந்தார். பெரிய கூடையில் இருந்த மலர்களை அள்ளி சிலையின் காலடியில் சொரிந்தார்.

கண்களை மூடியவாறே பின்வருமாறு வேண்டினார்:

“போற்றுதலுக்குரிய இளவரசே, தாங்கள் விட்டுச்சென்ற செல்வத்தை, தாங்கள் விட்டுச் சென்ற காரியத்துக்காகப் பயன்படுத்தும் நேரம் வந்துவிட்டது. எங்கள் நோக்கம் உண்மையானது. அதை எங்கள் மனங்களை ஊடுருவி தாங்கள் அறிந்துகொள்ளலாம். எங்கள் நோக்கம் உண்மையாக இருக்கும் பட்சத்தில் தங்கள் சக்தியை சற்றுக் குறைத்து இச்செல்வத்தை அணுக எங்களை அனுமதியுங்கள். இதில் இருக்கும் செல்வத்தை நானே அளந்து தேவையான பணிகளுக்கு ஒதுக்கீடு செய்கிறேன். தாங்கள் அதற்கு அனுமதி அளியுங்கள்”

சற்று நேரம் கழித்துக் கண்களைத் திறந்தார் யுவான். அவர் சொன்னபடி சிலையின் கால்பகுதியில் தோண்டினார்கள். பூமி அதிரவில்லை. கிளி கூக்குரலிடவில்லை. ஏழடி தோண்டியபிறகு, உள்ளே தாமிரக் குடம் ஒன்று தட்டுப்பட்டது. பிக்குகளின் ஆரவாரத்துக்கு இடையே அந்த புதையல் தோண்டி எடுக்கப்பட்டது.

தேவப்பிரியர் யுவானின் இரு கரங்களையும் பற்றிக்கொண்டார்.

(21)

பிரஞ்ஞானகரர் என்னிடமிருந்து விடைபெற்றுச் சென்று சிலநாட்களில் என் பயணம் தொடர்ந்தது. அவரும்தான் எவ்வளவு அன்புள்ள மனிதராக இருந்தார்? அன்பு மட்டுமல்ல, அறிவும் ததும்பியவராகவும் அல்லவா இருந்தார்? நான் இப்போது பலருடன் இருந்தாலும் தனியனாக இருக்கிறேன். என்னதான் என்னுடன் அரசர்கள் அனுப்பிய ஆட்களும் விலங்குகளும், என்பால் அன்பு கொண்ட பிக்குகளும் இருந்தாலும் புத்திஜீவியான நண்பன் ஒருவனுக்குச் சமமாக முடியாது என்பதை அவர் இல்லாத சில நாட்களில் நான் கண்டுகொண்டேன்.

கபிஸாவிலிருந்து கிழக்கு நோக்கி ஒரு பெரிய மலைப்பகுதியைத் தாண்டிப் பயணம் மேற்கொண்டு லம்பா என்ற இடத்துக்கு வந்து சேர்ந்தோம்.. இதுதான் பரதகண்டத்தின் எல்லை என்பதறிந்து பெருமகிழ்வு கொண்டேன். இது கபிஸாவின் சிற்றரசாக சமீபத்தில்தான் மாறியிருந்தது. நெல்லும் கரும்பும் இங்கு சாகுபடி செய்தனர். மக்கள் பருத்தி ஆடைகளை அணிந்தனர். அவர்களை மிகுந்த நாகரிமடைந்தவர்கள் என்று என்னால் சொல்ல இயலவில்லை. அங்கிருந்து தெற்காகப் பயணம் செய்து ஒரு நதி, ஒரு மலையைத் தாண்டி நகரஹாரா என்ற இடத்துக்கு வந்து சேர்ந்தேன். இதுவும் கபிஸாவின் ஆதிக்கத்தில் இருந்தது. சுற்றிலும் மலைகளுக்கு நடுவே இது அமைந்திருந்தது. இங்கு இதமான

பருவநிலை நிலவிற்று. மக்களும் நாகரிகமானவர்களாகவும் துணிச்சலானவர்களாகவும் இருந்தனர்.

இதற்கு சற்று தென் கிழக்காக அசோகர் கட்டிய ஸ்தூபி ஒன்று இருப்பதாக அறிந்து அங்கு போனேன். 300 அடி உயரத்தில் பிரம்மாண்டமான செங்கல் அமைப்பு அது. அருகில் ஒரு விஹாரமும் ஒரு சிறிய ஸ்தூபியும் இருந்தன.

பௌத்த விஹாரத்தில் இருந்து தலைவர் வந்து என்னை வரவேற்று சிறிய ஸ்தூபிக்கு அழைத்துச் சென்றார். அதில் பூக்களைச் சொரிந்து பிரமாதப் படுத்தியிருந்தார்கள்.

"இதில் என்ன விசேஷம்?" என்று அவரிடம் கேட்டேன்.

"இந்த ஸ்தூபி கட்டப்பட்டிருக்கிற இடம் இருக்கிறதே.. அது அவ்வளவு விசேஷமானது. சாக்கிய போதிசத்துவர் பல யுகங்களுக்கு முன்னால் தீபங்காரா புத்தரைச் சந்தித்த இடம் இது. அவரைக் கண்டதும் போதிசத்துவர் பெருமகிழ்வு கொண்டார். இவ்விடத்தில் மணலில் அமர முயன்றார் புத்தர். போதிசத்துவர் தன்னுடைய தலைமுடியைக் கீழே விரித்து அதன் மேல் தான் வைத்திருந்த மான்தோலை விரித்து அவரை அமரச்செய்தார். இவ்விடத்தில் தீபங்கார புத்தர், போதி சத்துவரிடம் அவரும் புத்தர் நிலையை எட்டுவார் என்கிற உண்மையை உணர்த்தினார்."

உடனே அவ்விடத்தில் மண்டியிட்டேன்.

"அதன் பிறகு எத்தனையோ முறை இவ்வுலகம் அழிந்துபோய் மறுபடியும் உண்டானது. ஆனால் இந்நிகழ்ச்சி நடந்ததற்கான சுவடுகள் இவ்விடத்தில் அழியாமல் இருந்துகொண்டே இருக்கின்றன"

எனக்குச் சின்னதாய் ஒரு கேள்வி.

"பிக்குவே, இவ்வுலகம் அழிகையில் மாபெரும் சுமேரு மலைகூட தீத்துகள்களாய் மாறி அழிந்துதான் போய்விடுகிறது. அப்படி இருக்கையில் போதிசத்துவர் தன் தலைமுடியை விரித்த சுவடு மட்டும் எப்படி அழியாமல் இருக்க முடியும்?"

"இந்தப் பிரபஞ்சம் அழியும்போது இந்தச் சுவடுகளும் அழிந்துவிடுகின்றன அன்பரே. ஆனால் மறுபடியும்

இவ்வுலகம் பிறக்கும்போது இந்தச் சுவடுகள் மட்டும் மீண்டும் முன்பிருந்தவாறே உருவாக்கப்படுகின்றன. சுமேரு மலை மீண்டும் பழைய நிலையிலே உருவாகும் போது இந்தச் சுவடுகள் உருவாவதில் என்ன சந்தேகம் உமக்கு? தங்களது கேள்விக்கு அவசியமே இல்லை"

பிக்கு மிகுந்த சிரத்தையுடன் இப்பதிலைச் சொன்னார். அவரது கண்களில் மிகுந்த பக்தியைக் கண்டேன். சில நேரம் கண்களை மூடிக்கொண்டு அந்த ஸ்தூபியின் உருவத்தை என் மனத்தில் நிரப்பினேன். சில மலர்கள் அந்த ஸ்தூ பியிலிருந்து உதிர்ந்தன. ஒரு பூ காவி நிறத்தில் மிக அழகாக இருந்தது. எடுப்பதற்காகக் குனிந்தேன். சட்டென்று அது பறந்துபோனது.

பிக்கு சிரித்தார்.

"அது தேன் சிட்டு என்று நாங்கள் அழைக்கிற சிறு குருவி பிக்குவே, பூ அல்ல" என்றார்.

சிரித்தேன்.

தென்கிழக்கில் எம் பயணம் மேற்கொண்டு தொடர்ந்தது. வழியில் சில மணற்குன்றுகளைக் கடந்து ஒரு நகருக்கு வந்து சேர்ந்தோம். அங்கு புத்தர் பெருமானின் மண்டை ஓட்டு எலும்பொன்று வைக்கப்பட்டிருந்தது. இரண்டு அடுக்குகள் கொண்ட பெரிய கோபுரத்தில் அது இருந்தது. அழகிய கற்கள் இழைக்கப்பட்ட பொன்னிறத்திலான பேழையில் அதை வைத்திருந்தனர். நானும் என் குழுவினரும் அதற்கு மரியாதைகள் செய்து வணங்கினோம். ஓர் அடி நீளத்தில் மஞ்சள் நிறத்தில் அந்த எலும்பு இருந்தது. தலை முடி இருந்தற்கான சிறு துளைகள் கூடத் தெரிந்தன.

அங்கிருந்த பிக்கு பழுத்த மனிதராக இருந்தார். தரையில் அமர்ந்து ஓலை விசிறியால் விசிறிக்கொண்டிருந்தார் பிராமண குலத்தைச் சேர்ந்த அம்மனிதர். அவருக்கு முன்னால் மரத்தால் ஆன மேடை ஒன்றில் ஒரு சுவடி விரிக்கப்பட்டிருந்தது. எங்கள் வருகை அவரிடம் எந்தச் சலனத்தையும் ஏற்படுத்தவில்லை. அவருக்கு முன்னால் சென்று வணங்கியபிறகு என்னைப் பார்த்தார். அவரது

கண்கள் சிறியனவாக இருப்பினும் நெருப்பு கங்குகளாகத் தெரிந்தன.

"நான் சீனத்திலிருந்து புத்தர் பூமி நோக்கிப் பயணம் செய்கிறேன் மேன்மை தங்கிய பிக்குவே..." என்று என்னை அறிமுகப் படுத்திக்கொண்டேன்.

அவர் சுவாரசியம் எதுவும் இன்றி என்னைப் பார்த்தார். அதற்கென்ன என்பதுபோல் இருந்தது அவரது பார்வை. எல்லா இடங்களிலும் வரவேற்பையே பெற்று வந்த எனக்கு இப்படியொரு எதிர்வினை கிடைப்பதைக் கண்டு என் குழுவினர் ஆச்சரியமாகப் பார்ப்பதை நான் உணர்ந்தேன்.

"பிக்குவே, ததாகதரின் ஞானத்தின் துளிகளைச் சேகரித்து அவற்றின் மூலவடிவில் எம் தேசத்துக்குக் கொண்டு செல்வதே எம் நோக்கம்"

அந்தப் பிக்கு கலகலவெனச் சிரித்தார். வெறி பிடித்த மனிதர் போலிருக்கிறது.

சிரிப்பை முடித்தபின் என்னை ஆவேசமாக நோக்கினார்.

"வாரும். உம் நோக்கம் நிறைவேறுமா என்று பார்த்துவிடலாம்"

வேகமாக எழுந்து புத்தரின் மண்டை எலும்பு வைக்கப்பட்டிருந்த பேழையை அடைந்தார். அருகில் சந்தனம் குழைத்து வைக்கப்பட்டிருந்த ஒரு குடுவையில் கைவிட்டு கொஞ்சம் சந்தனத்தை அள்ளி, அருகில் இருந்த கல்மேடையில் அப்பினார். பச்சை நிறத்தில் இருந்த பட்டுத்துணியால் அதை மூடினார்.

பேழையைத்திறந்து எலும்பை ஒரு குழந்தையை எடுப்பதுபோல் எடுத்து, சந்தனத்தின் மீது போடப்பட்டிருந்த பட்டுத்துணி மேல் அழுத்தினார்.

பின் மறுபடியும் கவனமாக அந்த எலும்பைப் பேழையில் வைத்துவிட்டார்.

"சீனப்பிக்குவே, இந்த எலும்பை அழுத்தியதால் ஒரு வடிவம் அந்த சந்தனத்தில் உருவாகியிருக்கும். அது உருவம்

சொல்லும் செய்தி உமது பயணத்தின் நோக்கம் நிறைவேறுமா என்பதையும் உமது தரம் என்ன என்பதையும் நிச்சயமாகப் புரியவைத்துவிடும்" என்றார்.

நான் மண்டியிட்டு கண்களை மூடித் ததாகதர் ஞானம் பெற்ற போதிமரத்தையும் அழகிய நிரஞ்சனா நதியையும் என் நெற்றிப் பொட்டில் நிறுத்தினேன். நேரம் கடந்து சென்றது.

"ஹா.." என்று அப்பிக்குவும் என்னுடன் வந்த குழுவினரும் ஓசை எழுப்புவது கண்டு கண்களைத் திறந்தேன்.

பிக்கு பட்டுத்துணியை எடுத்திருந்தார். சந்தனத்தில் பதிவாகி இருந்தது ஒரு போதி மரம்!

அந்த பிக்குவின் உடலில் திடீரென ஓர் பணிவு வந்ததைக் கண்டேன். அவர் கண்கள் குளிர்ந்தன. திடீரென ஆவேசம் வந்தவர்போல அருகில் இருந்த பூக்கூடையை எடுத்து, அதிலிருந்து பூக்களை அள்ளி என்மீது சொரிந்தார்.

"சீனதேசப் பிக்குவே, இதுவரையில் இங்கு எத்தனையோ பேருக்கு இப்படி செய்து பார்த்திருக்கிறேன். ஆனால் யாருக்கும் போதி மரம் மட்டும் வந்ததில்லை. இது ஓர் அரிய நிகழ்ச்சியாகும். ததாகதரின் ஞானத்தின் ஒரு பகுதியை நீர் நிச்சயமாக அடைவீர்!"

அவரது கைகள் பூச்சொரிவதை நிறுத்தவில்லை. பூக்கூடை தீர்ந்த பிறகும் கூட அவரது கைகள் கொஞ்சநேரம் பூக்களைச் சொரிவதாக பாவனை செய்துகொண்டிருந்தன. யாரும் பேசவில்லை!

(22)

மஞ்சள் நிறத்தில் வெயில் அடித்தது. பெரிய நாவல்மரத்தின் கீழ் நீண்ட கொடுவாளை பாறையில் தீட்டிய வண்ணம் அமர்ந்திருந்தான் வஜ்ர சேனா. அவனது மீசை வாளைப்போலவே வளைந்து தொங்கியது. தலைமுடியைக் கொண்டை போட்டிருந்தான். அருகில் இருந்த குடுவை ஒன்றிலிருந்து அடிக்கடி கள்ளை எடுத்து அருந்திக்கொண்டான். அவனது மீசை ஓரங்கள் கள்ளில் நனைந்திருந்தன. அவனது கண்கள் மிகப்பெரியவை. அவை சிவந்துபோய் நெருப்புக் கங்குகளாக இருந்தன. கறுத்த உடல் வெயிலில் பட்டு மினுமினுக்க, கிங்கரனைப்போல் அவன் அமர்ந்திருந்தான். அடிக்கடி தனக்கு எதிரே நீண்டு பாம்பு போல் போய்க்கொண்டிருந்த ஒற்றையடிப்பாதையை அவன் பார்த்துக் கொண்டிருந்தான்.

"வஜ்ரா.." கிசுகிசுப்பாய் ஒரு குரல் கேட்டது. அவன் மரத்தின் மேலே பார்த்தான்.

"ஆள் வருகிறது" இலைகளுக்கு நடுவிலிருந்து குரல் கேட்டது.

இரண்டு விரல்களை வாயில் வைத்து வஜ்ரா ஒலியை எழுப்பினான்.

திடீரென்று மேலும் மூன்று பேர் அவனுக்குப் பின்னால் இருந்த காட்டில் இருந்து தோன்றினார்கள். மரத்தின்

மேலிருந்தவன் தொப்பென்று குதிக்க நால்வரும் கையில் ஆயுதங்களுடன் பாதைக்கு நடுவே வந்தனர். சில கணங்கள் கழித்து தூரத்தில் இருவர் வருவது கண்ணுக்குப் புலப்பட்டது.

உயரமாக இருந்த ஒருவர் உடலை பெரிய சால்வை கொண்டு மூடியிருந்தார். இன்னொருவர் வயதானவர்.

அவர்கள் அருகே வந்ததும் ஐவரும் அவர்களைச் சூழ்ந்துகொண்டனர்.

வாள்கள் உயர்ந்தன. வஜ்ரா மீசையை முறுக்கிக்கொண்டான்.

வயதானவர் இந்தக் கொள்ளையர்களைக் கண்டதும் நடுங்கினார்.

ஆனால் உடன் இருந்த இன்னொரு மனிதர் எந்த விதத்திலும் அஞ்சியதாகத் தெரியவில்லை. அவர் தன் உடலைப் போர்த்தியிருந்த துணியை விலக்கினார். பௌத்த துறவிக்கான ஆடையை அவர் அணிந்திருந்தது கண்டு கொள்ளையர்கள் வேகம் சற்றுத் தணிந்தது.

"எங்கே செல்கிறீர்கள் பிக்குவே" வஜ்ரா கேட்டான். அவன் முகத்தில் ஏமாற்றம் அப்பட்டமாகத் தெரிந்தது.

"ததாகரின் நிழல் உறைகின்ற குகையில் அதைத் தரிசிக்கச் செல்கின்றேன்."

"இப்பாதையில் எம்மைப் போன்ற கள்வர்கள் உறைவதை நீர் அறிய மாட்டீரா? என்ன துணிச்சல் உமக்கு? நீரோ வேற்று நாட்டினர் போலத் தோன்றுகிறீர்... இப்படிப் போய் எம்மிடம் சிக்கிக் கொள்கிறீரே, பிக்குகள் என்றால் விட்டுவிடுவோம் என்று உமக்கு யாராவது சொல்லியிருக்கிறார்களா?" என்றான் வஜ்ரா.

இன்னொருவன் "பிக்குகள் என்றால் அவர்களைப் பிய்த்துத் தின்றுவிடுவோம். தெரியுமா?" என்று கடகடவென்று சிரித்தான். அவர்கள் அனைவரும் சிரிக்க, பெரியவர் கால்கள் நடுங்கின.

"அன்புள்ளவர்களே, கொள்ளையர்கள், கள்வர்கள் யாராக இருப்பினும் என் சக மனிதர்கள்தானே, அவர்கள் உடலிலும்

என் உடலில் ஓடுவது போன்ற ரத்தம்தானே ஓடுகிறது? உங்களைக் கண்டு நான் ஏன் அஞ்சவேண்டும்? நீங்கள் என்ன மனிதர்களை அடித்துத்தின்னும் விலங்குகளா? ததாகதரின் தேசத்துக்கு வந்திருக்கும் இந்த சீனத்துறவி உயிரே போனாலும் புத்தர் பிரானின் சுவடுகளைத் தரிசிப்பதையே நோக்கமாகக் கொண்டுள்ளேன். நீங்கள் எனக்குத் தீங்கு செய்ய மாட்டீர்கள் என்றே நான் நம்புகிறேன். ஏனெனில் நீங்களும் என் போன்ற சக மனிதர்கள்.."

வஜ்ரா திகைத்து நின்றான். இதுவரை அவன் இதுபோன்ற அன்பான சொற்களைக் கேட்டதே இல்லை. அவனைக் கண்டதும் அஞ்சி நடுங்கி ஓட முயற்சிக்கும் மனிதர்களையே அவன் கண்டிருக்கிறான். இந்த பிக்குவோ குளிர்ந்த தென்றலை ரசிக்கும் அதே மனநிலையில் நம்மிடமும் பேசிக்கொண்டிருக்கிறாரே என்ற எண்ணத்துடன் தன் சகாக்களைப் பார்த்தான். அவர்களும் அமைதியாக இருந்தனர். அவர்களின் உயர்ந்த கத்திகள் தாழ்ந்திருந்தன.

"பிக்குவே, உமது அமைதியான குரல் எங்களை என்னவோ செய்கிறது. அடித்துப் பறிப்பதும் திருடி வாழ்வதும்தான் எங்கள் தொழில். ஆனால் உமது நகத்துணுக்கைக் கூட எம்மால் தொட இயலாது என்று நினைக்கிறேன்." வஜ்ரா தன் நண்பர்களைப் பார்த்தான். அவர்கள் அமைதியாக இருந்தனர்.

"பிக்குவே.. வாருங்கள் உம்முடன் நாங்களும் அந்த குகை வரை துணைக்கு வருகிறோம். அக்குகைக்குள் நாங்கள் இதுவரை நுழைந்ததும் இல்லை. நீர் சொல்லும் நிழலைப் பார்த்ததும் இல்லை"

பிக்கு ஒப்புக்கொண்டார். அவர்கள் எழுவரும் இப்போதும் நடந்தனர்.

"இந்தப் பெரியவரை எங்கே பிடித்தீர்கள்?" என்றான் கொள்ளையரில் ஒருவன்.

"புத்தரின் மண்டை எலும்பு வைக்கப்பட்டுள்ள மடாலயத்துக்கு வந்தேன். அங்குதான் இந்த குகையைப் பற்றிச் சொன்னார்கள். நாக தேவன் ஒருவன் வசித்த குகை இது. அவனை புத்தர் பிரான் அடக்கிய பிறகு அவனது வேண்டுகோளுக்கு

செவிசாய்த்துத் தன் நிழலை இங்கு விட்டுச் சென்றிருக்கிறார் என்று சொன்னார்கள். துணைக்கு என்னுடன் வந்த கபிஸா மன்னனின் ஆட்கள் யாரும் வரத்தயாரில்லை. இதோ இந்த பெரியவரை நேற்றிரவு கண்டேன். அவர்தான் சம்மதித்தார்" என்று விளக்கினார் யுவான்.

சற்று தூரம் நடந்தபிறகு சாலை மிகவும் கரடு முரடானதாக மாறியது. அத்துடன் வழியும் குறுகலானதாக ஆனதால் ஒருவர் பின்னால் ஒருவர் நடந்தனர். சற்று நேரத்தில் இருள் ஏறிவிட்டது. வனத்திலிருந்து சில்வண்டுகள் ஒலித்தன. பறவைகள் அலறின.

"பிக்குவே, இனிமேல் நாம் இரவில் பயணம் செய்யவேண்டாம். ஆபத்து. இங்கேயே ஓரிடம் உள்ளது. அங்கே தங்கிவிட்டு காலையில் நடந்துபோவோம். குகை அருகில்தான் உள்ளது என்றாலும் அதனருகே சின்ன ஆறு ஓடுகிறது. இரவில் அதில் நீர் அருந்த துஷ்ட மிருகங்கள் வரக்கூடும்," என்ற வஜ்ரா, பந்தங்களைக் கொளுத்துமாறு தன் சகாக்களுக்கு உத்தரவிட்டான். பின்னர் அவர்கள் பாதையிலிருந்து சற்று விலகி வனத்துக்கு உள்ளே சற்று தூரம் நடந்தனர். அங்கு சின்னதாக ஒரு வெட்டவெளி இருந்தது. புல்களை எல்லாம் வெட்டி சுத்தம் செய்யப்பட்ட இடம். அங்கு சில மூட்டைகளும் இருந்தன. கள்வர்கள் தங்கும் இடம் இதுபோலும் என்று நினைத்துக்கொண்டார் யுவான்.

பந்தங்களை சுற்றிலும் ஊன்றிவிட்டு நடுவே யுவானும் அப்பெரியவரும் அமர்ந்தனர். பெரியவர் தன் மூட்டையை அவிழ்த்து அதில் இருந்த மாவை தண்ணீரில் கரைத்து அனைவருக்கும் கொடுத்தார்.

"பிக்குவே, இன்று இரவு இங்குதான் போகப்போகிறது. தங்கள் பயணங்களைப் பற்றியும் புத்தர் பற்றியும் எங்களுக்குச் சொல்லுங்களேன்" என்றான் வஜ்ரா. மற்ற கொள்ளையர்களும் ஆர்வமாக இருப்பது தெரிந்தது.

"ததாகதரின் சரித்திரத்தை உங்களுக்கு சொல்வது எனக்குக் கிடைத்த அரிய வாய்ப்பு. அதை நான் தவறவே விடமாட்டேன்" என்ற யுவான் அவர்களுக்கு புரியக்கூடிய எளிய மொழியில் அதை சொன்னார். ததாகதரின் சொற்கள் வனத்தின் வெளியில் பனிப்படலமாக மிதந்தன.

போதியின் நிழல்

அன்று இரவு அவர்கள் உறங்கியபோது நடு இரவைத் தாண்டிவிட்டது.

காலையில் எழுந்தவுடன் மீண்டும் நடை. மேற்கு நோக்கி இருந்தது அந்த குகை. அருகில் கற்களும் பாறைகளும் வெளியே தெரிய தண்ணீர் ஓடும் நதி. மெல்ல நீரைக்கடந்து குகைக்கு வந்தனர்.

குகைவாயிலில் இருந்து உள்ளே பார்த்தால் கும்மிருட்டு, கரிய சுவராக தோற்றம் அளித்தது.

"கொடிய விலங்குகள் ஏதேனும் உள்ளே இருக்கலாம்." பீதியைக் கிளப்பிய கள்வர்களில் ஒருவன், கல்லொன்றை எடுத்து குகைக்குள் எறிந்தான். உள்ளே போய் அது விழுந்ததற்கான சப்தமே கேட்கவில்லை.

"பிக்குவே, உள்ளே நேராக சென்று கிழக்குச் சுவரைத் தொட்டுவிட்டு பின்னால் ஐம்பதடி வாருங்கள். அங்கிருந்து பார்த்தால் கிழக்குச் சுவரில் ததாகதரின் நிழலைக் காணலாம். இதுதான் நான் சொல்லக் கேட்டது" என்றார் பெரியவர்.

பிக்கு மறுகணம் குகைக்குள்ளே நுழைந்தார். இருளில் தயக்கமின்றி நடந்து கிழக்குச் சுவரைத் தொட்டார். பின்னோக்கி ஐம்பதடி அப்படியே வந்தார். ஐம்பதடி முடிந்தபின் அவர் மீண்டும் வாயிலுக்கு அருகே வந்து விட்டிருந்தார். அங்கிருந்து நேரே பார்த்தார். இருளைத் தவிர எதுவுமில்லை.

யுவான் துயரமடைந்தார். கண்களை மூடித் ததாகதரைத் தியானித்தார். தன் தவறுகளுக்காக மன்னிக்குமாறு உளமுருக பிரார்த்தித்தார். ததாகதரின் புகழ் பாடும் சூத்திரங்களை உச்சரித்தார். நூறு முறை தரையில் மண்டியிட்டு வணங்கிப் பின் எழுந்த பின்னர், திடீரென கிழக்குச் சுவர் ஒளி பெற்றது.

ஒரு பிச்சைப்பாத்திரம் தோன்றியது. ஒரு கணம் தான். அது மறைந்துவிட்டது.

கிடைப்பதற்கரிய பொக்கிஷத்தைத் தவறவிட்டவராக ஆனார் யுவான்.

மீண்டும் தன் பிரார்த்தனைகளைத் தொடர்ந்த அவர் ததாகதரின் நிழலைக் காணாமல் வெளியேறுவதில்லை என உறுதி கொண்டார்.

சற்று நேரத்தில் குகையில் பெரும் ஒளி உண்டாயிற்று. சுவரில் ததாகதர் தோன்றினார். தாமரையின் மீது அவர் வீற்றிருந்தார். சுற்றிலும் போதிசத்துவர்களின் உருவங்கள் தென் பட்டன.

வெளியே இருந்தவர்களைக் கூவி அழைத்தார் பிக்கு.

அவர்களும் உள்ளே வந்து அக்காட்சியைக் கண்டனர்.

“வஜ்ரா, பந்தத்தைக் கொளுத்து. பூக்களால் ஆராதனை செய்வோம்” என்ற பிக்கு தாம் முன்கூட்டியே சேகரித்து வைத்திருந்த பூ மூட்டையைப் பிரித்தார்.

வஜ்ரா பந்தத்தைக் கொளுத்திய கணத்தில் நிழல் மறைந்து போனது.

உடனே பதறிய அவன் பந்தத்தை அணைத்தான். மீண்டும் நிழல் தோன்றியது.

பூக்களைத் தூவி யுவான் தன் ஆராதனையை முடித்தார்.

எல்லோரும் வெளியே வந்தார்கள். “எனக்குத் தெரிந்து இந்த நிழலைக் கண்டவர்கள் யாருமில்லை. பிக்குவே, உமது ஆன்மீக வல்லமையால் மட்டுமே இது நிகழ்ந்திருக்கிறது. உம்முடன் வந்தது எங்கள் அதிர்ஷ்டம்” என கண்ணீர் மல்கக் கூறினார் பெரியவர். கள்வர்கள் ஐவரும் தலை கவிந்து பிக்குவின் முன்பாக மண்டியிட்டு தங்கள் ஆயுதங்களை சமர்ப்பித்தனர்.

“எங்களைத் ததாகதரின் வழியில் ஏற்றுக்கொள்ளுங்கள்” என்றான் வஜ்ரா.

அவ்விடத்திலேயே அவர்களுக்கு பௌத்தத்தின் பிரமாணங்களை செய்வித்தார் யுவான்.

யுவானின் குழுவினர் அங்கிருந்து வெளியேறிய நேரத்தில் சூரியன் உச்சிக்கு வந்திருந்தான். வனத்தில் வினோதமான ஓர் அமைதி குடிகொண்டிருந்தது.

அவர்கள் கிளம்பிய சற்று நேரத்துக்கெல்லாம் குகைக்குள் இருந்து இரண்டு பிக்குகள் வெளிப்பட்டனர். வியர்த்துப் போயிருந்த அவர்கள் கையில் ஒரு பெரிய மூட்டை இருந்தது. அதற்குள்ளே ஒரு பெரிய விளக்கு அணைக்கப் பட்டு கவனமாக துணியால் சுற்றப்பட்டிருந்தது.

"எப்படி எமது வித்தை?" என்றார் ஒரு பிக்கு.

"பாரசீகத்திலிருந்து கொண்டு வந்த விளக்கு அல்லவா? நீர் ததாகதரை நேரடியாகப் பேசவே வைத்துவிடுவீர்!" என்று மற்றவர் சொல்ல இருவரும் சிரித்தனர். பின்னர் மௌனமாகி யுவான் போனதற்கு முற்றிலும் எதிரான திசையில் கிளம்பினர்.

(23)

பாலவர்மர் கம்பளியை இறுகப் போர்த்திக் கொண்டார். தரையில் விரிக்கப்பட்டிருந்த நான்கு கோரைப்பாய்களின் மீது அவர் படுத்திருந்தாலும் தரையும் குளிர்வதாகவே அவருக்குத் தோன்றியது. கால்களைச் சுருட்டிக்கொண்டார். ஸ்ரீநகரின் விஹாரமொன்றில் தான் இப்படிப் படுத்திருக்கக் கூடும் என்று அவர் என்றுமே நினைத்ததில்லை. போதிதர்மரும் தர்மபாலரும் பிறந்த காஞ் சியில் பிறந்துவளர்ந்தவர் பாலவர்மர். ததாகதரின் தர்மம் செழித்த அம்மண்ணின் வேகவதி நதியில் நீந்தி, புழுதி மண்ணில் ஆடி, மாதம் ஒருமுறை கிழக்குக் கடற்கரைக்குப் படகுப் பயணம் போய் அலுத்துவிட்டது இளைஞனான பாலவர்மனுக்கு.

வாட்பயிற்சி செய்ய ஆசைப்பட்டபோதெல்லாம், அவனது தாய் அவனைத் தடுத்துவிட்டாள். பல்லவ ராஜ்யத்தில் படைகளில் பாலவர்மன் சேர்வதில் அவளுக்கு விருப்பம் இல்லை. போர்க்களத்தில் கணவனைப் பறிகொடுத்தவள் அவள். தெருக்களில் பிச்சைப் பாத்திரம் ஏந்தி வரும் பௌத்தத் துறவிகளுடன் பழகுவதற்கு மட்டும் அவள் அனுமதி கொடுத்திருந்தாள். பாலவர்மனும் பௌத்தப் பள்ளி ஒன்றில் கல்வி பயின்றவன்தான். அவனுக்காக அவள் எங்கெங்கோ பெண் தேடிக்கொண்டிருந்த ஒரு நாளில்தான் திடீரென்று காவிதரித்து மழித்தத் தலையுடன் பாலவர்மன் அவள் முன்னால் நின்றபோது அவள் துடித்துப்போனாள்.

பாலவர்மர் புரண்டு படுத்தார். இருபது வயதானபோது அவர் ஸ்ரீநகருக்கு வந்துசேர்ந்தார். இயல்பாகவே அவருக்கு நாடுகளைச் சுற்றிப்பார்க்க ஆசை உண்டு. எனவே தேசாந்திரியாகப் புறப்பட்டு வடக்கு நோக்கி மெதுவாக யாத்திரை மேற்கோண்டார். நாட்கள் மாற மாற, மாறிவரும் பரதக்கண்ட நிலப்பரப்பைக் கண்டார். இங்கே வந்தபிறகு செழித்து வளர்ந்த ததாகதரின் தர்மம் அவரையும் ஆசையாக அரவணைத்துக்கொண்டது. மலைகளில் அழகில் தன்னைப் பறிகொடுத்த அவர் இங்கேயே தங்கிவிட்டார்.

பாலவர்மர் எழுந்து அமர்ந்தார். சுற்றிலும் பிக்குகள் படுத்திருந்தார்கள். விஹாரத்தின் விளக்குகள் அணைக்கப்பட்டிருந்தன. காலையில் யானை மீது ஒரு சீனதேசத்தின் பிக்குவை ஏற்றி அழைத்து வந்த காட்சியை நினைத்துக்கொண்டார்.

அப்படியொரு காட்சியை அவர் இதுவரை கண்டதில்லை. மன்னர் தன் ராணிகளுடனும் அமைச்சர்களுடன் முன்னால் நடந்துவர, யானையின் மீது பிக்கு வீற்றிருக்க, இசைக்கருவிகளை நூற்றுக்கணக்கான கலைஞர்கள் முழங்க, யானையைத் தொடர்ந்து ஆயிரம் பிக்குகள் நடந்து வந்தார்கள்.

மிகப்பெரிய வரவேற்பு நிகழ்ச்சி அது. மன்னர் தன் அரண்மனைக்கு அவரை அழைத்துப்போனார். அங்கேயே தங்குமாறு வேண்டிக்கொண்டாலும் மறுத்து விட்டார் அவர்.

இங்கே முதல்தளத்தில் அவர் தங்கியுள்ளார் என்ற நினைப்பும் அவர் உறங்கியிருப்பாரா என்ற எண்ணமும் பாலவர்மனுக்கு வந்தது. கம்பளியை எடுத்து மேலே போட்டுக்கொண்டு, கால் தடுக்காமல் இருக்காமல் இருக்கத் தன் உடையைத் தூக்கிப் பிடித்தவாறு இருளில் படிகளைத் துழாவி மேலேறினார்.

யுவான் சுவாங்கின் அறையில் விளக்கெரிந்தது. உள்ளே மெதுவாக எட்டிப்பார்த்தார். ஒரு சுவடி விரிக்கப்பட்டிருந்தது. அவரது பயணப் பை மூலையில் இருந்தது. பிக்குவைக் காணவில்லை.

பாலவர்மர் திரும்பி விரிந்து கிடந்த தாழ்வாரத்தை கண்களால் துழாவினார். தூரத்தில் இருந்து "பிக்குவே...

இங்கே வாருங்கள்" என்று தூய சம்ஸ்கிருதத்தில் அழைப்பு வந்தது. இருளில் அங்கே போனார்.

திறந்திருந்த தாழ்வாரத்தின் ஜன்னல் அருகே யுவான் சுவாங் நின்றிருந்தார். அவர் வெளி இருண்ட வானத்தில் தெரிந்த விண்மீன்களைப் பார்த்தவாறு நின்றார்.

"பிக்குவே, அதோ பார்த்தீர்களா? வானில் கண் சிமிட்டிக் கொண்டிருக்கும் நட்சத்திரங்களை... சீனத்திலிருந்து நான் கிளம்பியநாள் முதலாக, என் தனித்த இரவுகளில் துணையாக இவைதான் இருந்துவருகின்றன. இதுவரை இப்பூமியில் அவதரித்த அத்தனை புத்தர்பிரான்களையும் இவை கண்டுள்ளன. அவர்களின் தனித்த இரவுகளில், அவர்களின் ஞானமடைந்த பௌர்ணமிகளில் இவை மௌன சாட்சியாக இருந்துள்ளன. இவற்றை நான் பாலைவனங்களில் பனிச்சிகரங்களில் எங்கிருந்தாலும் பார்க்க இயலுகிறது. என் பயணத்துணையாக நான் நம்பியிருப்பது இவற்றைத்தான். சீனதேசத்திலிருந்து உற்ற துணையாக இவைதான் வருகின்றன."

யுவான் சுவாங் பாலவர்மரைத் தாண்டி தன் அறையை நோக்கி நடந்து உள்ளே நுழைந்தார். யுவான் அங்கிருந்த ஆசனத்தைக் காட்டி பாலவர்மரை அமருமாறு பணித்தார். பின் அவரை ஊன்றிக் கவனித்தார்.

"என்னைப் போல தாங்களும் இந்த தேசத்தவர் இல்லை போலிருக்கிறதே..." யுவான் நிதானமாகச் சொன்னார்.

"ஆம், மேன்மை தங்கிய பிக்குவே, நான் திராவிட தேசத்தவன். காஞ்சி மாநகரம் எம் ஊர்" மென்மையாகச் சொன்னார் பாலவர்மர்.

"காஞ்சியா..? எம் போதிதர்மர் அவதரித்த புண்ணிய பூமியா?" சடாரென்று எழுந்து கைகூப்பினார் யுவான்.

அவர் எழுந்துவிட்டதால் பாலவர்மரும் எழவேண்டியதாயிற்று. சில நிமிடங்கள் கூப்பிய கரங்களுடன் நின்ற யுவான் சுவாங், அமர்ந்தார்.

"போதி தர்மர் எமது தேசத்துக்கு ததாகரின் சொற்களைக் கொடையாக அளித்தவர். எம் தேசத்திற்கு பெரும் பங்களிப்பு செய்தவர். அவர் உருவாக்கி அளித்த வலுவான

தற்காப்புக் கலைகளை இன்றும் எம் நாட்டவர்கள் பயின்று வருகிறார்கள். வலிமையான உடல், வலிமையான மனம். போதிதர்மர் வாயிலாக எம் தேசத்துக்குத் ததாகதரின் தர்மம் வந்தது. எம் தேசத்துக்கு ஒரு ஆன்மீகப் பாதை கிட்டியது"

என்ற யுவான் சற்று நிறுத்தி, "மன்னிக்க வேண்டும். உங்களை அறிமுகப்படுத்திக்கொள்ள நான் வாய்ப்பே தரவில்லை. தங்கள் பெயர் என்ன?"

"பாலவர்மன். என் பதினெட்டாம் பிராயத்தில் பிக்கு ஆனவன். ஏழு மழைக்காலங்களை நான் என் துறவு வாழ்வில் கழித்துள்ளேன்'

"மகிழ்ச்சி..." என்ற யுவான் புன்னகையுடன் சொன்னார்.

"இப்பாரத தேசம் முழுக்கப் பயணம் செய்யவேண்டும். ததாகதரின் அரிய சொற்களை, போதனைகளைச் சேகரம் செய்ய வேண்டும் என்பதே எம் நோக்கம். உம் பிறந்த ஊரான காஞ்சியும் எம் பயணத்திட்டத்தில் உள்ளது"

"ஓ.... ததாகதரின் அருள் இருப்பின் நானும் உம்முடன் வருவேன்" என்று பாலவர்மர் வணங்கினார்.

"நிச்சயம் உமக்குக் கிட்டுவதாக"

"மேன்மை தங்கிய சீனத்துறவியே, காந்தாரத்தில் நீங்கள் தங்கியிருந்தபோதே... இங்கே உங்களைப் பற்றிப் பேச ஆரம்பித்துவிட்டார்கள். எமது விஹாரத்தின் தலைமைக் குருவும் வேறு சில அறிஞர்களும் உம் வருகையைப் பற்றிப் பெரும் எதிர்பார்ப்பு கொண்டிருந்தார்கள். ஏனெனில் அவர்களுக்கு ஒரே நாளில் தங்கள் வருகை பற்றி கனவில் உணர்த்தப்பட்டதாக நான் அறிந்தேன். இதுதான் கடந்த சில நாட்களாக இங்கே ஒரே பேச்சு. தங்களுக்கு இன்று காலை அளிக்கப்பட்ட வரவேற்பில் பெருமளவு பிக்குகள் திரண்டதற்கும் இது ஒரு காரணம். நீங்கள் அபூர்வமான இறையருள் பெற்றவர் என்றும் உம்மைச் சுற்றிலும் வானுலக தேவர்களின் ஆசியும் அருளும் நிரம்பியிருப்பதாகவும் நேற்று எம் தலைவர் ஆர்வம் பொங்க விவரித்தார். ததாகதரின் அருள் நிரம்பப்பெற்ற ஒரு மானுடரைக் காண்பதில் எல்லோரும் ஆர்வம் மேலிடக் காத்திருந்தார்கள்"

யுவான் மெல்லப் புன்னகைத்தார்.

"என்னைப் பார்த்தால் ஏதேனும் வித்தியாசமாகவா தெரிகிறது பாலவர்மரே.. யானும் உம்மைப் போல சாதாரண மனிதன்தான். அளவுக்கு மீறிய எதிர்பார்ப்பால் மனிதமனம் நிறைய கற்பனைகளைச் செய்துகொள்கிறது. அதையெல்லாம் பொருட்படுத்தவேண்டியதில்லை. யான் செல்லும் இடத்திலெல்லாம் புத்த தர்ம நூல்களைக் கற்பதிலும் புனிதமான இடங்களுக்குச் சென்று என் பிரார்த்தனைகளைச் சொல்வதிலுமே நான் கவனம் செலுத்துகிறேன். தனியான பயணங்களுக்கு நான் அஞ்சுவதில்லை. ஆபத்துக்கள் ஏற்பட்டபோதெல்லாம் அவற்றிலிருந்து விடுபடும் வழிகளும் உருவாகின்றன. இதைத் தவிர என்னிடம் அபூர்வ சக்தியேதும் இல்லை" புன்னகைத்தார் யுவான்.

பாலவர்மர் அமைதியாக அமர்ந்திருந்தார். வெளியே காற்று பலமாக அடித்தது.

இனி வரும் காலங்களில் இந்தச் சீனத்துறவியை விட்டு தான் பிரியப்போவதில்லை என்ற எண்ணம் மட்டும் அந்த தமிழ்ப்பிக்குவின் மனதில் ஆழமாகத் தோன்றியது.

(24)

“பாலவர்மரே கேளும். ததாகதரின் தர்மம் செழிக்க அசோக மகாராஜா பாடுபட்டு உழைத்ததைப் போல தன் உழைப்பையும் கொடைகளையும் கொடுத்தவர் கனிஷ்க ராஜா. அவர் ஆண்ட நாடான காந்தாரத்திலும், அவர் தலைநகரான புருஷபுரத்திலும் சில நாட்கள் இங்கு வருவதற்கு முன்பாக அலைந்து திரிந்து ததாகதரின் சுவடுகளின் ஞாபகச் சின்னங்களை தரிசிக்கும் வாய்ப்பினைப் பெற்றேன். இத்தேசத்தில் இருப்பவர்களை எண்ணிப் பொறாமைகூட வந்தது. எப்போதும் புத்தர் பிரானைப் பற்றி வெறுமனே தியானித்துக்கொண்டிருக்க மட்டும்தான் எம் சீன தேசத்தில் வாய்ப்பு இருக்கிறது. ஆனால் இதுவோ போதிசத்துவர்களும் புத்தர்களும் பிறந்த மண். உலவிய பூமி. சுவாசித்த காற்று. அருந்திய நீர். என் உள்ளம் எம்மாதிரியான ஒரு எழுச்சியை அடைந்து பெருமிதம் அடையும் என்பதை நீரே சிந்தித்துப்பாரும்.

இங்குள்ள மக்களிடம் ஏதோ ஒரு ஆன்ம சக்தி உள்ளது. அதனால்தான் உலக மனங்கள் அனைத்தையும் உய்விக்கும் அபூர்வ சிந்தனைகள் இங்கே பிறக்கின்றன.

சிந்து மகாநதியின் கிழக்குக் கரையில் அமைந்திருந்த காந்தாரத்தில் பல அறிஞர்கள் பிறந்து பௌத்தத்துக்கு வலு சேர்க்கும் சூத்திரங்களையும் சாஸ்திரங்களையும்

அளித்திருக்கிறார்கள். ஆகையால் அங்கு ததாகதரின் தர்மம் செழிப்பாக இருந்ததைக் கண்டேன்.

புருஷபுரத்தில் புத்தரின் பிச்சைப்பாத்திரத்தை வைத்து ஒரு ஸ்தூபியை எழுப்பி இருந்தார்கள். அதை தரிசித்தேன். ஆனால் அந்த பாத்திரம் அங்கில்லை. அந்நகரின் இன்னொரு பகுதியில் சுமார் நூறு அடி உயரமான ஒரு போதிமரத்தையும் கண்டேன். இவ்வுலகம் இதுவரை கண்டுள்ள நான்கு புத்தர்களும் இம்மரத்தின் கீழ் அமர்ந்துள்ளனர் என்று சொன்னார்கள். இன்னும் வரப்போகும் தொள்ளாயிரத்து தொண்ணூற்றி ஆறு புத்தர்களும் கூட இம்மரத்தின் அடியே அமர்வார்கள். அப்படியொரு பாக்கியம் இதற்கு. நான்கு புத்தர்களின் சிலைகளையும் மரத்தின் அடியில் வைத்திருந்தார்கள். கண்களை மூடி அம்மரத்தின் காற்றை ஆனந்தமாக சுவாசித்தேன்.

அருகிலேயே மிகப்பெரிய ஸ்தூபி ஒன்று உள்ளது. வைரங்களும் பொன்னும் பொதிந்த நானூறு அடி உயரமான ஸ்தூபி. கனிஷ்கர் கட்டிய மகாஸ்தூபி. இதற்கு சற்றுத் தள்ளி வெண்ணிறத்தில் பதினெட்டு அடி உயரத்தில் ஒரு சிலை ஒன்று நிற்கிறது. வெள்ளைக் கல்லில் வழவழவென்று செதுக்கப்பட்ட சிலை. அங்கொரு மூத்த பிக்குவைக் கண்டேன். அவர் கூறியது சற்று வியப்பாக இருந்தது. சில இரவுகளில் இந்த சிலை மகாஸ்தூபியைச் சுற்றி வலம் வருமாம்.

அங்கிருந்து வடகிழக்காகப் புறப்பட்டேன். சில நாட்கள் பயணத்துக்குப் பின் புஷ்கலாவதி நகருக்கு வந்து சேர்ந்தேன். அங்கு அசோகர் கட்டிய ஸ்தூபி ஒன்று உள்ளது. நான்கு புத்தர்களும் தர்மத்தைப் போதித்த இடம் அது என்பதை நினைவுகூறவே அங்கு இந்த ஸ்தூபி நிர்மாணிக்கப்பட்டிருந்தது. நகரத்தின் இன்னொரு பகுதியில் இருந்த விஹாரம் ஒன்றில் அசோகர் எழுப்பிய இன்னொரு ஸ்தூபி. இங்குதான் ததாகதர் தன் முந்தைய பிறவிகளில் போதிசத்துவராக தர்மகாரியங்களைச் செய்திருக்கிறார். ஆயிரம் பிறவிகளை இங்கே அவர் மன்னராகப் பிறந்து கழித்துள்ளார். தன் கண்களைக் கூடப் பிடுங்கித் தானமாக அவர் அளித்த கதைகளைக் கேட்டேன். இவை நடந்த இடங்களில்

போதியின் நிழல் 146

எல்லாம் ஞாபகச் சின்னங்களை அமைத்துள்ளனர். எல்லா இடங்களிலும் தண்டனிட்டு வணங்கினேன்.

அங்கிருந்து வடகிழக்காக வரும் வழியில் ஆறுகளையும் மலைகளையும் கடந்தோம். சுபாவாஸ்து நதிக்கரையில் இருந்த ஒரு நகரில் தன் உடலை காளிராஜாவுக்கு புத்தர் கொடுத்த இடம் உள்ளது. புத்தர் அப்போது ஷாந்தி ரிஷியாக பிறந்திருந்தார். இன்னும் வடகிழக்காக நான் வரவரக் குளிர் அதிகமாகிவிட்டது. சுவாவாஸ்து நதி உற்பத்தியாகும் ஏரிக்கரைக்கு வந்தேன். அங்கு புத்தரின் காலடிச்சுவடு ஒரு பாறையில் இருந்ததைக் காண்பித்தனர்.

அந்த ஏரியில் அபாலாலா என்கிற நாகம் வாழ்ந்துவந்தது. அதை வென்ற பின்னர் அந்த இடத்தில் புத்தர் தன் காலடிச்சுவட்டை விட்டுச்சென்றதாக சொன்னார்கள். அந்த நதியின் கரையோரமாக பல காத தூரம் பயணித்துச் சென்றால் ததாகதர் தன் காவி ஆடையைத் துவைத்த இடம் வருகிறது. அதன் சுவடுகள் கல்லில் மென்மையாகப் பதிந்திருப்பதைக் கண்டு உணர்ச்சிப் பெருக்கில் நான் விம்மினேன். பாலவர்மரே, உணர்ச்சிகளை எந்நேரமும் கட்டுக்குள் வைக்கவேண்டும் என்றுதான் மனிதன் விரும்புகிறான். ஆனால் மனித மனம் எழுச்சிகொள்ளும்போது அவை தடைகளை உடைத்துக்கொண்டு பேரருவியாகப் பாய்கின்றன.

அங்கிருந்து வரும் வழியில் ததாகதர் தன் முற்பிறவியில் யட்சன் ஒருவனுக்காக, அவனது பாடலால் மகிழ்வுற்று மரத்திலிருந்து கீழே விழுந்து தன் உடலை ஈந்த இடத்தைக்கண்டேன்.

இன்னும் கொஞ்சம் தள்ளி வந்தால் ததாகதர், மைத்ரி பாலர் என்ற பெயரில் ஒரு அரசனாக வாழ்ந்த இடம் குறுக்கிடுகிறது. ஐந்து யட்சர்களுக்குத் தன் உடலைக் கத்தியால் வெட்டி அவர் கொடையாக அளித்த பூமி அது. இங்கு அசோக மஹாராஜா ஒரு ஸ்தூபியைக் கட்டி இருக்கிறார்.

இன்னும் சற்றுத் தூரம் பயணித்தால் சுயம்புவாக எழுந்த முப்பது அடி உயர ஸ்தூபி உள்ளது. ததாகதர் ஏதோ ஒரு பிறவியில் தர்மத்தைப் போதித்தார். அவர் விலகிச்சென்ற பிறகு இவ்விடத்தில் ஸ்தூபி தானாகவே எழுந்து நிலைகொண்டது என்று எனக்குக் கூறப்பட்டது.

வழியில் தாலியோ (தாரில்) என்கிற பள்ளத்தாக்கு குறுக்கிட்டது. இங்கொரு அழகான மைத்ரேய போதிசத்துவரின் 100 அடி உயரமான மரச்சிலையைக் கண்டேன். பொன்னிறத்தில் மிகக் கம்பீரமான தெய்வீக அம்சத்துடன் இருந்தது. இந்தத் தெய்வீக அம்சத்துக்கு ஒரு காரணமும் இருக்கிறது. இச்சிலையை பிக்கு மத்யாந்திகர் செய்ய விரும்பினார். இதற்காக ஒரு திறமை வாய்ந்த கலைஞனையும் அவர் தேர்வு செய்தார். மைத்ரேயரை இதுவரை யாரும் கண்டதில்லை அல்லவா? அதற்காக அவர் தன் ஆன்ம வல்லமையால் துஷித சொர்க்கத்துக்கு மைத்ரேயரைக் கண்டு வர அக்கலைஞனை அனுப்பினார். இந்தச் சிலையை மைத்ரேயர் போலவே வடிப்பதற்காக மூன்றுமுறை துஷித சொர்க்கத்துக்குச் செல்லும் வாய்ப்பு அக்கலைஞனுக்குக் கிட்டியது.

இங்கிருந்து தெற்காகப் பயணம் செய்தபோது சிந்து நதியைக் கண்டேன். கடலென அகன்றிருந்தது அது. இங்கிருந்து பார்க்கையில் மறுகரையே தெரியவில்லை. தெளிவான குளிர்ந்த நீர், அசுரவேகத்தில் அச்சுறுத்துவதாகப் பாய்ந்து சென்றுகொண்டிருந்தது. புத்தரின் தேசத்திலிருந்து யாரேனும் அரிய சொத்துக்களுடன் இந்நதியைக் கடந்தால் இது அவர்களை விழுங்கிவிடும் என்று சொல்கிறார்கள். உண்மையா பாலவர்மரே?.... உமக்கு எங்கே தெரியப்போகிறது? நீர் தென்னாட்டுக்காரர் அல்லவா?

நதியைக் கடந்தால் தட்சசீலம் வருகிறது. மிகப்பெரிய கல்வி மையம். வேத சாஸ்திரங்கள் கற்பிக்கப்படும் இடமாக புகழ்பெற்றிருந்த இடம். இதனருகே அசோகரால் அழகாகக் கட்டப்பட்ட ஸ்தூபி ஒன்றுள்ளது. எப்போது குளிர்ந்த ஒளி இந்த ஸ்தூபியில் கசிகிறது.

இந்த ஸ்தூபிக்கும் ஒரு கதை இருக்கவேண்டுமே என்று தானே கேட்க நினைக்கிறீர்கள்? நிச்சயமாக உண்டு. இங்கு ததாகதர் முற்பிறவியில் சந்திர பிரபா என்ற பெயருடைய மன்னராகப் பிறந்திருந்தார். போதிசத்துவ தகுதியைப் பெற்றிருந்த அவர், முழுமையான அரியஞானத்தை எய்தும் பொருட்டுத் தன் தலையை அவர் இங்கே வெட்டிக்கொண்டார்.

ததாகதரின் முற்பிறவிச் சம்பவங்களைக் கேட்டறிவதும் அவற்றுடன் தொடர்பான இடங்களைக் காண்பதுமாக

என் பயணம் இப்பகுதியில் நிகழ்ந்தது. நண்பரே, அவரது முற்பிறவிகள் சொல்வதெல்லாம் ஒன்றேதான். தானம் செய், அன்பு செய், அள்ளிக்கொடு. உன்னிடம் எதுகேட்டாலும் கொடு. கண்ணைக் கேட்டாலும் பிடுங்கிக் கொடு. தசையைக் கேட்டால் வெட்டிக்கொடு.

வரும் வழியில் உதிரச்சிவப்பாய் இருந்த ஒரு பகுதியைக் கண்டேன். மரங்களும் இலைகளும் புற்களும் கூட சிவந்திருந்தன. நீரும் சிவந்திருந்தது. அது ததாகதர் ஏழு பசித்த புலிக்குட்டிகளுக்கு தன் உடலைத் தின்னக் கொடுத்த இடம். அவரது குருதி ஆறாகப் பாய்ந்து அப்பகுதியை நனைத்தது. அதன் சிவப்புதான் இன்னும் படர்ந்திருக்கிறது என்று அங்குள்ளவர்கள் எனக்கு எடுத்துச் சொன்னார்கள்.

பாலவர்மரே, உங்கள் தேசத்தின் அருமை உங்களுக்குத் தெரியுமோ இல்லையோ.. என் பயணத்தில் என் உள்ளம் நெகிழாத ஒரு நாள் கூட இல்லை என்னும் அளவுக்கு ததாகதரின் தர்மம் செழித்து மழைக்கால வனமென இங்கே படர்ந்துள்ளது. அந்தத் தர்மமே நம் இருவரையும் இந்தக் காசுமீர மண்ணில் சந்திக்கவும் வைத்திருக்கிறது.

புத்தம் சரணம் கச்சாமி, தர்மம் சரணம் கச்சாமி.... சங்கம் சரணம் கச்சாமி!"

(25)

பாலவர்மர் மூச்சை இழுத்து வெளியே விட்டார். விஹாரத்தின் படிகளில் மெல்ல இறங்கி அகலமாக இருந்த புல்வெளிக்கு வந்தார். சுற்றிலும் மலைகள் வானெட்ட நின்றன. புல்வெளிகளில் அழகிய பல வண்ணங்களில் வளர்ந்து செழித்திருந்த பூக்களுடன் கூடிய செடிகள் காலை வெயிலில் பளபளத்தன. அவற்றுக்கு இப்போதுதான் தண்ணீர் ஊற்றப்பட்டிருந்த படியால் ஈர வாசனை. வண்டுகளும் வண்ணத்துப்பூச்சிகளும் தோட்டத்தில் மொய்த்துக் கொண்டிருந்தன.

அழகிய குடைபோல் வளர்ந்து செழித்திருந்த ஓர் சின்ன அரசமரத்தின் கீழ் கல்லால் ஆன புத்தர் சிலை இருந்தது. தூரத்தில் நின்று அதை வணங்கினார் பாலவர்மர். காசுமீரத்தின் உள்ளத்தைக் கவரும் அழகிலும், மேனியைத் தாலாட்டும் குளிரிலும் காஞ்சியைச் சேர்ந்த இந்தப் பிக்கு சொக்கிப் போயிருந்தார். அவரது தென்னகத்துக் கரியமேனி, இங்கு வந்த பின்னால் சிவந்திருந்தது.

"பாலவர்மரே... கனவுலகத்துக்குப் போய்விட்டீரா?" பின்னாலிருந்து யுவான் சுவாங்கின் குரல் அவரைத் திடுக்கிட்டுத் திரும்பச் செய்தது.

பாலவர்மர் சிரித்தார்.

“காஞ்சி மாநகரின் பிக்கு துஷித சொர்க்கத்தில் இருப்பதுபோல் தெரிகிறதே.. மைத்ரேயர் திருமேனி தெரிகிறதா? எப்படி இருக்கிறது அக்காட்சி என்று சொல்லுங்கள்” சீனத்துப் பிக்குவின் குரலில் கிண்டல் வெளிப்பட்டது.

பாலவர்மரும் யுவான்சுவாங்கும் காசுமீரத்தில் கழித்த கடந்த இரண்டு ஆண்டுகளில் இணைபிரியாத நண்பர்கள் ஆகிவிட்டனர்.

அங்கிருந்த மாபெரும் பௌத்த அறிஞர்களிடம் கற்கும் ஆவலில் யுவான்சுவாங் அங்கேயே தங்கி, பல நூல்களை கற்றும் விவாதித்தும் இரு ஆண்டு காலத்தைக் கழித்திருந்தார். மன்னரின் அன்பும் அவருக்கும் பலமாக இருந்தது. ஆரம்பத்தில் இவரை சரியாக எடைபோடாத பல அறிஞர்களும் பின்னர் அவருடன் நடந்த தத்துவ விசாரங்களில் தோல்வி அடைந்து யுவான்சுவாங் பக்கமே வருவதே இல்லை. மெல்ல சீனப்பிக்குவின் புகழ் நாடுமுழுக்கப் பரவிக்கொண்டிருந்தது.

“பாலவர்மரே சில நாட்களில் நான் கிளம்புவதாக இருக்கிறேன்” யுவான் சுவாங் மெதுவாகச் சொன்னார்.

“என்னவாயிற்று? இன்னும் கொஞ்சநாள் இருக்கலாமே?”

“இங்கே கற்கவேண்டியதெல்லாம் கற்றாயிற்று. இனி பயணத்தைத் தொடரவேண்டியதுதான். என் வாழ்வே செல்லும் இடமெல்லாம் அறிவைச் சேகரித்துக்கொண்டு ஓரிடத்திலும் நில்லாது ஓடிக்கொண்டிருப்பதுதானே?”

“உம்மோடு நானும் வருவேன். எனக்கு அனுமதி கொடுங்கள்”

“ஓ.... இது உமது நாடு. என்னுடன் நீர் தாராளமாக வரலாம். எனக்கும் வழித்துணையாக இருக்கும்” என்றார் யுவான் புன்னகையுடன்.

அன்றிலிருந்து ஏழுநாட்கள் கழித்து காசுமீரப் பிக்குகளிடன் பிரியாவிடை பெற்று, மன்னர் வழித்துணைக்கு அளித்த ஆட்கள், குதிரைகள், தங்கக்காசுகள், பட்டுத்துணிகள் ஆகியவற்றுடன் யுவான் புறப்பட்டார்.

கிளம்பிச் செல்லும் வழியில் கனிஷ்கர் அமைத்த மகாஸ்தூபி வரவே, வண்டியில் இருந்து இறங்கி அதைக் கடைசியாக ஒருமுறை வணங்கச் சென்றார்.

ஏற்கெனவே பலமுறை பாலவர்மருடன் அதை வந்து வலம் வந்து சென்றிருந்தாலும் இனி மீண்டும் எப்போது வரப்போகிறோமோ என்ற எண்ணம் அவருக்கு இருந்தது.

"இந்த ஸ்தூபியின் மகத்துவத்தை நீர் அறிவீர் அல்லவா? ததாகதர் பரிநிர்வாணம் எய்தி நானூறாவது ஆண்டில் பௌத்த அறிஞர்களின் மகாசங்கத்தை கனிஷ்க மஹாராஜா கூட்டினார். திரிபிடகங்களில் தேர்ந்த 499 அறிஞர்கள் கூடினர். வசுமித்ரரின் தலைமையில் அந்த மாநாடு நடந்தது. திரிபிடகங்களை அவர்கள் அனைவரும் ஒருங்கிணைந்து ஆராதித்தனர். விவாதங்கள் நிகழ்ந்தன. குறைகள் களையப்பட்டன. விளக்க உரைகள் எழுதப்பட்டன. இவற்றை கனிஷ்கர் தாமிரப் பட்டயங்களில் எழுத உத்தரவிட்டார். அவை ஒரு கல்லால் ஆன பெட்டியில் வைக்கப்பட்டு முத்திரையிடப்பட்டன. இந்தப் பெரும் ஸ்தூபியைக் கட்டி அதற்குள் அந்தக் கல்பெட்டி வைக்கப்பட்டது. யட்ச தேவதைகள் இந்த ஸ்தூபியைக் காத்துவருவதாக ஐதீகம்"

சொல்லிக்கொண்டே பூக்களைச் சொரிந்து கற்பூரத்தை அள்ளிக் கொட்டி புகையை உருவாக்கி,வணங்கினார் யுவான்.

பாலவர்மர் இந்நிகழ்வுகளைப் பற்றி ஏற்கெனவே அறிந்திருந்தாலும் யுவான் சொல்லக் கேட்பதை அவர் எப்போதும் விரும்பிவந்த படியால் அமைதியாக இருந்தார்.

தென்மேற்காகப் பயணம் தொடர்ந்தது. சில நகரங்கள் நாடுகளைக் கடந்து ஒரு வாரம் கழித்து மகத்தான சந்திரபாகா நதிக்கரைக்கு(செனாப் நதி) வந்து சேர்ந்தனர். குளிர்ந்த அதன் நீரில் குளித்து அங்கேயே தங்கி ஓய்வெடுத்த பின்னர் ஓடத்தின் மூலம் அதைக் கடந்தது சீனத்துறவியின் குழு.

ஆற்றைத் தாண்டியவுடனேயே ஜெயபுரம். அங்கு ஓரிரவு தங்கினர். அதைக் கடந்து இருநாட்கள் பயணத்துக்குப் பின் அடர்ந்த காடு ஒன்று வழியில் குறுக்கிட்டது. காட்டுக்குள் தெரிந்த தடத்தைப் பிடித்து மெல்ல ஊர்ந்து சென்றது பயணக்குழு. எதிர்பாராத திருப்பங்கள் நிறைந்ததுதானே மனித வாழ்வு?

சுமார் ஐம்பது பேர் கொண்ட ஆயுதமேந்திய கள்வர் கூட்டம் அவர்களை வளைத்துக்கொண்டது.

அவர்களிடமிருந்த செல்வங்கள், குதிரைகள், ஆடைகள் அனைத்தையும் முரட்டுத்தனமாகப் பிடுங்கிக் கொண்டனர். பாலவர்மரின் மேலாடையை வலுக்கட்டாயமாகப் பிடுங்கிக் கொண்டான் ஒரு கள்வன். யுவான் தானே அவிழ்த்துக் கொடுத்துவிட்டார். பயணக்குழுவினர் பீதியுடன் நிற்க, யுவான் சுவாங் மட்டும் எதுவுமே நிகழாததுபோல் நின்றார்.

"ம்... எல்லோரும் நடங்கள்..." கள்வர் தலைவன் கட்டளையிட ஆடுமாடுகளைப் போல இக்குழு தள்ளிச்செல்லப்பட்டது.

"சற்று தூரம் சென்றால் காய்ந்த ஓடை ஒன்று உள்ளது. அங்கே வைத்து இவர்களின் தலைகளைச் சீவி விடுங்கள்" என்றான் தலைவன். அவன் கையில் இவர்களிடமிருந்து பறிக்கப்பட்ட தங்கக் காசுகள் இருந்தன. மீசை மேல்நோக்கி வளைந்திருக்க, கால் ஊனமாக இருந்தது. ஆள் கனமாக இருந்தான்.

மெல்ல நடந்தனர். யாருக்கும் பிழைப்போம் என்ற நம்பிக்கை இல்லை. பாலவர்மர் மெதுவாக கிசுகிசுத்தார்.

"இப்போது என்ன செய்வது?"

"இருங்கள் ஏதேனும் வழி பிறக்கும். நான் உங்கள் தேசம் வந்தது இப்படிக் காட்டுக் கொள்ளையர்கள் கையில் உயிரை விட அல்லவே... இது உமக்கும் தெரியும் அல்லவா?"

பாலவர்மர் தலையை ஆட்டிக்கொண்டார். அவருக்கு சற்று நிம்மதி வந்தது. ஆனாலும் கள்வர்களின் ஆயுதத்தைப் பார்க்கும்போது அவருக்குக் கிலி அதிகரித்தது.

அந்தக் காய்ந்த ஓடை வந்தது. அதன் வடகரையில் இவர்கள் நின்றனர். தென்கரை ஒரு பெரிய சுவர் போல் உயரமாக இருந்தது. தண்ணீர் போவதற்காக ஒரு பெரிய துவாரம் அதில் இருந்தது.

"ஓடுங்கள்..." யுவான் சுவாங் உத்தரவிட்டார்.

ஆபத்தில் இருக்கும்போது மனிதமனம் உத்தரவுகளை உடனடியாகப் புரிந்துகொள்கிறது. கள்வர்கள் சுதாரிப்பதற்குள் முட்செடிகளைத் தாண்டி அவர்கள் ஓடினார்கள். ஒரு சில கணங்களில் அந்த துவாரத்தை அடைந்தனர். ஒரே சமயத்தில் இருவர் நுழைந்து அப்புறம் சென்றுவிடலாம். அவசரமாக அதன் வழியாக எல்லோரையும் அனுப்பிவிட்டு யுவான் கடைசி ஆளாக நுழைந்தார்.

பாலவர்மர் எல்லோருக்கும் முன்பாக தலை தெறிக்க ஓடினார். திரும்பியே பார்க்கவில்லை. காஞ்சி மாநகரத்தின் தெருக்களில் சிறுவனாக இருந்தபோது ஓடியது. இப்போதுதான் ஓடுகிறார். கள்வர்கள் யாரும் பின் தொடர்ந்ததாகத் தெரியவில்லை. இருப்பினும் அவர்கள் அனைவரும் ஓடினார்கள்.

தொலைவில் ஒருகிராமம் குறுக்கிட்டது. வயலை உழுதுகொண்டிருந்த ஒரு கிராமவாசி இவர்களைக் கண்டார். விஷயம் அறிந்தது கிராமத்தின் சங்கை முழங்கச் செய்தார். சுமார் எண்பதுபேர் ஆயுதங்களுடன் கூடினார்கள்.

காட்டை நோக்கி விரைந்து சென்றுபார்த்தபோது கள்வர்களின் சுவடே தெரியவில்லை. அன்றிரவு ஒரு குடிசையில் தங்க இடமும் உணவும் கிடைத்தது. பயணக்குழுவில் இருந்தவர்கள் யுவானிடம் வந்தனர்.

"சீனத்துறவியே... நாம் இருப்பதெல்லாம் இழந்துவிட்டோம். போர்த்திக்கொள்ளக் கூட துணி இல்லை. ஆனால் இதுபற்றி ஒரு துளிக்கூட கவலை இன்றி எப்படி உம்மால் இருக்க முடிகிறது?" என்று அவர்கள் கேட்டனர்.

"சகாக்களே... எல்லாச் செல்வங்களையும் விட உயர்ந்த செல்வத்தை நாம் இழக்கவில்லையே.. எது என்று கேட்கிறீர்களா? நமது உயிர்தான். எவ்வளவு தங்கக் காசுகள் இருப்பினும் உயிருக்கும் ஈடாகுமா? அது இருக்கும்வரை அதைவிடப் பெரிய செல்வம் வேறொன்றும் இல்லை. எனவே தப்பிப் பிழைத்ததற்காக சந்தோஷப்படுங்கள். போன பொருட்களுக்காக வருந்தாதீர்கள்" என்றார் யுவான்.

பாலவர்மர் தலையைப் பலமாக ஆட்டி ஆமோதித்தார்.

(26)

அடிக்கடி காணும் கனவுதான் அது. மிதக்கும் பிச்சைப் பாத்திரம். எங்கோ தெருவில் அலைந்து திரிகிறேன். என் கையில் இருக்கும் பிச்சைப்பாத்திரம் கனக்கிறது. அதில் உணவு நிறைந்து ததும்புகிறது. கனத்தைச் சுமக்க முடியாமல் தடுமாறுகிறேன். எங்கிருந்தோ என் எதிரே ஒரு பிச்சைப்பாத்திரம் மிதந்து காற்றில் அலைகிறது. என்னைக் கேலி செய்வதுபோல் என் எதிரே வந்து நிற்கிறது. அப்பாத்திரம் காலி என்பதை அறிகிறேன். யார் பாத்திரம் அது?

என் பாத்திரத்திலிருந்து அதில் கொஞ்சம் நிரப்ப விழைகிறேன். சுடர்வடிவாகி உடனே அப்பிச்சைப்பாத்திரம் காணாமல் போய்விடுகிறது. நானும் என் பிச்சைப்பாத்திரமும் மட்டுமே எஞ்சுகிறோம். உடனே விழிப்பு வந்துவிடுகிறது. காசுமீரத்தில் வந்து நான் தங்கியதில் இருந்து இக்கனவை அடிக்கடி கண்டுவருகிறேன். காஞ்சியில் இருந்தபோது எனக்கு இப்படியொரு கனவு வந்ததே இல்லை.

இதோ கொள்ளையர்களால் அனைத்தும் பறிக்கப்பட்டு, எதுவுமே இன்றி இந்த மாமரத் தோப்பில் தங்கியிருக்கிறோமே. இங்கு கூட அக்கனவு வந்தது. என்னிடம் இருந்தப் பிச்சைப் பாத்திரத்தைக் கூட ஒரு கொள்ளையன் பிடுங்கிக் கொண்டான்.

யுவான் சுவாங், எந்த சலனமும் இன்றி எப்போதும் போல தியானத்தில் அமர்ந்து இருக்கிறார். கிடைக்கும் உணவை சலனமின்றி விழிப்புடன் உண்கிறார். நடக்கும்போதும் உறங்கும்போது விழிப்புடன் இருக்கும் அதிசய மனிதர் அவர்.

''பாலவர்மரே'' என்று அவர் அன்பு கலந்து என்னை அழைக்கும்போதெல்லாம் எனக்கு இது ஏதோ பூர்வஜென்ம நட்பின் தொடர்ச்சியோ என்று தோன்றுகிறது. சில சமயம் அவரைப் புத்தராகவும் என்னை ஆனந்தராகவும் கூடக் கற்பனை செய்து சிரித்துக் கொள்கிறேன்.

எங்கள் பயணக்குழு நகருக்கு வெளியே இருக்கும் மாமரத்தோப்பில் நேற்றிரவு வந்து தங்கினோம். காலையில் எழுந்ததும் செய்வதற்கு ஏதுமில்லை. ஓய்வு தொடர்கிறது.

"பாலவர்மரே" யுவான் அழைக்கிறார்.

"சொல்லுங்கள் சீனப்பிக்குவே"

"உடைமைகள் பறிபோன துக்கம் உம்மை விட்டு விலகவில்லை போலிருக்கிறதே"

"இல்லை இல்லை.. தாங்கள் தான் உயிரை விட பெரிய உடைமை ஏதும் இல்லை என்று கூறிவிட்டீர்களே.."

"பின்னர் என்ன கவலை?"

"பசிக்கிறது.. பிச்சைப் பாத்திரம் கூட இல்லை என்பதுதான்"

"ஹா.. ஹா...." யுவான் புன்னகைக்கிறார். அவரது சிரிப்பைக் காண எனக்குப் பிடிக்கும்.

''சீனத்துறவியே. கொஞ்சகாலமாக நான் ஒரு கனவு கண்டுவருகிறேன்"

"என்ன?"

"மிதக்கும் பிச்சைப் பாத்திரம்"

யுவான் சுவாங் ஆழ்ந்த சிந்தனையில் ஆழ்ந்தார். அவரது சிவந்த முகத்தின் நெற்றியில் சின்னதாய்க் கோடுகள்

விழுந்தன. வேகமாக வீசிய காற்றில் அவரது ஆடை எழுந்து அவரது முகத்தை மறைக்க, அதை விலக்கினார்.

"பாலவர்மரே.. மிதக்கும் பிச்சைப் பாத்திரம் என்கிற உமது கனவு எனக்குள் உணர்ச்சிக் குவியலை எழுப்புகிறது. என்னுடைய பாத்திரம் நிரம்பாதா என்றுதான் நான் உமது தேசத்துக்கு வந்துள்ளேன். எல்லா மனிதனும் ஒரு பிச்சைப் பாத்திரத்தை ஏந்தித்தான் திரிகிறான். நம்மைப் போன்ற பிக்குகள் கையில் ஸ்தூலமாக அதை வைத்துள்ளோம். பிறர் அதை ஏந்தியிருப்பதை நாம் காண இயலாது. ஆனால் உணரமுடியும்"

"உண்மைதான்"

"காந்தார தேசத்தில் நான் இருந்தபோது அங்கொரு ஸ்தூபியைக் கண்டேன். அதில் ததாகதரின் பிச்சைப் பாத்திரம் இருந்ததாகச் சொன்னார்கள். ஆனால் இப்போது அது இங்கில்லை. எனக்கு முன்னே இங்கு வந்த எமது தேசத்தின் யாத்திரிகரான பாஹியான் அதை பாரசீகத்தில் கண்டதாக குறித்து வைத்துள்ளார். ஆனால் அது இப்போது அங்கும் இல்லையாம்"

"எங்குள்ளது?"

"அப்பிச்சைப் பாத்திரம் பேறுபெற்ற ஒன்று. ததாகதரைத் தவிர யாரும் அதில் உண்ண இயலாது. இனிவரும் புத்தர் பெருமான்கள்தான் அதில் உண்ணத் தகுதியானவர்கள். அவர்களைச் சென்று சேரும்வரை அது இங்குதான் எங்கோ இருக்கும். ஓரிடத்தில் அப்பாத்திரம் நிலையாக இராதாம். காற்றில் மிதந்து இடம் விட்டு இடம் மாறிக்கொண்டே இருக்குமாம்"

"காற்றில் அலையுமா?" எனக்கு சிலிர்த்தது. என் கனவில் வருவது ததாகதரின் பிச்சைப்பாத்திரமா?

"ஆம் பாலவர்மரே... இடம் மாறிக்கொண்டே இருக்கும். ததாகதர் ஞானமடைந்த தினத்தில் இருந்து எண்பது வயதில் மரணமடைந்த வரை இடம் மாறி மாறிச் சென்று கொண்டே இருந்தவர் அல்லவா? மிகிரகுலன் என்ற அரசன்

இந்தப் பாத்திரத்தைத் தன் வேலால் தாக்கி சுக்குநூறாக உடைத்தான். ஆனால் இதன் துண்டுகளை அனைத்தும் உடனே ஒன்று சேர்ந்து வேறிடத்துக்குச் சென்று விட்டதாக அங்கொரு பிக்கு என்னிடம் கதைகளைக் கூறினார்"

நான் மெல்ல மண்டியிட்டு கண்களை மூடினேன். மனக்கண் முன்னால் கனவில் கண்ட பிச்சைப் பாத்திரத்தைக் கொண்டுவர முயன்றேன். நெற்றியின் நடுவே கவனத்தைக் குவித்தேன். மெல்ல மூச்சைக் கவனித்தேன். யுவான் என்னை விட்டு அகன்றார்.

எவ்வளவு நேரம் அப்படி இருந்தேன் என்று தெரியாது. கண்விழித்தபோது நடுப்பகல் ஆகியிருந்தது. மாந்தோப்பிலிருந்து தள்ளி ஒரு வெட்டவெளி. அதைத்தாண்டி ஒரு பெரிய நகரத்தின் கோட்டைச் சுவர்கள்(இப்போது லாகூர் என்று அழைக்கபடும் நகரம். அன்று டக்கா தேசம் என்று அழைக்கப்பட்டது) தெரிந்தன. மாந்தோப்பின் பின்பகுதி அடர்ந்த காடு. அப்போது நகரத்திலிருந்து மூன்று இளைஞர்கள் இந்த மாந்தோப்பை நோக்கி வருவதைக் கண்டேன். நடுவில் வந்த இளைஞன் தான் அவர்களுக்கு தலைவன்போல் தோன்றினான். அவன் இடுப்பில் சிவந்த ஆடை ஒன்றைத் தரித்து மார்பை வெண்ணிறத் துண்டால் மூடியிருந்தான். பிராமண குலத்தைச் சேர்ந்தவன் என்பது அவனது திறந்திருந்த வயிற்றுப்பகுதியில் தெரிந்த முப்புரிநூலால் தெரிந்தது. மற்ற இருவரும் மேலாடை எதுவும் இல்லாமல் பவ்யமாக நடந்துவந்தார்கள். உடலில் நூல் தவழ்ந்தது. எங்களைக் கண்டதும் அவர்கள் ஆச்சரியத்துடன் நின்றார்கள்.

தலைமை இளைஞன் எங்களை நோக்கி வந்தான். எங்கள் பயணக்குழுவில் இருந்த ஒருவனை அழைத்து விசாரித்தான். அவன் சொன்னதைக் கேட்டு அவனுக்கு மகிழ்ச்சி உண்டானதை அவனது முகத்தில் தெரிந்துகொள்ள முடிந்தது.

"சீனப்பிக்கு எங்கே? அவரைப் பார்க்கவேண்டுமே?" என்னை நோக்கி வந்தான்.

யுவான் சுவாங் தோப்பின் உள்ளே தியானத்தில் இருந்தார்.

அவன் என்னிடம் நெருங்கியபோது இளைஞனின் வற்றிய உடலும் பளிச்சிடும் கண்களும் அவன் லேசுப்பட்டவன் அல்ல என்பதை எனக்கு உணர்த்தின.

"மேன்மை தங்கிய பிக்கு தியானத்தில் இருக்கிறார்" பதிலுரைத்தேன்.

"ஓ... காசுமீரத்தில் அவர் வந்து தங்கியிருந்தபோது அவரது புகழ் இங்கே பரவி விட்டது. என்னதான் நான் பௌத்தன் இல்லை என்றாலும் எம் தேசத்து தத்துவஞானம் பௌத்தம் என்பதில் பெருமை கொள்பவன் நான். இத்தேசத்தின் பாரம்பரியமான தியான, தவ வழிகளின் மூலமே அவர் ஞானம் பெற்றார். கடினமான பாதையை ஒதுக்கி நடுத்தரமான பாதையை உபதேசித்தார். எமது தத்துவங்கள் பிரம்மத்தைச் சரணடைந்து முக்தி எய்துவதை உபதேசிக்கின்றன. ததாகதரிடம் பிரம்மம் என்று ஏதுமில்லை. அவர் ஆழ்ந்த அகவிழிப்பின்மூலம் மனிதன் தன் பிறப்புச்சுழலை அறுப்பதைச் சொன்னார் அல்லவா காஞ்சி மண்ணின் மைந்தரே..."

நான் சற்று அசந்துவிட்டேன். நான் காஞ்சிக்காரன் என்று இவர் எப்படி அறிவார்?

"பாலவர்மரே...." இப்போது அழைப்பு என் பின்னால் இருந்து வந்தது. யுவான் சுவாங்தான்.

யுவான் அந்த இளைஞனுக்கு வணக்கம் செலுத்தினார்.

"தாங்கள் யார்?" மெதுவாக யுவான் கேட்டார்.

"என் பெயர் ஜீவமல்லா என்பதாகும்" மெல்ல அந்த இளைஞன் பதிலுரைத்தான். அவன் தன் பெயரை சாதாரணமாகத்தான் சொன்னான். ஆனால் அப்பெயர் எனக்குள் ஆயிரம் சலனங்களை ஏற்படுத்தியது. அதுவரை எங்கள் பேச்சில் ஆர்வமின்றி இருந்த எங்கள் குழுவினரும் சட்டென்று எழுந்து நின்று கை கூப்புவதைக் கண்டேன். என் கைகளும் என் உத்தரவின்றியே உயர்ந்தன.

ஜீவமல்லாவை சராசரி இளைஞன் என்று நான் கருதியதே தவறு. அவருக்கு வயது முந்நூறு. அவ்வளவு வயதைத் தாண்டியும் அவர் இளமையான தோற்றத்துடன் இருக்கிறார்.

வேதங்களிலும் சாஸ்திரங்களில் கரை கண்டவர். காட்டில் வாழும் ரிஷியான அவர் யோகமுறைகளால் தன் ஆயுளையும் இளமையையும் நீடித்து வைத்திருக்கிறார் என்கிற செய்தி எங்கள் திராவிட தேசத்தையும் தாண்டிப் பரவி இருந்தது. அவருடைய சீடர்கள் இருவருக்கும் வயதை நூறைத்தாண்டிவிட்டது என்பதையும் கூடுதல் தகவலாகச் சொல்லக் கேட்டிருக்கிறேன்.

"தங்களைச் சந்தித்ததில் மிகுந்த மகிழ்ச்சியை அடைகிறேன். இத்தேசம் என்போன்ற சீன தேசத்தவனுக்கு எல்லையற்ற அரிய அனுபவங்களை வாரி வழங்குகிறது" என்றார் யுவான்.

"சீனப்பிக்குவே, எனது வயதும் இளமையும் உம்மை ஆச்சரியப்படுத்துகிறது என்று நினைக்கிறேன்"

"உண்மைதான். ஆனால் அதைவிட ஆச்சரியம் இவ்வுலகில் தொடர்ந்து எப்படி வாழ்கிறீர்கள் என்பதே. பொய்யும் புரட்டும் போரும் கொலையும் களவும் நிறைந்த இப்பூமியில் வாழ எப்படி தங்கள் மனம் ஒப்புகிறது? நீங்கள் நினைத்திருந்தால் உங்கள் வாழ்வின் சுழற்சியை நிறுத்திவிட்டு உங்கள் பிரம்மத்தோடு இணைந்திருக்கலாமே?"

ஜீவமல்லாவின் புருவங்கள் சுருங்கி முடிச்சிட்டன. கோபப்படுகிறாரோ என்று நான் ஒருகணம் நினைத்தேன். ஆனால் ஜீவமல்லா போன்றவர்கள் கோபதாபங்களைக் கடந்தவர்கள்.

"உண்மைதான். என் வயது, என் இளமையில் நான் பெருமை கொண்டுள்ளேன் என்றா நினைக்கிறீர்கள்? என் பதினாறு வயதில் நான் துறவறம் பூண்டு ஹடயோகத்தைக் கற்றுக்கொண்டேன். இத்தேசம் முழுக்கச் சுற்றி அலைந்தேன். யோகக் கலைகள் முழுவதும் கற்றேன். பதஞ்சலி மாமுனிவர் அளித்த இக்கலைதான் மனித இனத்துக்குக் கிடைத்த மாபெரும் கொடை என்பதை வாழும் உதாரணமாக நிரூபிக்க விரும்பினேன். அதற்காகத் தான் துயரமான இப்பூமியில் என் வாழ்வைத் தொடர்கிறேன். இது போதும் என்று என்றைக்கு எனக்கு நினைவு வருகிறதோ அந்த நேரத்தில் இக்கூட்டை விட்டுப் பிரிந்து சென்றுவிடுவேன். கடந்த சில நூற்றாண்டுகளில் உருவான அனைத்து புதிய

சாஸ்திரங்களையும் படிக்கக் கிடைத்த வாய்ப்பாக இந்த வாழ்வினைப் பயன்படுத்திக் கொண்டுள்ளேன்"

அதன்பிறகு யுவானும் ஜீவமல்லாவும் தோப்புக்கு உள்ளே சென்று தங்கள் உரையாடலைத் தொடர்ந்தார்கள். ஜீவமல்லாவின் சீடர்களில் ஒருவர் எங்கள் பயண நிலவரத்தைக் கேட்டு அறிந்தார். எங்கள் அனைத்துப் பொருட்களும் கொள்ளை போய்விட்டதை அறிந்த அவர் நகரத்துக்குள் சென்ற சற்று நேரத்தில் அங்கிருந்து புதிய ஆடைகள் உணவுப் பொருட்களுடன் நகரவாசிகள் எங்கள் இடத்துக்கு வந்துசேர்ந்தார்கள்.

மாந்தோப்பு முன்பைவிட குளுமையாக இருப்பதாக எனக்குத் தோன்றியது.

(27)

ஜீவமல்லா தன் மேலாடையை இழுத்துப் போர்த்திக் கொண்டார். நிலவு உச்சிக்கு வந்திருந்த ஓரிரவில் அவருக்கு முன்னால் யுவான் சுவாங்கும் பாலவர்மரும் அமர்ந்திருந்தனர். அவர்களுக்குப் பின்னால் குளிர்ந்த நதி சலசலத்து ஓடிக்கொண்டிருந்தது. பத்மாசனத்தில் அமர்ந்து நாசியில் கவனத்தைக் குவித்திருந்த ஜீவமல்லா புன்னகையுடன் கண்களைத் திறந்தார்.

''சீனப்பிக்குவே, காசுமீரத்தில் இரண்டாண்டுகள் தங்கியிருந்தீரே.. எப்படி இருந்தது?"

ஜம்புத்வீபத்தின் இணையற்ற அறிஞரும் அற்புத சித்திகள் படைத்தவருமான ஜீவமல்லாவின் கேள்விக்கு சீன தேசத்தின் இளம் துறவி என்ன பதில் சொல்வது என்று ஒரு கணம் யோசித்தார்.

"அறிஞர் பிரானே, காசுமீரத்தின் அழகில் உள்ளத்தைப் பறிகொடுத்தேன். அங்கு ததாகதரின் சொற்களைப் பற்றிய விவரணைகள் கொட்டிக் கிடந்தன. அவரது தர்மம் செழித்திருந்தது. அங்குள்ள மன்னர் பிக்குகளுக்குப் பெருமளவு ஆதரவு அளிக்கிறார்"

"இருக்காதா... காசுமீரமே பிக்குகளுக்கு அசோக மகாராஜா அளித்த மண்தானே... உமக்கு இந்தக் கதை தெரியுமா?"

"தயவு செய்து சொல்லுங்கள்" என்றார் யுவான். பாலவர்மர் நிமிர்ந்து உட்கார்ந்தார்.

"இதுபற்றி அபிதர்ம மஹா விபாஷத்தில் வருகிறது. மகாதேவன் என்பவன் மதுராவைச் சேர்ந்த அந்தணர் ஒருவரின் மகன். மகா புத்திசாலி. தந்தை வெளியூர் சென்றிருந்தபோது அவனுக்கு தாய்மீது சபலம் ஏற்பட்டுவிடுகிறது. இப்படித் தவறான வழியில் சென்ற அவன், தன் தந்தை திரும்பியவுடன் அவரைக் கொன்றுவிடுகிறார். பின்னர் தாயைக் கூட்டிக்கொண்டு வெளியேறிச்செல்கையில் ஞானமடைந்த பிக்கு ஒருவர் இதை அறிகிறார். அவரையும் மகாதேவன் கொன்று விடுகிறான். பின்னர் தன் தாயும் தனக்கு விசுவாசமாக இல்லாததை அறிந்து அவளையும் கொலை செய்கிறான். இவ்வாறாக மூன்று மன்னிக்கவியலாத கர்மாக்களை அவன் செய்கிறான். உங்கள் மத வழிப்படி அவை அனந்தாரிய கர்மாக்கள். அவனை மனசாட்சி வருத்துகிறது. தேசம் விட்டு தேசம் அலைகிறான். பின்னர் பாடலிபுத்திரம் வருகிறான். அங்கே ஒரு பிக்குவிடம் சரணடைந்து தானும் துறவு பூண்டு அங்குள்ள விஹாரம் ஒன்றில் சேர்கிறான். தன் கடுமையான உழைப்பால் அவன் அந்தப் பிக்குகளின் சங்கத்துக்குத் தலைவனாகவும் ஆகிவிடுகிறான். ஏராளமான பிக்குகள் அவன் தலைமையின் கீழ் சேர்கிறார்கள். தன்னை ஞானமடைந்த பிக்குவாக அவன் அறிவித்துக்கொள்கிறான். தன் வசதிக்கு ஏற்ப பல விதிகளை உருவாக்கிக்கொள்கிறான். ஆனால் ஓர் இளம் பிக்கு கேட்ட கேள்விக்கு அவன் அளித்த விளக்கம் ஒன்று பெரும் விவாதத்தை உருவாக்குகிறது. ஞானமடைந்த பிக்குகளுக்காக அவன் கூறிய ஐந்து விதிமுறைகள்தான் இப்படி விவாதத்துக்கு உள்ளாகின. 1) தன் உணர்வற்ற நிலையில், தூண்டப்பட்ட ஞானமடைந்த பிக்கு தவறுகள் செய்யலாம். 2) தான் ஞானமடைந்ததை அறியாமலேகூட ஒரு ஞானமுற்ற பிக்கு இருக்கலாம். 3) தர்மத்தின் மீது சந்தேகங்கள் அவருக்கு இருக்கலாம். 4) குருவின் உதவியின்றி ஞானம் அடைய இயலாது. 5) தியானத்தின்போது ஒலிகள் எழுப்புவதன்மூலம் கூட முழுமையை நோக்கி பயணிக்கலாம்.

இவற்றை புத்தபகவானின் போதனைகளாக அவன் முன்வைத்தான். ஆனால் ஞானமடைந்த நிலையை எட்டியிருந்த பிற மூத்த பிக்குகள் இதை ஏற்கவில்லை. இந்த

விவாதம் சூடுபிடித்து அசோக மகாராஜாவை எட்டியது. அரண்மனை மேன்மாடத்தில் மகாதேவன், அசோகனின் பணிவான வணக்கத்தை ஏற்றுக்கொண்டவண்ணம் சங்கத்தைக் கூட்டி வாக்கெடுப்பின் மூலம் இதை முடிவு செய்யலாம் என்றான். மன்னனிடம் ஏகப்பட்ட செல்வாக்கு அவனுக்கு. சங்கம் கூடியது. ஐநூறு ஞானமடைந்த பிக்குகள் சங்கத்துக்கு வந்தனர். ஆனால் அதற்குமுன்பே மகாதேவன் சாதாரண பிக்குகள் ஏராளமான பேரை அங்கே திரட்டி வைத்திருந்தான். வாக்கெடுப்பில் வென்றது சந்தேகமே இல்லாமல் மகாதேவன்தான். ஆனாலும் ஞானமடைந்த பிக்குகள் ஒப்புக்கொள்ளவில்லை. மகாதேவனும் அவன் ஆட்களும் இன்னும் சாதாரண நிலையில் இருக்கும் பிக்குகளே; ஞான நிலையை எட்டவில்லை என்று வாதிட்டனர். அசோகன் குழம்பினான். மகாதேவனின் மூளை இதிலும் வேகமாக வேலைசெய்தது. ஆதரவான மன்னன்... ஆதரவான ஆட்கள்... அவன் என்னவேண்டுமானாலும் செய்யலாம் என்று தீர்மானித்தான். தனக்கு எதிரான பிக்குகளைப் படகில் ஏற்றி கங்கையின் மீது அனுப்புமாறு அசோகனுக்கு யோசனை கூறினான். நடு ஆற்றுக்குப் போனதும் படகை உடைத்துவிடுமாறும் அவர்கள் சக்தி படைத்தவர்களாக இருப்பின் தப்பிவருவர்; இல்லையேல் மாண்டுபோவர் என்று அவன் கூறினான். என்னதான் ததாகதரின் வழியைப் பின்பற்றுபவனாக இருப்பினும் அசோகன், மகாதேவனின் சொல்லுக்குக் கட்டுப்பட்டான். அந்த ஐநூறு பேரும் படகில் ஏற்றி கங்கையின் நடுவே கொண்டுவரப்பட்டார்கள். இவர்களை அங்கேயே மூழ்கடிப்பது அவனது திட்டம். அப்போது நடந்தது அந்த அதிசயம். ஆற்றின் நடுவே படகு போனதும் ஐநூறு பிக்குகளும் கைகளைக் கூப்பியவண்ணம் காற்றில் எழுந்து பறந்தார்கள். அவர்கள் காசுமீரத்தின் பல மலைப்பகுதிகளில் தனித்தனியே இறங்கி தியானத்தில் அமர்ந்துவிட்டார்கள். அசோகனுக்குப் பித்தம் தெளிந்தது. காசுமீரத்துக்கு ஓடி தன் நாட்டுக்குத் திரும்புமாறு அவர்களிடம் வேண்டினான். அவர்கள் மறுக்கவே, ஐநூறு பேருக்கும் தனித்தனியே விஹாரங்கள் அமைத்துக்கொடுத்தான். அந்த நாட்டையே அவர்களுக்கு உரிமையாக்கினான்..."

ஜீவமல்லா சுவாரசியமாக சொல்லிக் கொண்டே போனார். அவரது சீடர்களில் ஒருவர் ஒரு குடுவையில் தேன் கொண்டுவந்து மூவருக்கும் அளித்தார்.

“சாப்பிடுங்கள். மலைத்தேன். மூலிகைகள் கலந்தது. உடலின் நரம்புகளுக்கு புத்துயிர் அளிக்கக்கூடியது”

பாலவர்மர் ஒரே மடக்கில் அருந்த, யுவான் மெல்ல ரசித்துப் பருகினார்.

‘‘உங்கள் ததாகதர் பரிநிர்வாணம் அடைந்தபின்னர் பிக்குகளின் சங்கத்தில் ததாகதரின் வார்த்தைகளைத் தொகுக்கவேண்டும் என்று முடிவு செய்யப்பட்டது. ஆனந்தருக்குத்தான் புத்தர் சொன்ன எல்லா விஷயங்களும் தெரியும். ஆனாலும் அவருக்கு சங்கத்தில் கலந்துகொண்டு புத்தரின் உபதேசங்களைத் தொகுக்க அனுமதி இல்லை. ஏனெனில் ஆனந்தர் ஞானமடைந்த நிலைக்கு இன்னும் உயர்ந்திருக்க வில்லை. மகாகஸ்யபர் தலைமையில் பிக்குகள் அனைவரும் கூடி விவாதிக்க ஆரம்பித்தனர். குகையின் கதவு இறுக அடைக்கப்பட்டு ஆனந்தர் வெளியே நின்றார். புத்தருக்கு உடனிருந்து பணிவிடை செய்வதையன்றி வேறெதுவும் செய்யாமல் போனதால் தன்னால் ஞானம் அடையமுடியாமல் போனது குறித்து ஆனந்தர் கண்ணீர் சிந்தினார். அந்த கணத்தில் அவர் ஞானத்தை எட்டினார். மகாகஸ்யபரின் குகைக்கு வெளியே நின்று ஆனந்தர் அழைத்தார்.

‘மகா கஸ்யபரே, நான் உள்ளே வரும் தகுதியை அடைந்துவிட்டேன்’ என்றார்.

‘அப்படியானால் சாவித்துவாரத்தின் வழியாக உள்ளே வா... ஆனந்தா’ என மகாகஸ்யபர் கூற ஆனந்தர் தன் உடலைக் குறுக்கி சாவித்துவாரத்தின் வழியாக உள்ளே நுழைந்து காஸ்யபரின் காலில் விழுந்து வணங்கினார். காஸ்யபர் ஆனந்தரை இறுக அணைத்துக்கொண்டார். ஆனந்தர் சொல்லச் சொல்ல எழுதப்பட்டதுதான் வினய சாஸ்திரம்...”

“ஆம். சத்தியமான உண்மை”

“இக்கதையை நீவிர் அறிந்திருப்பீர் என்றாலும் கூட நான் ஏன் கூறினேன் என்றால் காசுமீரத்தில் இதுபோல் ஒரு நிகழ்வு புத்தர் மறைந்து நானூறு ஆண்டுகள் கழித்து நடந்தது. அதைக் கூறலாம் என்பதற்காக”

“நான் இதையும் கேள்விப்பட்டிருக்கிறேன். இருப்பினும் தாங்கள் சொல்லக் கேட்க ஆசை. சொல்லுங்கள் அறிஞர் பிரானே..”

“கனிஷ்க ராஜா ததாகதரின் தர்மத்தைத் தழுவிய பிறகு தினமும் பிக்கு ஒருவரிடம் பாடம் பயின்று வந்தார். ஆனால் அப்பாடத்தில் ஏகப்பட்ட குழப்பங்கள். ஒருநாள் படித்ததையே மறுநாள் மறுக்க வேண்டி வந்தது. கனிஷ்கர் இதனால் தடுமாறவே, பிக்குகள் புத்தர் பரிநிர்வாணம் எய்தி நானூறு ஆண்டுகள் ஆகிவிட்டபடியால் அவரது தர்மக் கோட்பாடுகள் காலப்போக்கில் வேறுவேறாக புரிந்துகொண்டு உரையெழுதப்பட்டதால் இப்படி ஆகிவிட்டது. ஒரு பெரும் சங்கத்தைக் கூட்டி, ஞானம் பெற்ற பிக்குகளைத் தேர்வு செய்து இக்கோட்பாடுகளை முறைப்படுத்தி ஒழுங்கு செய்யலாம் என்றனர். உடனே நாடு முழுக்க இருந்து பிக்குகள் அழைக்கப்பட்டு ஞானம் அடைந்த முக்கியமான பிக்குகள் தெரிவு செய்யப்பட்டனர். இவர்களின் மாநாட்டை காசுமீரத்தில் நடத்தலாம் என்று முடிவு செய்தனர். அங்கு 499 பிக்குகள் ஒரு பெரிய அரங்கில் கூடினர். அதில் கலந்துகொள்ள வந்த வசுமித்ரா கதவுக்கு வெளியே நிறுத்தப்பட்டார். அவர் ஞானமடையவில்லை என்று சொல்லித் தடுக்கப்பட்டார். மாநாட்டில் கலந்துகொள்ள முடியவில்லை. ஆனால் அவர் திரும்பிப் போவதாயில்லை. அவர்களுடன் விவாதம் நடந்தது.

‘ஞானமடைவதல்ல என் நோக்கம். புத்தர் ஆவதே என் நோக்கம்’ என்றார் வசுமித்ரா.

அனைவரும் சிரித்தனர். வசுமித்ரா சவால் விட்டார்: ‘ஞானம் அடைவதென்றால் என்னால் ஒரு பட்டுநூல் பந்தை மேல்நோக்கி எறிந்து அது பூமியை திரும்ப அடையும் நேரத்துக்குள் அடைந்துவிட முடியும்’ மறுகணம் அவர் கையில் ஒரு பட்டு நூல்பந்து திணிக்கப்பட்டது. வசுமித்ரா அதை மேலே எறிந்தார். மறுகணம் அதை தேவ மாந்தர்கள் பிடித்துக் கொண்டனர். ‘வசுமித்ரா, புத்தர் நிலையை அடைந்து மைத்ரேயரின் இடத்தை அடையத் தகுதியான உம்மை உலகில் மனிதர்கள் மதிக்க மறுக்கிறார்களா?’ என்று அசரீரி ஒலித்தது.

அனைவரும் இதைக் கேட்டனர். பிறகென்ன? அம்மாநாடு வசுமித்ராவின் தலைமையில்தான் நடந்தது"

"ஆமாம். அம்மாநாட்டில் புதிதாக உரைகள் திருத்தி எழுதப்பட்டன. அவை தாமிரப்பட்டயங்களில் எழுதப்பட்டு ஒரு ஸ்தூபிக்குள் வைக்கப்பட்டன. அந்த ஸ்தூபியை நான் பலமுறை போய்ப் பார்த்து வந்தேன். காசுமீரத்தை விட்டுக் கிளம்புகையில் கூட அதைச் சென்று வணங்கினேன்" என்று கூறினார் யுவான் சுவாங்.

"அந்தச் செங்கல் குவியலையா? உங்கள் மதத்தைச் சேர்ந்த அரசர்கள் ஸ்தூபிகள் என்ற பெயரில் செங்கல் குவியல்களை உருவாக்கிக் கொண்டே இருக்கிறார்கள். அது அவர்களின் பெயரை என்றென்றும் சொல்லும் என்ற நம்பிக்கை. ததாகதரின் மதம் இந்த தேசத்தில் பெருமளவுக்கு வளர்ந்து செழித்து இருக்கிறது என்றால் அதற்குக் காரணம் என்ன தெரியுமா? மன்னர்கள், வணிகர்கள் ஆகியோரின் ஆதரவுதான். அள்ளி அள்ளி அவர்கள் சங்கத்துக்குக் கொடுத்தார்கள். விஹாரங்களை அமைத்தார்கள். ஊர்களை எழுதி வைத்தார்கள். படைகளைப் பாதுகாப்புக்கு நிறுத்தினார்கள். சீனத்துறவியே... ததாகதர் ஞானம் பெற்றவர் மட்டுமல்ல. ஒரு பெரிய நிர்வாகி. அதனால்தான் அவர் மன்னர்களையும் வணிகர்களையும் பகைத்துக் கொள்ளவில்லை. பிக்குகளின் சங்கத்தில் அடிமைகளும் படைவீரர்களும் வந்து சேர்ந்தபோது இந்த மன்னர்களும் வணிகர்களும் பெரும் கவலை அடைந்தனர். புத்தரிடம் வந்து இவ்வாறு செய்யவேண்டாம் என்று வேண்டிக்கொண்டனர். அவர்கள் கோரிக்கையை புத்தர் ஏற்றார். அடிமைகளும் படைவீரர்களும் பிக்குகள் ஆக ஏற்கப் படுவது நிறுத்தப்பட்டது. ததாகதர் யதார்த்த உலகை அதிகம் புரிந்துகொண்டவர். அவர் சாக்கியக் குடியரசின் தலைமைப் பதவியைத் துறந்தார். ஆனால் இந்த தேசத்தின் மன்னாதி மன்னர்கள் எல்லாம் அவரது அடியைப் பணிந்தார்கள். அவரது ஆட்சி உங்கள் சீனதேசம் வரை பரவியுள்ளது என்றால் சும்மாவா?" சிரித்தார் ஜீவமல்லா.

"காசுமீரத்துக்கு இன்னொரு சுவையான கதையும் உண்டு தெரியுமா?"

"சொல்லுங்களேன்"

அசோகன் நாகமுத்து

"கதை கேட்கும் ஆர்வம் உங்களுக்கு அதிகமாக உள்ளது. இளம் துறவிகள் அல்லவா? புத்தரின் உதவியாளராக இருந்த ஆனந்தரின் சீடர் மத்யாந்திகர். புத்தர் பரிநிர்வாணம் அடைந்து ஐம்பது ஆண்டுகளுக்குப் பின்பு அவர் காசுமீரத்துக்கு வந்தார். அப்போது அது ஒரு ஏரி. பெரிய நாகம் ஒன்று தன் குழந்தை குட்டிகளுடன் அதில் வசித்துவந்தது. அந்த நாகத்தின் கொடூரமான செயல்களால் அப்பகுதியே ஸ்தம்பித்துப் போயிருந்தது. மத்யாந்திகர் ஏரியின் அருகில் அமர்ந்தார். அவரது தேஜஸால் கவரப்பட்ட நாகம் அவரிடம் வந்து என்ன வேண்டும் என்று கேட்டது. தண்ணீரை விலக்கி இந்த ஏரியில் நான் அமர இடம் தா என்றார். நாகம் சம்மதித்தது. மத்யாந்திகர் ஏரியில் போய் அமர்ந்தார். தன் யோகவலிமையால் தன் உடலைப் பெரிதாக்கி, அந்த ஏரி முழுக்க அவர் தான் அமர எடுத்துக்கொண்டார். நாகம் அஞ்சி அவரைச் சரணடைந்தது. ஏரியில் ஒரு சிறுபகுதியை நாகத்துக்கும் அதன் குடும்பத்தினருக்கும் அளிக்குமாறு கேட்டுக்கொண்டது. மத்யாந்திகரிடம் அங்கேயே இருந்து தன் வழிபாட்டை ஏற்றுக்கொள்ளுமாறு நாகம் கோரிக்கை வைத்ததை மத்யாந்திகர் ஏற்க மறுத்துவிட்டார். தான் பரிநிர்வாணம் அடையும் நேரம் நெருங்கிவிட்டதாகக் கூறிய அவர் தன் சீடர்கள் ஐநூறுபேர் அங்கு நிரந்தரமாகத் தங்கி ததாகதரின் தர்மத்தை வளர்ப்பார்கள் என்று உறுதி அளித்தார். புத்தரின் தர்மம் காசுமீரத்தில் சுத்தமாக என்று இல்லாமல் போகிறதோ அன்று அந்த பூமி மீண்டும் ஏரியாக மாறிவிடும்."

"ஹா..." என்று ஆச்சரியப்பட்டார் பாலவர்மர்.

"மகனே.. இதில் ஆச்சரியப்படுவதற்கு ஒன்றுமில்லை. இதெல்லாம் வெறும் கட்டுக்கதை. உங்களுக்கு ஒரு அதிர்ச்சியூட்டும் விஷயத்தைச் சொல்கிறேன். இன்னும் சில நூற்றாண்டுகளுக்குப் பின்னால் தெற்கிலிருந்து ஒரு இளைஞன் வடக்கு நோக்கிவருவான். புத்த தர்மத்தின் செழிப்பை அவன் அழித்து சனாதன தர்மத்தை இந்த தேசத்தில் நிறுவுவான். காசுமீரத்தில் மட்டுமல்ல; இந்த தேசத்திலேயே உங்கள் தர்மம் இல்லாமல் போகும். அதுதான் விதி. யாராலும் மாற்ற இயலாது விதி. அதற்கான அறிகுறிகள் இப்போதே தோன்ற ஆரம்பித்துவிட்டன..."

ஜீவமல்லா விண்ணைப் பார்த்தார். கரிய மேகம் ஒன்று நிலவைச் சுத்தமாக மறைத்திருந்தது. பேச்சு முடிந்தது என்பதற்கு அடையாளமாகக் கண்களை மூடிக்கொண்டார். யுவானும் பாலவர்மரும் எழுந்துகொண்டனர். நதி சலனமின்றி ஓடிக்கொண்டிருந்தது. இருவரும் சற்று தூரம் வந்தபிறகு எதிரே ஜீவமல்லாவின் சீடர்கள் இருவரையும் கண்டனர்.

"நீண்ட நேரம் உரையாடல் போலிருக்கிறதே..?" என்றார் ஒரு சீடர்.

"ஆம்.. அற்புதமான கதைகள் நிரம்பிய உரையாடல்.."

"முன்னூறு ஆண்டு கிழவர் அவர். கதைகள் நிறைய சொல்வார்.... ரசிப்பதுடன் விட்டுவிடுங்கள்... எதையும் இதயத்துக்கு அருகே எடுத்துச் செல்லவேண்டாம்" விஷமத்துடன் பேசினார் இன்னொரு சீடர்.

"அப்படி இருக்க முடியுமா என்று தெரியவில்லை. அவர் இறுதியாக கூறிய ஒரு தீர்க்க தரிசனம் என் நெஞ்சைப் பிசைகிறது" என்றார் யுவான்.

சீடர்கள் இருவரும் ஒருவரை ஒரு பார்த்துக் கொண்டனர். ஆறுதலாக யுவான்சுவாங்கின் கைகளைப் பற்றிக் கொண்டனர். பாலவர்மரின் கரங்களும் இணைந்தன.

(28)

விஹாரத்தின் பெரிய முரசுகள் காலையில் ஒலித்தன. வினிதபிரபா கோரைப்பாய் படுக்கையில் இருந்து கண் விழித்து பத்மாசனத்தில் அமர்ந்தார். அவரது காவி உடை கசங்கிப் போயிருந்தது. அவரது அறையில் எதிரே ததாகதரின் அழகிய கற்சிலை ஒன்று இருந்தது. அரைக்கண் மூடிய நிலையில் அவரது வலது கை பூமியைச் சுட்டிக் காட்டிக் கொண்டிருந்தது. பூமிஸ்பரிஸ முத்திரை. வினிதபிரபாவுக்கு இந்த முத்திரை மிகவும் பிடிக்கும். புத்தர் ஞானம் அடைந்த போது மாரனை எதிர்கொள்ள வேண்டியிருந்தது. அவர் பூமியை தன் ஞானம் அடைந்ததற்கும் தான் அமர்ந்திருந்த இடத்துக்கும் சாட்சியாகக் கொண்டதை விளக்கும் முத்திரை. ஞானம் பெற்ற புத்தரின் முகத்தில் சுடர்விடும் தேஜஸை சொற்களால் விளக்க இயலாது.

சீனாபதி தேசத்தில் துஷேசனா விஹாரம் வினித பிரபாவினுடையது. மிகப்பெரிய அறிஞராக அவர் புகழ் ஏற்கெனவே தேசம் முழுக்க பரவி இருந்தது. ததாகதர் போல அரசுக் குடியில் பிறந்தவர்தான் வினிதபிரபா. ஞானத்தை நோக்கி அவரது மனம் திரும்பியதால் அரச வாழ்வைத் துறந்தவர்.

வினிதபிரபா பெருமூச்சு விட்டார். அவரது அறை சாளரத்தின் வழியாக அதிகாலை வெளிச்சம் உள்ளே

நிரம்பத்தொடங்கியது. சாளரத்தில் வந்து அமர்ந்த ஒரு காகம் 'கா' என்றது. வினிதபிரபா புன்னகைத்துக் கொண்டார். விருந்தினர்கள் வரக்கூடும் என்று அவரது உள்மனது சொன்னது.

எழுந்து கதவைத் திறந்து வெளியே வந்தார். காலையிலேயே விஹாரம் சுறுசுறுப்பாக இருந்தது. சரணகோஷம் இடைவிடாது ஒலித்தது. விஹாரம் முழுக்க அகில் புகையால் நிரம்பி இருந்தது. இளைய பிக்குகள் அவரைக் கண்டு வணங்கினார்கள். விஹாரத்தின் எதிரே இருந்த வனத்துக்குள் அவர் நுழைந்தார். அங்கே எப்போதும் கொட்டிக் கொண்டிருக்கும் அருவிதான் அவர் நீராடும் இடம். துணைக்கு அவருடன் இரண்டு இளம் பிக்குகள் பவ்யமாகப் பின்தொடர்ந்தார்கள்.

வெயில் ஏறத் தொடங்கியபோது விஹாரத்தின் வாசலில் பரபரப்பு ஏற்பட்டது. பெரிய பயணக்குழு ஒன்று கால்நடையாக வந்து சேர்ந்திருந்தது. யுவான் சுவாங்கின் குழு தான் அது. யுவானும் பாலவர்மரும் விகாரத்துக்குள் பலத்த வரவேற்புடன் வினிதபிரபாவின் அறைக்குள் அழைத்துவரப்பட்டனர்.

யுவான் வணங்கினார். வினிதபிரபா அவரை அமரச் சொன்னார்.

"சீனப்பிக்குவே, உம்மைப் பற்றி நாம் நிறைய கேள்விப்பட்டுள்ளோம்"

"மேன்மை தங்கிய பிக்கு அவர்களே, என்னைப்பற்றி ஜம்புத்வீபத்தின் மிகப்பெரிய அறிஞரான தாங்கள் கேள்விப்பட்டிருப்பது ததாகதரின் அருள். தாங்கள் முக்கிய சாஸ்திரங்களுக்கு உரை எழுதி இருப்பது குறித்து நான் சென்ற இடமெல்லாம் கேள்விப்பட்டேன். தங்களின் மாணவனாக இங்கு சிலகாலம் தங்கி அபிதர்ம சாஸ்திரம், அபிதர்ம பிரகர்ன சாசன சாஸ்திரம், நியாத்வர தாரக சாஸ்திரம் போன்றவற்றைக் கற்க ஆசைப்படுகிறேன்" வினிதபிரபா புன்னகைத்தார்.

"அப்படியே ஆகட்டும். உம்மைப் போன்ற ஆர்வமும் திறமையும் தகுதியும் உள்ள மாணவர்கள் கிடைப்பதும் அரிதான விஷயமல்லவா?"

யுவான் பவ்யமாகப் பணிய, பாலவர்மர் பேசினார்:

"தாமின்புறுவது உலகின்புறக் கண்டு காமுறுவர் கற்றறிந்தார்"

தமிழில் அவர் சொன்னதைக் கண்ட வினிதப்பிரபா,"தமிழ்ப் புலவர் வள்ளுவரின் வாக்கல்லவா?" என்றார்.

பாலவர்மர் ஆச்சரியமடைந்தார். "பிக்குவே தாங்கள் தமிழ் அறிவீர்களா?"

"நன்றாக. எம் இளமைக் காலத்தில் சில ஆண்டுகள் காஞ்சி விஹாரங்களில் பயின்றுள்ளேன். நீர் எந்த ஊர்?"

"பிக்குவே, காஞ்சி மாநகரம்தான் எம் பிறப்பிடம்"

''போதி தர்மர் பிறந்த ஊர்'' என்று உரையாடலில் கலந்துகொண்டார் யுவான் சுவாங்.

யுவான் சுவாங்கைப் பார்த்த வினிதபிரபா, "நல்லது. உங்கள் தேசத்தில் பிக்குகளுக்கு கடினமான போர்க்கலையைக் கூட போதிதர்மர் கற்பித்திருப்பதாகக் கேள்வியுற்றோம்' என்றார்.

"ஆம் பிக்குவே, பிக்குகள் உடல் நலிவுற்று இருப்பதைக் கண்ட போதிதர்மர் கடினமான உடற்பயிற்சிகளைப் போதித்து அவர்களை வலுவானவர்கள் ஆக்கினார். எம் தேசத்தில் பிக்குகளுக்கு உடல்வலிமையும் முக்கியம். ஆனால் அது அவர்களை சண்டைக்காரர்கள் ஆக்காது. மாறாக மிகுந்த பொறுமையைச் சொல்லித் தரும். ஒரே அடியில் பெரும் பாறையைக் கூட தூள் தூளாக்கும் பிக்குகளும் எம் தேசத்தில் உண்டு."

"இதனால்தான் சீனப்பிக்குவே எப்போதும், தங்களை விட இரண்டடி தள்ளியே நான் இருந்துவருகிறேன்'' என்று பாலவர்மர் கூற எல்லோரும் சிரித்தனர்.

''சீனாபதி என்று இப்பகுதி அழைக்கப்படுவதன் பெயர்க்காரணம் தெரியுமா?" வினிதபிரபா கேட்டார்.

"அருள்கூர்ந்து விளக்குங்கள்"

"கனிஷ்க மகாராஜா ஆட்சிக்காலத்தில் அவரது சாம்ராஜ்யம் இந்த இமயத்தைத் தாண்டி விரிந்து கிடந்தது. அவர் புகழ்

மேற்கும் கிழக்கும் எங்கும் பரவி இருந்தது. அவர் பெயர் எங்கும் அஞ்சப்பட்டது. எனவே அவர் தங்கள் மீது படை எடுத்துவிடாமல் தவிர்க்க தம் தேசத்து இளவரசர்களை கனிஷ்க மஹாராஜாவின் அவையில் பணிபுரிய தூரதேசத்து அரசர்கள் அனுப்பி வைத்தார்கள். அப்படி உங்கள் தேசத்தில் இருந்தும் பல இளவரசர்கள் வந்தனர். அவர்களில் ஒருவர் தங்கிய தேசம் இது. மஹாராஜா இப்பகுதியை அந்த சீன இளவரசருக்கே அளித்தார். அதனால் இது சீனாபதி என்று அழைக்கப்படுகிறது.."

"ஓ..." என்றார் யுவான் மகிழ்வான குரலில்.

"நீங்கள் இங்கே விரும்பிய காலம் வரைக்கும் தங்கி இருந்து பயிலலாம். உமக்கு என் அறிவுக்கு எட்டியவரையில் நான் கற்றுத்தருகிறேன்"

யுவானும் பாலவர்மரும் எழுந்து நின்று வணங்கினர்.

வெளியே பெரிய கண்டாமணியை யாரோ அடிக்க, சாளரத்தில் அமர்ந்திருந்த காகம்.. கா...கா.. என்றவாறு எழுந்து பறந்தது.

வினிதபிரபா ததாகதரை ஒருமுறை வணங்கினார்.

(29)

வினிதபிரபாவிடம் சாஸ்திரங்களையும் பல சுவடிகளையும் கற்றுக்கொள்வதில் யுவான் சுவாங் பதினான்கு மாதங்கள் கழித்தார். நானும் அவர் படிக்கும் இடத்தில் அமர்ந்து சுவடிகளைப் புரட்டிப் பார்ப்பேன். வினித பிரபா எப்போதெல்லாம் சூத்திரங்களுக்கு விளக்கம் தருவாரோ அப்போதெல்லாம் நானும் இருப்பேன். ஆனால் யுவானுக்கு ஒருமுறை எதைச்சொன்னாலும் போதும். அப்படியே நினைவில் நிற்கும். எனக்கோ காஞ் சியில் வேகவதி ஆற்றில் எழுதிய எழுத்துப்போல உடனே காணாமல் போய்விடும். அதுபற்றிக் கவலையும் எனக்கு இல்லை. இப்பிறப்பில் எனக்கு இவ்வளவு போதும் என்று தீர்மானிக்கப்பட்டிருக்கிறது போலும் என்று தீர்மானித்துக் கொள்வேன். இப்பிறப்புடன் என் வாழ்க்கை சக்கரம் நின்றுவிட வேண்டும் என்றுதான், இந்தக் காவி உடையைப் பூண்டேன். இதோ தெய்வப்பிறவியாய் தோன்றும் யுவானுக்கு சேவை செய்வதையே இப்போது கடமையாகக் கருதுகிறேன். அவர் ஆடைகளைத் துவைப்பது, தண்ணீர் தருவது, அவர் இரவில் நெடுநேரம் படிக்கும்போதோ, எழுதும்போதோ, விழித்திருந்து விளக்குகளைத் தூண்டிவிடுவது என்று என் நேரத்தைக் கழித்தேன்.

வினிதபிரபாவிடம் இருந்து போதுமான அளவுக்கு கற்றபிறகு யுவான் விடைபெற்றார். எங்கள் குழுவினரும் அவருடன்

கிளம்பினோம். அங்கிருந்து தமஸ்வனா, ஜலந்தரா, குலு, பரியாத்ரா வழியாக தென் கிழக்காகப் பயணம் செய்து மதுராவை அடைந்தோம்.

சாரிபுத்திரர், மவுத்கல்யாயனர், பூர்ண மைதிரேயானிபுத்திரர், உபாலி, ஆனந்தர், ராகுலர், உள்ளிட்ட புத்தரின் முக்கியமான சீடர்களின் ஸ்தூபிகள் அங்கே இருந்தன. ஆண்டுதோறும் முக்கியமான தினங்களில் பிக்குகள் கூடி இங்கே வழிபாடுகள் நடத்துவர். யுவான் இந்த ஸ்தூபிகளைக் கண்டு பெரும் உணர்ச்சிவயப்பட்டதை நான் உணர்ந்தேன். மதுராவுக்கு வெளியே உபகுப்தர் என்கிற மாபெரும் அறிஞரால் உருவாக்கப்பட்ட விஹாரம் இருந்தது. அங்கே அவரது தலைமுடியும் நகங்களும் வைக்கப்பட்டு இருந்தன. அந்த விஹாரத்தின் வடக்குப்பக்கத்தில் ஒரு கல்லால் ஆன அறையைக் கண்டோம். இருபது அடி உயரமும் முப்பது அடி அகலமும் கொண்ட அறை அது. அதனுள்ளே ஏராளமான சிறுசிறு மூங்கில் குச்சிகள் குவிந்து கிடந்தன. ஒவ்வொரு வரையும் ஞானமடையச் செய்யும்போது அதன் நினைவாக ஒரு மூங்கில் குச்சியை இந்த அறைக்குள் போடச்செய்வதை வழக்கமாகக் கொண்டிருந்தாராம் உபகுப்தர்.

இன்னும் கிழக்காகப் பயணம் செய்து மாபெரும் வெள்ளப்பெருக்குடன் ஓடிக்கொண்டிருந்த கங்கை நதியின் கரையோரம் ஒரு மாலைநேரத்தில் வந்துசேர்ந்தோம். அதன் அழகில் மயங்கி எங்கள் குழுவினர் அங்கேயே இரவில் தங்கினோம். அருகில் ஜெயகுப்தர் என்கிற அறிஞரின் விஹாரம் இருப்பது பற்றிக் கேள்விப்பட்டு மறுநாள் அங்கு சென்றோம். அவர் பௌத்தத்தில் சௌத்ரானிகப் பள்ளியைச் சேர்ந்தவர். யுவான் அங்கேயே ஒரு மாதம் தங்கி அவரிடம் சில ஐயங்களைக் கேட்டுத் தெளிந்தார்.

பின்னர் ஒருநாள் கங்கையைக் கடந்து அதன் கிழக்குக் கரைக்கு வந்தோம். அது மத்திபுரம் என்கிற தேசம். அதன் மன்னர் ஒரு சூத்திரர். ததாகதரின் தர்மம் அங்கும் செழித்து இருந்தது. ஏராளமான விஹாரங்கள் இருந்தன. பெரும் ஹீனயான அறிஞரான குணபத்திரர் இந்த தேசத்தைச் சேர்ந்தவரே. சுமார் நூற்றுக்கும் மேற்பட்ட சாஸ்திரங்களை அறிந்தவரான இவர் முதலில் மகாயானத்தைச் சார்ந்தவராக இருந்தாலும் பின்னர் ஹீனயானத்துக்கு மாறினார்.

பெரும் ஞானவலிமை பெற்றவரான பிக்கு தேவசேனா வாழ்ந்த காலம் அது. அவருக்கு துஷித சொர்க்கத்துக்கு நினைத்தநேரம் செல்லவும் திரும்பிவரவுமான வல்லமை இருந்தது. குணபத்திரர் அவரிடம் சென்று தனக்கு சில ஐயங்கள் இருப்பதாகவும் அதை மைத்ரேய பகவானிடம் கேட்டறிந்து கொள்ள விரும்புவதாகவும் கூறித் தன்னை துஷித சொர்க்கத்துக்கு அனுப்புமாறு வேண்டிக்கொண்டார். அவரும் அப்படியே செய்தார்.

ஆனால், குணபத்திரருக்கு அகங்காரம் கண்ணைமறைத்தது.

மைத்ரேயரைக் கண்டதும் தரையில் விழுந்து பணிய குணபத்திரருக்குத் தோன்றவில்லை. வெறுமனே வணக்கம் மட்டும் தெரிவித்தார். அத்துடன் மைத்ரேயர் இங்கே சும்மா உட்கார்ந்திருக்கிறார். நானோ எப்போதும் சாஸ்திர ஆராய்ச்சியில் ஈடுபட்டிருப்பவன். இவரிடம் கேட்டு எந்தப் பலனுமில்லை என்று அவருக்குத் தோன்றியது. உடனே பூமிக்கு அவர் திரும்பி அனுப்பப்பட்டார். இப்படி மூன்றுமுறை துஷித சொர்க்கத்துக்கு அனுப்பப்படும் பேறு அவருக்குக் கிட்டியும் மைத்ரேய பகவானைக் கண்டதும் குணபத்திரரின் அகங்காரம் அவரைத் தன் ஐயங்களைத் தீர்த்துக்கொள்ள அனுமதிக்கவில்லை. குணபத்திரர் வெறுங்கையுடனே திரும்பினார். அதன்பின்னர் தேவசேனரும் அவருக்கு உதவ மறுத்துவிட்டார். குணபத்திரர் தன் கர்வத்தை விலக்க இயலவில்லை என்பதால் கடைசிவரை அவரால் ஞானநிலையை எய்த முடியவில்லை. அவர் ஸ்தாபித்த விஹாரத்துக்குச் சென்று அங்கே தங்கினோம். அதற்குச் சற்றுத் தள்ளி சங்கபத்திரர் என்கிற மாபெரும் அறிஞர் வாழ்ந்து மரணம் அடைந்த விஹாரம் இருந்தது. அங்கு சென்றபோது சங்கபத்திரர் பற்றிய கதையைக் கூறுமாறு கேட்டுக்கொண்டோம்.

சங்கபத்திரர் காசுமீரத்தைச் சேர்ந்தவர். வசுபந்து போதிசத்துவர் வாழ்ந்த காலம் அது. சங்கமித்திரர் பனிரெண்டாயிரம் சுலோகங்களை இயற்றினார். அத்துடன் ஏராளமான விளக்கங்களையும் எழுதினார். என்னதான் பெரிய அறிஞராக இருப்பினும் அவருக்கு வசுபந்துவைச் சந்தித்து தன் கருத்துக்கள் சரியா என்று கேட்டறிய வேண்டும் என்ற தணியாத ஆவல் இருந்தது. ஆனால் வசுபந்துவைச் சந்திக்காமலே மரணம்

அடைந்தார். பிற்பாடு ஒருமுறை இங்குவந்த வசுபந்து சங்கபத்திரரின் எழுத்துக்களைக் கண்டார். அவற்றின் அழகிலும் கருத்தாழத்திலும் மனதைப் பறிகொடுத்து பெரிதும் பாராட்டினார். அவரது சாஸ்திரங்களுக்கு நியாயனுசரா சாஸ்திரம் என்று பெயரும் சூட்டினார்.

சங்கபத்திரர் மரணம் அடைந்தபிறகு அவருக்கு ஒரு மாந்தோப்பில் ஸ்தூபி அமைக்கப்பட்டது. அந்த ஸ்தூபியைக் கண்டபோது அங்கும் ஒரு கதையைக் கேட்டோம். சங்கபத்திரரின் மரணத்துக்குப் பின்னால் இந்த ஸ்தூபி இருக்கும் பாதை வழியாக விமலமித்ரா என்கிற இன்னொரு அறிஞர் வந்தார். அவரும் சாஸ்திரங்களில் கரை கண்டவர். தன் சாஸ்திரங்களை எழுதிமுடித்து அங்கீகாரம் அடைவதற்கு முன்பே சங்கபத்திரர் இறந்துவிட்டதை அறிந்த அவருக்கு சங்கபத்திரர் எழுதியவற்றை மேலும் விரிவாக்கி எழுதி, வசுபந்துவைவிட இவரைப் புகழ்பெறச் செய்யவேண்டும் என்று தோன்றியது. வசுபந்துவின் கோட்பாடுகளை சற்றுத் தாழ்த்தி தன் சீடர்களிடன் பேசவும் செய்தார். ஆனால் இப்படிச் சொன்னவுடனே, ரத்தம் கக்கி கீழே விழுந்தார். இதற்குக் காரணம் தன் எண்ணங்களே என்பதை அறிந்த விமலமித்ரா உடனே தன் சீடர்களிடம் அதைப் பகிர்ந்துகொண்டதுடன் தான் எழுதத்தொடங்கியதையும் கிழித்து எறிந்தார். பின்னர் தரையில் பெரும் பள்ளம் தோன்றி அவரது உடல் மறைந்தது.

விமலமித்ராவுக்கும் அங்கே பெரிய ஸ்தூபி ஒன்றை அமைத்திருந்தார்கள்.

ஸ்தூபியைச் சுற்றிப் பார்த்துக்கொண்டிருந்தபோது, அங்கே ஒரு மரத்தடியில் அமைதியே உருவாக அமர்ந்திருந்தார் முதிய பிக்கு ஒருவர். நான் அவரைச் சாதாரணமான நபர் என்றெண்ணி விலகிச் சென்றேன். ஆனால் யுவான், அவரைக் கண்டதும் தரையில் விழுந்து வணங்கினார். அதனால் எங்கள் குழுவினர் அனைவரும் நின்றோம். அவர் யாரென்று எங்களுக்குத் தெரிந்திருக்கவில்லை.

"மித்ரசேனர்" என்று யுவான் மரியாதையுடன் உச்சரிக்க, நாங்கள் அத்துணை பேரும் வேரற்ற மரங்கள் போல விழுந்து வணங்கினோம்.

(30)

தொண்ணூறு வயதான மித்ரசேனரின் முகத்தில் சுருக்கம் என்று எதுவும் இல்லை. பளபளப்பாக சதைப்பிடிப்பற்று உலோகம் போல மழுமழுவென்று இருந்தது. காதுகள் நீண்டு தொங்கின. ஒரு காது மட்டும் முழு கறுப்பாக இருந்தது. கண்பார்வை மட்டும் சற்று மங்கியிருந்தது. ஆனால் ஞாபக சக்திக்கு கொஞ்சமும் குறைவே இல்லை.

யுவான் சுவாங் முன்பே மித்ரசேனரைப் பற்றிக் கேள்விப்பட்டிருந்தார். திரிபிடகங்களிலும் மித்ரசேனருக்கு இருந்த மாபெரும் அறிவு நன்கு அறியப்பட்ட விஷயமாக இருந்தது. அத்துடன் அவர் குணபத்திரரின் சீடர் வேறு. எனவே மித்ரசேனரிடம் கற்பதற்காக இளைய பிக்குகள் கூட்டம் எப்போதும் அலைமோதும்.

மித்ரசேனரை சந்திக்கவேண்டும் என்று ஏற்கெனவே யுவான் சுவாங் முடிவு செய்திருந்தார். எனவே தான் அவரைக் கண்டதும் யுவான் சட்டென்று அடையாளம் கண்டுகொள்ள முடிந்தது.

தன் முன்னே பெரிய கூட்டம் ஒன்று விழுந்து வணங்கிக் கொண்டிருப்பதை சற்று தாமதமாகக் கண்ட மித்ரசேனர், உடனே எழுந்துகொண்டார். அனைவரையும் எழுந்திருக்குமாறு சொன்னார். எங்கிருந்தோ அவரது சீடர்கள் ஓடிவந்தனர்.

"அனைவரும் எங்கள் விஹாரத்துக்கு வாருங்கள். அங்கே பேசிக்கொள்வோம்" என்றவாறு மித்ரசேனர் மெல்ல நடந்தார். அவர் பின்னால் யுவானின் குழாமும் கிளம்பியது. யுவானின் அருகே சென்ற பாலவர்மர் மெல்ல காதில் கிசுகிசுத்தார்.

"இங்கே சில மாதங்கள் தங்கப்போகிறோம். சரியா?"

"மிகவும் சரி. திரிபிடகத்தில் மித்ரசேனர் கரைகடந்தவர். தத்வசத்ய சாஸ்திரம், அபிதர்ம ஞான பிரஸ்தான சாஸ்திரம் போன்றவற்றில் எனக்கு இருக்கும் சந்தேகங்களை இவரிடம்தான் களைந்துகொள்ள முடியும்"

"ஓ.. சரிதான். மித்ரசேனர் கோபக்காரர் என்று கேள்விப் பட்டிருக்கிறேன். எனவே சற்று எச்சரிக்கையுடன் அணுகுங்கள்".

ஆனால் அன்று மதியம் விஹாரத்தின் அகன்ற அறையொன்றில் மித்ரசேனரைச் சந்தித்தபோது கோபத்தின் துளிகூட அவரிடம் இல்லை. யுவான் சுவாங்கின் பெயர் அவருக்கும் எட்டியிருந்தது.

ஒரு குழந்தைக்குரிய உற்சாகத்துடன் யுவானையும் பாலவர்மரையும் அவர் வரவேற்று அமரச்சொன்னார். யுவான் தன் வருகையின் நோக்கத்தையும் அவரிடம் கற்றுக்கொள்ள விரும்புவதையும் கூறினார்.

"எவ்வளவோ தூரத்தில் இருந்து ததாகதரின் பூமிக்கு நீங்கள் வந்துள்ளீர்கள். நானோ இந்த விஹாரத்தை விட்டு வெளியே செல்லாதவன். உங்களுக்கு என்னிடம் கற்றுக்கொள்ளவேண்டும் என்று எதை விரும்பினாலும் நான் அதைத் தாராளமாகத் தருகிறேன். சீனப்பிக்குவே, தாங்கள் எவ்வளவு நாள் வேண்டுமானாலும் இங்கே தங்கலாம்" என்றார் மித்ரசேனர்.

"உங்கள் சொற்கள் எனக்கும் மிகுந்த மகிழ்ச்சியை அளிக்கின்றன. இங்கே கற்றறிந்த அறிஞர்கள் யாரும் தங்களை நாடி வந்தவர்களுக்கு கற்பிக்க மறுப்பதே இல்லை என்று கேள்விப்பட்டுள்ளேன். இந்த தேசத்துக்கு வந்தபிறகு அதை எல்லா இடங்களிலும் காண்கிறேன்"

மித்ரசேனர் புன்னகைத்தார்.

"மதுரா வழியாகத்தானே வருகிறீர்கள்? அந்த ஊருக்கு மதுரா என்று ஏன் பெயர் வந்தது என்று கேள்விப்பட்டீர்களா?"

"இல்லையே" பாலவர்மர் யுவானுடன் இணைந்து இப்பதிலைச் சொன்னார்.

"இரண்டு பேரும் இளைஞர்கள். கதை கேட்பதென்றால் தயாராக இருப்பீர்கள் போலிருக்கிறதே?"

யுவான் முகம் வெட்கத்தில் மேலும் சிவந்தது. பாலவர்மர் புன்னகைத்தார்.

"பகவான் புத்தர் ஒருமுறை சிராவஸ்தியில் ஒரு குளத்தருகே தங்கி இருந்தார். அங்கே நடந்தவாறே தியானத்தில் ஈடுபட்டிருந்தார். அவரது பிச்சைப்பாத்திரம் அருகே இருந்தது. மரத்தில் இருந்து அவரைக் கண்காணித்துக்கொண்டிருந்த ஒரு குரங்கு சட்டென்று கீழே இறங்கி அந்த பாத்திரத்தை எடுத்துக்கொண்டு காட்டுக்குள் ஓடிவிட்டது. சக பிக்குகள் அந்த குரங்கைத் தொடர்ந்து சென்று பாத்திரத்தைக் கைப்பற்ற விரும்பினார்கள். புத்தர் வேண்டாம் என்று தடுத்துவிட்டார்." மித்ரசேனர் சற்று நிறுத்திவிட்டு தண்ணீர் வேண்டும் என சைகை செய்தார். தண்ணீர் நிரப்பப்பட்ட மரக்குடுவை ஒன்றை உடனே அளித்தார் சீடர் ஒருவர். குடித்துவிட்டுத் தொடர்ந்தார் மித்ர சேனர்.

"சற்று நேரத்தில் குரங்கு திரும்பி வந்தது. கையில் அந்த பாத்திரம் நிறைய தேன். புத்தர் அதை வாங்கிப்பார்த்தார். அதில் பூச்சிகள் இருந்தன. அவற்றை எடுத்து சுத்தம் செய்துதருமாறு அந்த குரங்குக்கு உத்தரவிட்டார். அவ்வாறே அது செய்தது. பின்னர் அந்த தேனை குளத்து நீரில் கலந்து சக பிக்குகளுக்கு வழங்கினார் ததாகதர். அவர்கள் அருந்துவதை மரத்தின் மீதிருந்து பார்த்துக்கொண்டிருந்த குரங்கு உற்சாக மிகுதியால் துள்ளியது. அப்போது தவறி குளத்தில் விழுந்து உயிர் துறந்தது. பிக்குகள் அனைவரும் அதைக் கண்டு வருத்தம் அடைந்தனர். ராகுலர் புத்தரை அணுகி இதுபற்றிக் கேட்டார். 'இந்த குரங்கு பல ஆயிரம் ஆண்டுகளுக்கு முன்பாக எமக்கு முந்தைய புத்தரின் காலத்தில் ஒரு பிக்குவாக இருந்தது. அப்போது சக பிக்கு

ஒருவரை அவமதித்து விட்ட காரணத்தால் தன் அடுத்த ஐநூறு பிறவிகளிலும் குரங்காகவே பிறந்து கொண்டிருந்தது. இப்போது எமக்கு தேன் வழங்கிய காரணத்தால் இதன் குரங்குப் பிறவி நீங்கிவிட்டது. தற்போது உயிர்நீத்திருக்கும் இக்குரங்கு மனிதனாகப் பிறப்பெடுத்துள்ளது. அதற்கு மதுரசாச்சி என்று பெயரிடுவார்கள் என்றார். அப்படியே சில காலம் கழித்து மதுரசாச்சி என்ற பெயருடைய இளைஞர் பிக்குவாகி சங்கத்தில் சரண் அடைந்தார். அவர் பிறந்த இடம்தான் மதுரா என்று அழைக்கப்படுகிறது”

“ஓ...” என்று யுவான் தலையசைத்தார்.

“ஆனால் மேன்மை தங்கிய பிக்குவே, நாங்கள் இன்னொரு குரங்குக் கதை கேள்வியுற்றோம்'' என்று இழுத்தார் பாலவர்மர்.

“சொல்லுங்கள்.... நானும் கேட்கிறேன்” என்றார் மித்ரசேனர்.

“நாங்கள் மதுரா அருகே மேன்மை தங்கிய பிக்கு உபகுப்தர் ஸ்தாபித்த விஹாரத்துக்குச் சென்றோம். அங்குதான் இக்கதையைக் கேள்வியுற்றோம். உபகுப்தர் முந்தைய யுகத்தில் குரங்காக இருந்தாராம். அவர் தன் குரங்குகள் கூட்டத்துக்கு தலைவராக இருந்தாராம். அவர்கள் இருந்த உருமண்டா என்ற இடத்தின் மறுபுறத்தில் ஐநூறு பிரத்யேகப் புத்தர்கள் இருந்தனர். அவர்களுக்கு அவர் பணிவிடை செய்தார். எனவே அதன் விளைவுதான் மறுபிறவியில் அவர் உபகுப்தராகப் பிறந்து ஈடு இணையற்ற பிக்குவானார் என்றனர்”

மித்ரசேனர் அமைதியாக இருந்தார்.

“மனித இனமே ஒரு காலத்தில் குரங்குகளாக இருந்துதான் இப்போது மனிதர்களாக உருவெடுத்திருக்குமோ என்று விளையாட்டாக எண்ணத்தோன்றுகிறது'' என்றார் பாலவர்மர்.

பின்னர் மித்ரசேனரின் அமைதியைக் கண்டு நாக்கைக் கடித்துக்கொண்டார். ''மனித குலத்தின் சரித்திரத்தை ஆராயும் வல்லமை நமக்கில்லை. காலம் என்கிற சக்கரத்தின் ஆரங்கள் சுழன்று கொண்டே இருக்கின்றன. இப்பிரபஞ்சம்

அழிவுண்டு மீண்டுகொண்டே உள்ளது என்பதே நான் அறிவது" என்றார் மித்ரசேனர்.

"இளம் பிக்குகளே, உங்கள் வருகை என்னை மகிழ்ச்சிக்குள்ளாக்கி உள்ளது. இளம் வயதில் பீறிடும் சக்தியுடன் அளவில்லாத அறிவுத்தாகத்துடன் இருந்த என்னை ஞாபகப்படுத்துகிறீர்கள். இந்த நாடு முழுக்க காலால் நடந்தே திரிந்து இங்கே அமைதியாக இப்போது நிலைகொண்டுள்ளேன். ததாகதரின் தர்மமே என்னை வழி நடத்துகிறது. உங்களுக்கும் அவரது தர்மம் வழிகாட்டும் சுடராக விளங்கட்டும்"

அவர் கூறி முடித்ததும் அனைவரும் தர்மகோஷத்தை ஒலித்தனர். வெளியே இனிய காற்று வீச, விஹாரத்தின் காவி நிறக்கொடிகள் அசைந்தன.

(31)

தண்ணீர் சுழித்தோடிச் சென்றுகொண்டிருந்தது. பெரிய கெண்டைமீன்கள் ஆவென வாயைத் திறந்து காற்றை விழுங்கின. அவ்வளவு பெரிய மீன்களை பாலவர்மர் பார்த்ததே இல்லை. அகன்று விரிந்து பெரும் கடலெனத் ததும்பி ஆரியவர்த்தம் தாண்டி திராவிட நாடுவரைக்கும் புண்ணிய நதி என்று பெயர்பெற்றிருந்த கங்கையில் சென்றுகொண்டிருந்த பெரிய படகு ஒன்றில் அமர்ந்திருந்தார் அவர். நல்ல வெயில் அடித்தது. ஆனால் அந்த வெயிலை மீறி கங்கையின் பரப்பில் மோதி எழுந்த காற்று குளிராக வைத்திருந்தது. யுவான் கண்களை மூடி தியானத்தில் அமர்ந்திருந்தார். படகின் ஓட்டத்தில் எப்படி அவரால் நிலையாக அமர முடிகிறது என பாலவர்மர் ஒரு கணம் சிந்தித்தார். ஐம்பதுக்கும் மேற்பட்டோர் அந்த படகில் பயணம் செய்தனர். வியாபாரிகள், விவசாயிகள், பிராமணர்கள் மூட்டை முடிச்சுகளுடன் ஏறியிருந்தனர். படகின் மீது காய்ந்த புல்லைப் பரப்பி அதன் மீது அமர்ந்து அந்த பயணம் போய்க்கொண்டிருந்தது.

மேலாடை எதுவும் இன்றி தன் நீண்ட முடியை கொண்டையாக முடிந்துகொண்டு, நட்பாகத் தோற்ற மளித்த சக பயணி ஒருவர், பாலவர்மரை அணுகி அவர்களைப் பற்றி விசாரிக்கத் தொடங்கினார். பாலவர்மரும் தங்கள் பயணத்தைப் பற்றி விளக்கினார்:

மித்ரசேனரின் விஹாரத்தில் சில காலம் தங்கிக் கற்ற பின், யுவான் சுவாங் தன் பயணத்தை வடக்கு நோக்கி தொடங்கினார். பிரமபுரா என்ற தேசம் வந்தது. அங்கிருந்து தென் கிழக்காகப் பயணம் செய்து அஹிக்சேத்திரம் என்ற நாட்டை அடைந்தனர். பின்னர் இன்னும் தெற்காகப் பயணம் மேற்கொண்டு விராசனா என்ற பகுதி வழியாக கபிதா என்ற நாட்டுக்கு வந்து சேர்ந்தனர். இங்கு இருந்த மூன்று ஏணிகள் மிகவும் புகழ்பெற்றவை. தன் தாய் மாயாதேவிக்கு தான் பெற்ற ஞானத்தை அறிவிக்க துஷித சொர்க்கத்துக்கு முற்காலத்தில் ததாகதர் சென்று திரும்பிய ஏணி ஒன்று. மஹாபிரம்மா இறங்கி வந்த ஏணி ஒன்று. இடதுபுறம் இருந்த ஏணி சக்ரதேவர் இறங்கி வந்த ஏணி. பல காலம் முன்பு இந்த ஏணிகள் அப்படியே இருந்திருக்கின்றன. ஆனால் யுவான் சுவாங் போன காலகட்டத்தில் இந்த ஏணிகளில் இருந்த தங்கம், வெள்ளி ஆகியவற்றுக்காக அவற்றைக் கொள்ளை அடித்துக் கொண்டு போய்விட்ட படியால் அங்கே கல்லால் செய்யப்பட்ட ஏணிகளே இருந்தன. அவற்றில் அபூர்வமான கற்கள் பதிக்கப்பட்டிருந்தன. ஒரு பெரிய விஹாரம் எழுப்பப்பட்டு இந்த ஏணிகள் அதற்குள் அமைக்கப்பட்டிருந்தன. மிகப் பிரம்மாண்டமான புத்தர் சிலையொன்றும் அமைக்கப்பட்டிருந்தது. மிக அழகான பிரம்மா, சக்ரதேவர் ஆகியோரின் சிலைகளும் இருந்தன. அசோகர் அமைத்த எழுபது அடி உயர கல்தூண் இருந்ததையும் யுவான் கண்டார்.

பின்னர் கன்னோசி வழியாக அயோத்திக்கு வந்தனர். அயோத்தி புகழ்பெற்ற பௌத்த ஸ்தலமாக இருந்தது. நூற்றுக்கணக்கான பௌத்த விஹாரங்கள் இருந்தன. ஆயிரக்கணக்கான பௌத்த பிக்குகள் தங்கி இருந்தனர். ஹீனயானமும் மகாயானமும் சம அளவில் அங்கு பயிலப்பட்டன. இங்கிருந்து சற்று தள்ளி கங்கைக் கரையில் ததாகதர் மூன்று மாதங்கள் தங்கி இருந்து தர்மத்தை விளக்கிய இடத்தில் இருநூறு அடி உயரமான அசோக மகாராஜா கட்டிய ஸ்தூபி ஒன்று உள்ளது. இதையெல்லாம் பார்த்தபிறகு ஹயமுகா என்ற நகரை அடைவதற்காகக் கிழக்கு நோக்கி இந்தப் படகுப் பயணம்.

“கன்னோசியைச் சேர்ந்தவன்தான் நான். என்னுடைய பெயர் ஆதித்தன்” என்று தன்னை அறிமுகபடுத்திக்கொண்டார்

இவ்வளவு நேரமும் பயணத்தைப் பற்றிக் கேட்டுக்கொண்டிருந்த மனிதர்.

"ஆதித்தரே, உங்கள் அரசர் ததாகதரின் தர்மத்துக்கு மிகப்பெரிய ஆதரவளித்துவருகிறாரே... அதைக் கண்டு நானும் யுவான் சுவாங்கும் பெரிதும் மகிழ்ந்தோம்"

"ஆமாம். எங்கள் சக்கரவர்த்தி சிலாதித்தர் என்கிற ஹர்ஷவர்த்தனர் புகழ் இத்தேசமெங்கும் வெல்ல இயலாத மாபெரும் வீரர் என்று பரவி நிலைத்திருப்பதுடன் அவர் ததாகதரின் தர்மத்தைப் பின்பற்றுவதும் அதற்காக வாரி வாரி வழங்குவதும் நாடு முழுக்க பிரமிப்பாகப் பார்க்கப்படுகிறது"

"பிக்குவே, நான் ஒன்று கேட்டால் கோபித்துக்கொள்ள வேண்டாம்" என்றவாறு இடைமறித்தார் இன்னொருவர். தன்னை அயோத்தியைச் சேர்ந்த விவசாயி என்று அறிமுகப்படுத்திக்கொண்ட அவர் பெயர் ஜெயந்தா என்றார்.

"புத்தரின் தர்மத்தைக் கடைபிடிக்கும் நீவிர் கையில் பிச்சைப் பாத்திரத்துடன் சுற்றுபவர்கள். ஏதாவது நான்கு வீடுகளுக்கு காலையில் போய் சும்மா நின்றாலே உணவு தேறிவிடும். பின் எதற்கு இந்த மன்னர்களும் வாரி வாரி உங்கள் சகோதரர்களுக்கும் விஹாரங்களுக்கும் வழங்குகிறார்கள்? சூளைகளில் சுடப்படும் செங்கல்கள் அனைத்தும் புதிய விஹாரங்களுக்கும் ஸ்தூபிகளுக்குமாக வாரிக்கொண்டு போய்விடுகிறார்கள். எங்கள் ஊர்களில் வீடு கட்ட செங்கல் கிடைப்பதே பெரும் பாடாக உள்ளது. ஏன் இவ்வளவு செல்வத்தை அதை கொஞ்சம் கூட அனுபவிக்கத்தெரியாத உம்மைப் போன்ற பிக்குகளிடம் அளிக்கவேண்டும்? பிக்கு என்றாலே பிச்சைக்காரன் என்றுதானே பொருள்? சரி இந்த மன்னர்கள்தான் எம் போன்ற மக்களிடம் வரியாக வசூலித்த நாணயங்களை உங்களுக்கு அளிக்கிறார்கள். ஆனால் நீங்கள் சாஸ்திரங்களைக் கரைத்துக் குடித்து தினமும் ஒரு வேளை சாப்பிட்டு வாழ்கிறீர்கள். உங்களுக்கு எதற்கு இதெல்லாம்? எங்களுக்கு வேண்டாம். அந்த செல்வத்தை எல்லாம் உழைத்து வீணாய் போகும் விவசாயிகளுக்குக் கொடுங்கள் என்று ஏன் சொல்ல மறுக்கிறீர்கள்?"

ஜெயந்தாவின் முகத்தில் குறும்பு தவழ்ந்தது. நட்பு பாவத்துடன்தான் இதை அவர் கேட்கிறார் என்பதை பாலவர்மர் உணர்ந்துகொண்டார்.

"சரி ஜெயந்தரே.. என்னுடன் பயணம் செய்கிறவர் சீனதேசத்தின் மாபெரும் அறிஞர். இங்கும் அவர் பெயரும் புகழும் பரவிக் கொண்டிருக்கின்றன. ததாகதர் பெருமானின் அருளால் நிச்சயம் அவர் ஹர்ஷவர்த்தன சக்கரவர்த்தியைச் சந்திப்பார். அப்போது நானும் உடன் இருப்பேன். ஆகவே, மறக்காமல் உங்கள் செல்வத்தை எல்லாம் அயோத்தியைச் சேர்ந்த ஜெயந்தா என்கிற விவசாயிக்கு அளியுங்கள் என்று சக்கரவர்த்தியிடம் விண்ணப்பம் செய்துகொள்கிறேன். போதுமா?"

எல்லோரும் சிரித்தனர்.

"இப்படிக் கோபமே வராமல் அமைதியாய் இருப்பதால்தான் மன்னர்கள் எல்லாம் உம்மைப் போன்ற பிக்குகளுக்கு வாரி வழங்குகிறார்கள் போலிருக்கிறது. இன்று ஜம்புத்வீபத்தில் உள்ள விஹாரங்களில் செல்வம் கொழிக்கிறது. ஆதித்தரே, இந்த நதியில் படகுக்கொள்ளையர்கள் உண்டு என்று கேள்விப்பட்டுள்ளேன். அவர்களை ஒருவேளை நாம் பார்க்க நேர்ந்தால் அய்யா கொள்ளைக்காரர்களே, நதியை விட்டுவிட்டு நாட்டுக்குப் போங்கள். ஒரு பௌத்த விஹாரத்தில் கொள்ளை அடித்தால் போதும். வாழ்நாள் முழுக்க நீங்கள் கொள்ளையே அடிக்க வேண்டாம் என்று கூறுவேன்"

"ஆமாம். நீர் அப்படிக் கூறுவீர். கொள்ளையர்களும் உமக்கு நன்றி சொல்லிவிட்டு உம்மை ஒன்றும் செய்யாமல் விட்டுவிட்டுப் போய்விடுவார்கள்" என ஆதித்தன் பதில் சொல்ல மீண்டும் சிரித்தார்கள்.

"ஆதித்தரே உங்கள் சக்கரவர்த்தியைப் பற்றிக்கூறும்... நாங்கள் கேட்கிறோம்" என்றார் பாலவர்மர். ஏற்கெனவே கன்னோசியில் அவரைப் பற்றி அறிந்திருந்தாலும் அவரது குடிகளில் ஒருவர் என்ன சொல்கிறார் என்று அறிய விரும்பினார் அவர்.

"கன்னோசி அல்ல ஹர்ஷ சக்கரவர்த்தியின் சொந்த மண். அவர் இங்கிருந்து மேற்கே இருக்கும் ஸ்தனீஸ்வரம் என்ற ராஜ்யத்தின் மன்னர் பிரகரவர்த்தனரின் புதல்வர். பிரகரவர்த்தனர் ராஜபுத்திர வம்ச அரசர். அவரது மகன்கள் இருவர். மூத்தவர் ராஜ்யவர்த்தனர். இளையவர்தான் ஹர்ஷ வர்த்தனர்.

இவர்களின் சகோதரி ராஜ்யஸ்ரீ. இளவரசி ராஜ்யஸ்ரீ மீது சகோதரர்கள் இருவரும் உயிரையே வைத்திருந்தனர். மன்னர் சூரிய வழிபாட்டில் ஈடுபாடுடையவர் என்றாலும் இளையவரான ஹர்ஷவர்த்தனர் புத்தமதத்தில் சேர்ந்து அரசாட்சியில் ஈடுபாடு இன்றி இருந்தார். மன்னர் மரணத்துக்குப் பின்னர் மூத்த இளவரசரான ராஜ்யவர்த்தனர் ஆட்சிக்கு வந்தார். இளவரசியாரை கன்னோசிக்கு அதாவது எங்கள் தேசத்தின் மன்னராக இருந்த கிரஹவர்மருக்கு மணம் செய்து கொடுத்திருந்தனர். அப்போது மாளவதேசத்து மன்னன் தேவகுப்தனால் ஏற்பட்டது பெரும் கொடுமை. அவன் எங்கள் தேசத்தின் மீது படையெடுத்து கிரஹவர்மரைக் கொன்றதுடன் இல்லாமல் இளவரசியாரையும் சிறையில் அடைத்துவிட்டான். அவனைப் பழிவாங்க ராஜ்யவர்த்தனர் பெரும் படையுடன் வந்தார். போரில் பெரு வெற்றி பெற்றார். ஆனால் அப்போது கவுட தேசத்து மன்னன் சசாங்கன் ராஜ்யவர்த்தனரைக் காணவந்தான். நட்பு நாடி வந்த அவன் மாளவ தேசத்து மன்னனுடன் சேர்ந்து சதியில் ஈடுபட்டிருந்தான் என்பதை ராஜ்யவர்த்தனர் அறிந்திருக்கவில்லை. நயவஞ்சகமாக அவன் ராஜ்யவர்த்தனரைக் கொன்று விட்டான். ஸ்தனீஸ்வரத்தின் சைன்யங்கள் சிதறி ஓடின. ராஜ்யத்துக்கு மன்னர் இல்லை. புலவரும் பெரும் மதியூகியுமான பாணியார், ஹர்ஷரை, ராஜ்யப் பதவியை ஏற்குமாறு வேண்டினார். ஆனால் ஹர்ஷருக்கோ வெறும் பதினாறு வயதுதான் அவர் ஆரம்பத்தில் மறுத்தார். ஆனால் தங்கையின் கணவரைக் கொன்றவனைத் தண்டித்து இளவரசியாரை மீட்க வேண்டிய கடமையும் அவருக்கு இருந்தது" ஆதித்தன் சொல்லிக் கொண்டிருந்தபோது படகோட்டி ஒருவன் அழகான பாடல் ஒன்றைத் தொடங்கினான்.

காற்றில் ஏறி கடலை நோக்கி
மலையில் ஏறி மடுவை நோக்கி
சேற்றில் ஏறி மேட்டை நோக்கி
பாய்ந்து செல்லும் வெள்ளத்தில்
பசியென்னும் கரங்களில்
சிக்கித் தவிக்குதே எங்கள் வாழ்வு
வெள்ளி நிலவின் உலகில்
கொஞ்சம் கிள்ளித் தர ஆளிருக்கா,
புள்ளினங்கள் ஓலமிடும் பாலையில்
பாசம் தர யாரிருக்கா?
கொள்ளையனின் கொடுவாள் முன்பே
கவசம் தர யாரிருக்கா?

பாட்டை ரசித்துக் கேட்டபின் ஆதித்தன் மீண்டும் பேசத் தொடங்கினார்.

“ஹர்ஷவர்த்தனர் மிகவும் உளப்பூர்வமாக வணங்கும் போதிசத்துவர் அவலோகிதேஸ்வரப் பெருமான் அனுமதியை இதற்காக நாடினார். அவரது சிலைக்கு முன்னாள் விரதமிருந்து வணங்கியபிறகு, அவலோகிதேஸ்வரர் அவருக்கு ராஜ்யபாரம் சுமக்க அனுமதி அளித்ததாகச் சொல்கிறார்கள். அத்துடன் இன்னொரு ரகசியப் பேச்சும் உள்ளது. எப்போதும் மகாராஜா என்ற பட்டத்தைச் சுமக்க வேண்டாம் என்றும் நிஜமான சிம்மாசனத்தில் அமரவேண்டாம் என்றும் ஹர்ஷருக்கு தெய்வீகமாக உணர்த்தப்பட்டதாம். அதன் படியே காமரூபத்தின் அரசரான பாஸ்கரவர்மரின் துணையுடன் சசாங்கனை முறியடித்தார். இளவரசியை மீட்டதுடன் குடிபடைகளின் வேண்டுகோளுக்கு இணங்க கன்னோசிக்கே தலைநகரை மாற்றிக்கொண்டார். ஆறு ஆண்டுகள் விடாமல் எதிரிகளை எல்லாம் முறியடித்து இப்போது இப்பகுதி முழுக்கப் போரே இல்லாமல் பெரும் அமைதியை ஏற்படுத்தியுள்ளார் எம் மன்னர். அவலோகிதேஸ்வரர் உணர்த்தியதுபோலவே அவர் கன்னோசியின் நிஜமான சிம்மாசனத்தில் அமராமல்தான் ஆட்சி செய்கிறார். ஒரு நாளை மூன்றாகப் பிரித்து வைத்துக்கொண்டு காலையில் அரச அலுவல்கள், மீதி இரண்டு வேலையும் மத அலுவல்கள் என்று செய்துவருகிறார். ததாகதரின் தர்மத்தை ஏற்றுக் கொண்டவர் எனினும் மக்களின் மத நம்பிக்கைகளில் எந்த இடையூறும்

செய்வதில்லை. பிற தர்மங்களையும் அவர் அனுமதித்து அள்ளி வழங்கியே வருகிறார். இளவரசியார் ராஜ்யஸ்ரீயும் பௌத்த மதத்தைத் தழுவியவரே. அவர் எம் மன்னருக்கு உதவியாக அரசு அலுவல்களைக் கண்காணிக்கிறார். ஒவ்வொரு ஐந்து ஆண்டுக்கு ஒருமுறையும் எம் மன்னர் கருவூலத்தில் உள்ளதையெல்லாம் வறியவர்களுக்கு வாரி வழங்கிவிடுகிறார். அந்த தினங்களில் இங்குள்ள வறியவர்கள் எல்லாம் கன்னோசியில்தான் குவிந்திருப்பர். கருவூலம் காலியாகும் வரை அள்ளித் தரும் தர்ம நிகழ்ச்சி அது"

ஆதித்தன் கண்களை மூடி தம் மன்னரின் புகழில் ஆழ்ந்தார். காற்றில் வேகம் ஏறியதால் படகும் சற்று வேகம் பிடித்தது.

(32)

ஹர்ஷரைப் பற்றி ஆதித்தன் புகழ்ந்து கூறியதை யுவான் சுவாங் கேட்டுக் கொண்டுதான் இருந்தார். பரதகண்டத்தின் பெரும்பகுதி சுமார் முப்பத்தி ஐந்து ஆண்டுகளாக ஆட்சி செய்துவரும் ஹர்ஷரின் புகழ் பெருமளவுக்கு எல்லா இடங்களிலும் பரவி இருந்தது. ஹர்ஷர் கண்டது ஒரே ஒரு தோல்விதான் அது தெற்கே நர்மதை நதிக்கரையில் சாளுக்கிய மன்னன் இரண்டாம் புலிகேசியிடம் பெற்ற தோல்வி. ஆனால் ஹர்ஷர் நினைத்திருந்தால் பெரும் சைன்யத்தைத் திரட்டிக் கொண்டுபோய் புலிகேசியைத் தூள் தூளாக்கி இருக்க முடியும். ஏனெனில் ஹர்ஷரின் ஆளுமையின் கீழ் வடபகுதி முழுக்க இருந்தது. எல்லா ராஜ்யங்களுக்கு அவருக்கு அடி பணிந்திருந்தன. மஹாயான பௌத்த நெறிகளில் ஒழுகிய ஹர்ஷர் ஒரு காலகட்டத்தின் நெருக்கடியால்தான் அரசபதவியை ஏற்றுக் கொண்டவர். எனவேதான் தோல்வியை போருக்கான முற்றுப்புள்ளியாக எடுத்துக் கொண்டு ஆன்மீக விஷயங்களிலும் இலக்கியங்களிலும் கவனம் செலுத்திக் கொண்டிருந்தார்.

"ஆதித்தரே, உமது மன்னர் மிகச்சிறந்த கவி என்பதை ஏன் சொல்லவில்லை?" என்று யுவான் சுவாங் மெல்லக் கேட்டார்.

"சீனப்பிக்குவே உமது தியானத்தையும் எம் மன்னர் புகழ் மாலை கலைத்துவிட்டதே.. பலே.." என்ற ஆதித்தன், "எம் மன்னர் மூன்று மிகச்சிறந்த சமஸ்கிருத நாடகங்களை

இயற்றியுள்ளார். ரத்னாவளி, பிரியதர்ஷிகா, நாகானந்தா ஆகியவையே அவை. கன்னோசிக்கு வந்தால் இந்த நாடகங்கள் அரங்கேறும் நாட்களைத் தவறவிடாமல் கண்டுகளியுங்கள். ரத்னாவளியும் பிரியதர்ஷிகாவும் அங்கதச் சுவை கொண்டவை. நாகானந்தா மிகவும் உயர்வான ஆன்மீகப் பெட்டகம்" என்றார்.

ஆதித்தன் சொல்லி முடித்ததும் உச்சியில் மேகங்கள் திரண்டன. கடுமையான மழைவரும் எனத் தோன்றியது. படகோட்டிகள் படகைக் கரையை நோக்கி வேகமாகத் திருப்பினர். ஆனால் அதற்குள் வானத்துக்குப் பொறுக்கவில்லை. மழைக்கற்றைகள் கங்கையின் மீது நீண்ட மூங்கில் கழிகளென விழுந்தன. ஆற்றுநீரில் மழை விழ விழ அதன் பரப்பே கொந்தளிப்பதுபோலாயிற்று. படகில் இருந்த அனைவரும் நனைந்துபோயினர். மூட்டை முடிச்சுகளை நனையாமல் பார்த்துக்கொள்வதே பெரும் பிரச்னை ஆகிவிட்டது. யுவான் சுவாங் அமைதியாக மழையை ரசித்தார். அவரது உடல் மழையில் நனைந்து குளிர்ந்தது. தண்ணீர் படகில் வழிந்து அதிலிருந்த துளைகள் வழியாக ஆற்றில் கலந்தது. சோவென்ற மழை சப்தம். ஒரு கணம் யுவான் சுவாங் விண்ணிலிருந்து மழை விழுகிறதா? அல்லது கங்கை நதிதான் கீழிருந்து மேல் நோக்கிப் பாய்கிறதா என்றுகூட யோசித்தார். ஏனெனில் ஒரு திரையைப் போல தண்ணீர் கொட்டிக்கொண்டிருந்தது.

ஆற்றுவெள்ளத்தில் போய்விடாமல் மெதுவாக கரையை நோக்கி படகைச் செலுத்திய படகோட்டிகள் கரையில் குதித்துக் கயிறைக் கொண்டு படகை பெருமரம் ஒன்றில் கட்டினர். அடர்ந்திருந்த மரத்தின் அடியில் எல்லோரும் இறங்கி மழைக்கு ஒதுங்கினர். மழை விட்டதும் புறப்படலாம் என்று படகோட்டிகள் சொல்லிவிட்டு, உணவு தயாரிக்கும் வேலையில் இறங்கினர். பயணிகளும் தங்கள் நனைந்த உடல்களைத் துடைத்துக் கொண்டு, தங்களுக்கான உணவுகளைத் தயாரிப்பதற்காக கற்களை வைத்து தீயைக் கடைந்தனர். நனைந்த உடல்களுக்கு அடுப்பில் இருந்த எழுந்த தீ சுகமாக இருந்தது. பாலவர்மர் தங்களுடன் வந்த ஆட்களிடம் உணவைத் தயாரிக்கும்படிச் சொல்லிவிட்டு யுவானிடம் வந்தார். யுவான் மழையில் நனைந்த நதியை வைத்த கண் வாங்காமல் பார்த்துக்கொண்டு நின்றார்.

அவரது மழைத் தியானத்தைக் குலைக்க விரும்பாமல் பாலவர்மர் அருகே நின்றார். சிறுவயதில் காஞ்சியில் மழையில் நனைந்து தாயின் கோபத்துக்கு பலமுறை ஆளான நினைவு வந்தது. ஒருவேளை யுவான் சுவாங்கும் சீனத்து மண்ணின் மழை ஞாபகங்களில் திளைக்கிறாரோ என்னவோ என பாலவர்மருக்குத் தோன்றியது.

திடீரென பாலவர்மர் பக்கமாகத் திரும்பிய யுவான் மெல்லப் பேசினார்: "உலகில் பழைய ஞாபகங்களைத் தூண்டிவிடுவதில் மழைக்கு ஈடு இணை எதுவும் இல்லை சகோதரரே.."

"ஆம்... நான் கூட சற்று நேரம் காஞ்சிக்குச் சென்றுவிட்டேன்."

"மழையை ரசிப்பது மிகப்பெரிய அனுபவம். மழை பூமியைக் கழுவுகிறது. மரங்களைக் கழுவுகிறது. செடிகளைக் கழுவுகிறது. மன்னன், குடிகள் என்று எந்த வேறுபாடும் இன்றி எல்லோரையும் அது நனைக்கிறது"

"ததாகதரின் தர்மம் போல. ... இல்லையா?"

"ஆம். சரியாகச் சொன்னீர்கள்.." என்ற யுவான் மழைத் தண்ணீரில் அடித்துச் செல்லப்பட்ட ஒரு மஞ்சள் பூவைக் குனிந்து எடுத்தார். சில கணங்கள் அதை உற்று கவனித்து முகர்ந்தார்.

"கால வெள்ளத்தில் அடித்துச் செல்லப்படும் ஒரு மலர்" என்றார் மெல்ல தத்துவார்த்தமாக.

"பிக்குகள் இருவரும் மழையை ரசிக்க ஆரம்பித்துவிட்டீர்கள் போலிருக்கிறது" பின்னால் குரல் கேட்டது. அயோத்தியின் விவசாயி ஜெயந்தா நின்று கொண்டிருந்தார்.

"மழை ஓய்ந்த பின்னால்தான் படகு புறப்படும். அதுவரை இந்த வாழும் தருணத்தை ஆழ்ந்து கவனிக்க விழைந்தோம். எம் தர்மம் எப்போதும் வாழும் கணத்தில் விழிப்புடன் இருக்கச் சொல்கிறது"

"நானும் உங்கள் மூச்சுப் பயிற்சியைப் பற்றிக் கேள்விப்பட்டிருக் கிறேன். மூச்சை எப்படிக் கவனிப்பது என்று சின்னவயதில் பிக்கு ஒருவர் சொல்லிக்கொடுத்திருக்கிறார். நான் தான் வயிற்றைக் கவனிப்பதிலேயே நாட்களைக் கழித்துவிட்டேன்."

"இருக்கட்டும் ஜெயந்தரே, இரண்டு மாபெரும் போதிசத்துவ தத்துவஞானிகள் வாழ்ந்த ஊருக்கு சொந்தக்காரர் நீவிர்

அதுவே உம்மை எமக்கு மிகுந்த மரியாதையுடன் பார்க்கத் தூண்டுகிறது"

"யார் அவர்கள்?" என்றவாறு உரையாடலில் கலந்துகொண்டார் கன்னோசியின் ஆதித்தன்.

"சொல்கிறேன். கேளும்" என்று தொண்டையைக் கனைத்த யுவான் சுவாங் மெல்லத் தொடங்கினார். மழைத்துளி ஒன்று அடர்ந்த அந்த மரத்தின் இலைக்கூரையில் இருந்து ஒழுகி, யுவானின் கூரிய நாசியின் மீது சரியாக விழுந்தது.

"ததாகதர் பரிநிர்வாணம் அடைந்த ஐநூறு ஆண்டுகள் கழித்து புருஷபுரத்தில் பிறந்தவர்கள் அசாங்கரும் வசுபந்துவும். இருவரும் சகோதரர்கள். இருவரையுமே போதிசத்துவர்களாகக் கருதுவதுதான் எம் மகாயான மரபு. அசாங்கர் முதலில் மஹிசாசகா மரபில் பயின்றார். பின்னர் மஹாயானத்தைத் தழுவிக்கொண்டார். சர்வாஸ்திவாதிகளின் மரபில் சேர்ந்த வசுபந்து போதிசத்துவரும் பின்னர் அசாங்கரின் வழிகாட்டுதலின் பேரில் மஹாயானத்தைத் தழுவிக்கொண்டார். இருவரும் தத்துவ இயலுக்கு பெரும் தொண்டாற்றினார்கள். அசாங்கர் ஏராளமான சாஸ்திரங்களை இயற்றினார். அவற்றுக்கு உரை எழுதினார். ஒரு முறை துஷித சொர்க்கத்துக்கு அசாங்கரே நேரில் சென்று மறுநாளே திரும்பினார். அங்கே மைத்ரேயரை நேரில் கண்டு யோகசாஸ்திரம், அலங்கார மகாயான சாஸ்திரம், மத்யந்தா விபாங்க சாஸ்திரம் போன்றவற்றைக் கற்று மண்ணுக்குத் திரும்பியதாக அவரைப் பற்றிக் கூறுவர். மகாயானத்தின் முக்கியமான சாஸ்திரங்களை எழுதியவர் அவரே."

"ஓ..." என்றார் ஆதித்தன். பாலவர்மரும் ஜெயந்தாவும் மௌனமாகத் தலை அசைத்தனர்.

"வசுபந்து போதிசத்துவர் மிகுந்த விவாதத்திறமை உடையவர். அவரும் முக்கியமான பல சாஸ்திரங்களை எழுதி மகாயானத்தை இம்மண்ணில் நிறுவியிருக்கிறார். ஏராளமான ஹீனயானவாதிகளை விவாதத்தில் தோற்கடித்திருக்கிறார். பாலவர்மரே அவரைப் பற்றி காசுமீரத்தில் நாம் ஏற்கனவே கேள்விப்பட்டிருக்கிறோம் இல்லையா?"

'ஆமாம். அயோத்தியில் இந்த இருவருமே தங்கி தர்மத்தைப் பரப்பியிருக்கிறார்கள். இன்று இவ்வளவு பிக்குகளும்

விஹாரங்களும் அயோத்தியில் இருப்பதற்கு இவர்களே காரண கர்த்தாக்கள் சகோதரரே..''

''இன்னொரு சுவாரசியமான கதையையும் கூறுகிறேன். அயோத்தியில் அசாங்கர், வசுபந்துவுக்கு புத்தசிம்மர் என்ற அறிஞர் சீடராக இருந்தார். இம்மூவரும் ஒரு உடன்படிக்கை செய்துகொண்டனர். மூவரில் யார் முதலில் இறந்து சொர்க்கத்துக்குப் போனாலும் திரும்பி வந்து அங்கு எப்படி இருக்கிறது வாழ்க்கை என்று கூறவேண்டும் என்பது உடன்படிக்கை. இது சகபிக்குகளுக்கும் தெரியும். முதலில் இறந்தவர் சீடர் புத்த சிம்மர். நேராக சொர்க்கத்துக்குப் போனவர் இந்த உடன்படிக்கையை மறந்து அங்கேயே தங்கிவிட்டார்.''

''அட.. அப்புறம்?''

''மூன்று ஆண்டு கழித்து வசுபந்து இறந்தார். அவரும் சொர்க்கம் சென்றார். ஆனால் புத்தசிம்மர் போல இவர் மறந்துவிடவில்லை. ஆனால் ஆறுமாதங்கள் வரை பூமிக்கு வரவில்லை. இங்கிருப்பவர்கள் எல்லாம் இவர்கள் இருவரும் சொர்க்கத்துக்குப் போகவில்லை போலிருக்கிறது என்று அரசல்புரசலாகப் பேச ஆரம்பித்தார்கள். ஆனால் ஆறு மாதங்கள் கழித்து தேவ வடிவில் அவர் கீழிறங்கி வந்து அசாங்கரிடம் மைத்ரேயரின் சொர்க்கத்தில் தானும் புத்தசிம்மரும் எப்படி இருக்கிறோம் என்று விளக்கினார்,'' கேட்டுக்கொண்டிருந்தவர்கள் அனைவரும் ''சபாஷ்'' என்றனர்.

''அயோத்தி ரகுவம்ச மன்னரான ராமபிரான் பிறந்த ஜென்ம பூமி என்று ஒரு சாரார் கூறுவதையும் நான் கேட்டுள்ளேன். அங்கே அவருக்கு ஒரு கோயிலும் உள்ளது. அங்கே ஓடும் சரயு நதிக்கு விசேஷ குணங்கள் உண்டு தெரியுமா?'' ஜெயந்தா சொந்த ஊர்ப்பெருமையைப் பேசினார்.

உணவு தயாராகி இருந்தது. காட்டு மரங்களின் இலைகளில் மற்றவர்கள் சாப்பிடுகையில் பிக்குகள் இருவரும் தம் பிச்சைப் பாத்திரங்களில் உணவை வாங்கி மிகவும் நிதானமாக எந்த பேச்சும் இன்றி உண்டு முடித்து, கழுவி வைத்தனர். மழை விட்டிருந்தது. பயணம் தொடர்வதற்கான ஆயத்தங்களைச் செய்தனர் படகோட்டிகள்.

(33)

யுவான் சுவாங் கங்கையின் தண்ணீரைப் பார்த்தவாறே வந்தார். படகின் ஓட்டம் குளிர்ந்த நீரின் பரப்பில் சிறுசிறு அலைகளை ஏற்படுத்தியது. அகன்று விரிந்திருந்த கங்கையின் கரைக்காட்சிகளை அவர் ரசித்தார். பாலவர்மர் யுவான் சுவாங்கின் அருகில் இருந்தாலும் அவ்வப்போது ஜெயந்தா, ஆதித்தன் ஆகியோருடன் உரையாடலில் கலந்துகொண்டார். வேறு சில ஆட்களும் இப்போது நெருக்கமாகி விட்டார்கள். பல நாட்கள் பழகிய நண்பர்கள் போல அவர்கள் இப்போது ஆகிவிட்டிருந்ததை யுவான் கண்டார். பயணம் பலரை ஒன்றிணைக்கும் பெரும் சக்தி என்பதை அவர் தன் அனுபவத்தில் பலமுறை கண்டிருப்பதால் பாலவர்மரையும் அவரது புதிய சகாக்களையும் கண்டு புன்னகைத்தார்.

மகிழ்ச்சியாகப் போய்க்கொண்டிருந்த படகுப் பிரயாணத்துக்கும் ஒரு சோதனை வரத்தான் செய்தது. வெளிர் பச்சை நிறத்தில் இரு மருங்கிலும் அசோக மரங்கள் காடாக வளர்ந்திருந்த ஒரு இடம் வழியாக படகு சென்றபோது, படகோட்டிகளின் முகங்களில் கூடுதலாக எச்சரிக்கை உணர்வு தென்படுவதை யுவான் கண்டார். அந்த உணர்வு அவர் பார்த்துக்கொண்டிருக்கையில் பீதியாக மாறியது. கரையைப் பார்த்தார். அசோக மரங்களின் மறைவில் இருந்து சில படகுகள் அவர்களின் படகை

அசோகன் நாகமுத்து

நோக்கி சீறி வந்துகொண்டிருந்தன. அதில் இடுப்பில் மட்டும் ஆடையணிந்த பலர் உட்கார்ந்திருந்தார்கள். அவர்களின் கைகளில் கொடுவாட்கள் இருந்தன. ஒருவன் நீண்ட வேல் வைத்திருந்தான். அவன் மட்டும் தலைப்பாகை அணிந்திருந்தான்.

“ஏய்.. படகை நிறுத்து..” என்று அவர்கள் பயங்கரமாகக் கத்தினார்கள். கத்தியிருக்கவே தேவையில்லை. ஏனெனில் அவர்களைக் கண்டதுமே படகோட்டிகள் படகை நிறுத்திவிட்டு தொப்பென்று தண்ணீரில் குதித்து எதிர்த்திசை நோக்கி நீந்த ஆரம்பித்துவிட்டனர்.

படகோட்டிகள் இல்லாமல் தத்தளித்த படகில் ஆயுதங்களுடன் கொள்ளையர்கள் ஏறிக்கொண்டனர்.

“சப்தம் போடாமல் எங்களுடன் கரைக்கு வாருங்கள்... உங்களிடம் இருக்கும் பொருட்களைக் கொடுத்துவிட்டால் உங்களை விட்டு விடுவோம். முரண்டு பிடித்தால் கங்கை மாதாவின் முதலைகளுக்கு இங்கேயே உணவாக வேண்டியதுதான்” என்றான் ஒருவன். மொட்டையடித்து மீசை மட்டும் பெரிதாக வைத்திருந்தான் அவன்.

படகில் இருந்த அனைவர் முகத்திலும் பீதி. யுவான் சுவாங் மட்டுமே அமைதியாகவும் புன்னகை மாறாமலும் இருந்தார். பாலவர்மர் நிலைகொள்ளாமல் இருந்தார். இன்னெதென அறியாத ஒரு உணர்வு அவரிடம் ஏற்பட்டிருந்தது.

அந்த மொட்டையன் நேராக யுவான் சுவாங்கிடம் வந்து தன் நீண்டகொடுவாளை அவர் கழுத்தில் வைத்தான்.

“ஏய் எழுந்து நில்.”

யுவான் எழுந்தார். மொட்டையனை விட ஓர் அடி அவர் உயரமாக இருந்தார். அவரை மேலிருந்து கீழாகக் கவனித்த அவன் மிகுந்த மகிழ்ச்சி அடைந்தான்.

“ஏய் எல்லோரும் கவனியுங்களடா.... இவனைப் போல ஒருவனைத்தான் தேடிக்கொண்டிருந்தோம். காளிமாதாவுக்கு பலி கொடுக்க எல்லா லட்சணங்களும் இவனுக்கே இருக்கிறது. படகைக் கரைக்கு வேகமாக ஓட்டு. தாய்க்கு ரத்தப்பலி கொடுக்க நேரம் வந்து விட்டது. ஏய் துறவி.. நீ அதிர்ஷ்டக்காரன். உன்னைப் பலி கொடுக்கப்போகிறோம்....”

படகில் இருந்த அனைவரும் அதிர்ச்சி அடைந்தனர். ஜெயந்தா மிகுந்த பதற்றம் அடைந்தார்.

"எங்கள் பொருட்களை எல்லாம் எடுத்துக்கொள்ளுங்கள். அவரை மட்டும் விட்டுவிடுங்கள். அவர் மிகப்பெரிய ஞானம் பெற்ற துறவி. அவரை ஏதும் செய்யாதீர்கள். உங்களுக்குப் பெரிய பாவம் வந்து சேரும்" என்றார் அவர்.

தலைப்பாகை அணிந்திருந்த கொள்ளையன் சிரித்தான்.

"எங்கள் பாவத்தைக் களையத்தான் நாங்கள் இந்தத் துறவியைப் பலிகொடுக்கிறோம். நீ என்னடா என்றால் இதனால் பாவம் வரும் என்கிறாய்..." ஜெயந்தா பேசாமல் இருந்தார்.

பாலவர்மர் கோபத்துடன் எழவே..."ஏய் கறுப்புத் துறவி.. எங்கே எழுகிறாய்... உன்னையெல்லாம் நாங்கள் கொல்லமாட்டோம்..." என்றான் மொட்டையன்.

காஞ்சி மண்ணின் வீரம் பாலவர்மரிடம் பிக்குவாக ஆனபின்பும் மிச்சமிருந்தது. கொடுவாளுடன் நின்ற கொள்ளையன் ஒருவனை நோக்கி யாரும் எதிர்பாராத விதமாகப் பாய்ந்தார். அவனது கையில் இருந்த வாளைப் பறித்த அவர்.... கர்ஜித்தார்.

"எங்கள் பிக்குவை ஏதேனும் செய்யத் துணிந்தீர்கள் என்றால் உங்கள் அனைவரையும் தீர்த்துவிடுவேன்" என்றார்.

அமைதியே உருவான ஒரு பிக்கு இப்படி வாளேந்தி ஆவேசத்துடன் நிற்பதை படகில் இருந்த சக பயணிகள் பீதி கலந்த ஆச்சரியத்துடன் பார்த்தார்கள்.

தலைப்பாகை அணிந்திருந்த கொள்ளையன்தான் அவர்களின் தலைவன் என்பது அவன் பேசியதிலிருந்து புலப்பட்டது.

"துறவியே.... வாள் பிடிப்பது என்பது குழந்தை விளையாட்டு அல்ல. நீரெல்லாம் வாள் பிடித்தால் என்னைப் போன்ற ஆட்கள் பயந்துவிடுவோம் என்று நினைத்தீரா? என் ஆட்கள் ஒன்றும் இளைத்தவர்கள் அல்ல..." என்ற அவன் ஒரு கொள்ளையனின் வேலை வாங்கிக்கொண்டான். அத்துடன் துடுப்பைப் பிடித்திருந்த ஒரு கொள்ளையனைப் பார்த்து ஏதோ சைகையும் செய்தான்.

உடனே படகு கடுமையாக ஆடியது. இந்த ஆட்டத்தை எதிர்பார்த்திருந்த கொள்ளையர்கள் கால்களை வலிமையாக ஊன்றியும் பக்கவாட்டில் பிடித்தும் நிற்கையில் பாலவர்மர் மட்டும் தடுமாறினார். படகின் ஆட்ட வேகத்தில் வாளுடன் அவர் தடுமாறிப் படகின் பக்கவாட்டுத் தடுப்பில் சரிந்தார். படகு மீண்டும் வேகமாக ஆடியது. காஞ்சி தேசத்துப் பிக்கு தண்ணீருக்குள் தொப்பென்று விழுந்தார். அவர் விழுந்த இடத்துக்கு வேகமாக ஓடிவந்த கொள்ளையர் தலைவன் தன் வேலை தண்ணீருக்குள் பாய்ச்சினான். கங்கை நதி நீர் சிவந்தது.

"ம்.." என்று அவன் உறும, படகு கரையை நோக்கி நகர்ந்தது. பாலவர்மரின் சுவடே தண்ணீரில் தெரியவில்லை. ரத்தம் மட்டும் கொஞ்ச நேரம் நீர்ப்பரப்பில் மிதந்தது. பயணிகள் அனைவரும் பீதியுற்று பாலவர்மர் வீழ்ந்த இடத்தைத் திரும்பித் திரும்பிப் பார்த்தனர். யுவான் சுவாங் மிகுந்த தர்ம சங்கடத்துக்கு உள்ளாகி போதிசத்துவர்களை கண்மூடித் துதிக்கலானார்.

"ஏய் இவன் ஏதோ முணுமுணுக்கிறான். ஏதோ மந்திரம் போடுகிறான் போலிருக்கிறது" என்று ஒரு கொள்ளையன் யுவானை நோக்கிப் பாய்ந்தான்.

தன் வேலை நீட்டி அவனைத் தடுத்தான் தலைவன். "டேய்.. நீ.. இவனை எதுவும் செய்துவிடாதே... ஏதாவது பங்கம் ஏற்பட்டால் பலி கொடுக்க இயலாது. இந்த துறவியின் மந்திரங்கள் எதுவும் நம்மை எதுவும் செய்துவிடாது" என்று சொல்லி சிரித்தான். பெரும் நகைச்சுவை ஒன்றைக் கேட்டதுபோல் அனைத்துக் கொள்ளையர்களும் ஒரேயடியாக தங்கள் கொடுவாட்களை ஆட்டியவண்ணம் சிரிக்க, படகில் இருந்தவர்கள் மிரண்டு போயினர்.

படகு கரைக்கு வந்து சேர்ந்தது. ஓர் அசோக மரத்தில் அதை மிக எளிதாகக் கட்டினான் ஒருவன். பயணிகள் அனைவரும் இறக்கப்பட்டனர். அவர்களின் உடைமைகள் அனைத்தும் அள்ளிக் கரையில் எறியப்பட்டன. ஆதித்தன் கொள்ளையர் தலைவனிடம் நெருங்கி வந்து சொன்னார்.

"இந்தப் பிக்குவை விட்டுவிடுங்கள். அதற்குப் பதிலாக என்னைப் பலியாக ஏற்றுக்கொள்ளுங்கள்"

இந்தக் கோரிக்கையை நம்பமுடியாமல் அவன் பார்த்தான். பயணிகளில் வேறுசிலரும், “அவருக்குப் பதிலாக நான் பலியாகத் தயார். அவரை விட்டுவிடுங்கள்” என்று தங்கள் உணர்வை வெளிப்படுத்தினார்கள்.

“டேய்.. அற்பப் பதர்களே... இங்கே என்ன ஹர்ஷன் எழுதிய நகைச்சுவை நாடகமா நடக்கிறது? எல்லாரையும் கைகால்களை வெட்டி கங்கைக்குள் போட்டுவிடுவேன். ஜாக்கிரதை.. இந்த பிக்குவின் கழுத்தை ஒரே வெட்டாக வெட்டி, காளி தேவிக்குப் பலி கொடுக்கப்போகிறோம். நீங்கள் எல்லோரும் அமைதியாக இருந்து அந்த காட்சியைக் கண்டு களியுங்கள். பின்னர் உங்களை விடுதலை செய்வேன்.. எல்லோரும் ஓடிப்போகலாம். இடையில் ஏதாவது இந்த சீனாக்காரனுக்கு வலிந்து பேசி உதவ வந்தீர்களே என்றால்.. கங்கைக்குள் விழுந்து செத்துப்போனானே இன்னொரு காவிச்சட்டைக்காரன், அவன் கதியே உங்களுக்கு ஏற்படும்”

கங்கையின் கரையைத் தாண்டி உயரமான பகுதிக்கு அனைவரும் நடத்திச் செல்லப்பட்டனர். அங்கு மேடை தயாரானது.

யுவான் சுவாங் கொள்ளையர் தலைவனிடம் இறுதியாகப் பேசிப்பார்ப்பது என்று முடிவு செய்தார். “இந்த உடல் உங்கள் பலிக்குப் பயன்படுமாயின் அதை விட மகிழ்ச்சி அடையப்போகிறவன் என்னை விட்டால் வேறு யாருமில்லை. ததாகதரின் தர்மத்தைக் கடைப்பிடிக்கும் என்னால் உங்களுக்கு இப்படி உதவி செய்ய முடிந்ததில் எனக்கு மிகுந்த மகிழ்ச்சியே ஏற்படும். ஆனால் இந்த கட்டை தான் பூமிக்கு வந்ததின் நோக்கத்தை நிறைவேற்ற வில்லை. இன்னும் ததாகதர் ஞானம் பெற்ற போதிமரத்தின் நிழலைக் காணவில்லை. அவரது பாதம் படிந்த கிரிதகூட மலைகளை என் கண்கள் காணவில்லை. தூர தேசத்தில் இருந்து என் பயணத்தின் நோக்கம் இன்னும் நிறைவேறவில்லை. இப்போது என்னைக் கொன்றீர்கள் என்றால் உங்களுக்கு மிகப்பெரிய பாவம் வந்து சேரும்”

“ஹி..ஹி..... துறவியே.. நீ என்ன வேண்டுமானாலும் சொல். எந்தப் பாவமும் எங்களைத் தீண்டாது. ஆண்டு தோறும் தேவிக்கு சர்வ லட்சணமும் பொருந்திய ஓர் உயிரைப்

பலிகொடுப்பது எங்கள் வழக்கம். இந்த ஆண்டு எவனும் கிட்டவில்லை. நாட்களோ வீணாகிப் போய்விட்டன. இரவில் என் கனவில் வந்து ரத்தப்பலி எங்கே.. எங்கே என்று கேட்க ஆரம்பித்துவிட்டாள். உன்னைப் பார்த்ததும் எனக்கு மிகுந்த சந்தோஷம் ஏற்பட்டது. எங்கள் தேவியும் மகிழ்ச்சி அடைந்திருப்பாள். அடுத்த ஜென்மத்தில் உன் நோக்கத்தை நீ நிறைவேற்றிக் கொள்...இந்த ஜென்மம் இங்கேயே உனக்கு முடிவடையப் போகிறது"

"பிக்குவே.... அடுத்த பிறவியில் எங்களைப் போன்ற கொள்ளையர்களிடம் சிக்கிக் கொள்ளாதீரும்...." என்று மொட்டையன் கொடூரமாக சிரித்தவாறே சொன்னான். அவன் கண்கள் ரத்தச்சிவப்பாக இருந்தன. யுவான் சுவாங்கைப் பிடித்து அவரது கைகளைக் கட்டினான். சிவப்புப் பூக்களால் செய்த மாலையை அவர் கழுத்தில் போட்டார்கள். தலையில் ஒரு சொம்பு கங்கை நீர் ஊற்றப்பட்டது.

அவரை அழைத்துக்கொண்டுபோய் பாறை மீது மல்லாந்து படுக்க வைத்தனர். அவரது கழுத்துக்கு குறிபார்த்து கொடுவாளை ஓங்கி இரண்டுமுறை வீசிப் பயிற்சி எடுத்துக்கொண்டு பலியிடத் தயாரானான் ஒரு கொள்ளையன். யுவான் சுவாங் முகத்தில் கொஞ்சமும் கலக்கமே இல்லை. அவரது முகத்தில் தோன்றிய அந்த புன்னகைக் குறி கொள்ளையர்களை சற்று அடிவயிற்றைக் கலக்கினாலும் பலியை நிறைவேற்றுமாறு உத்தரவிட்டான் தலைவன்.

(34)

அன்று காலையில் கண்விழித்ததும் ஹர்ஷ சக்கரவர்த்தி பெரும் மகிழ்வுடன் இருந்தார். விடிகாலையில் அவர் கண்ட கனவு அவருக்குள் பெரும் உற்சாகத்தை உற்பத்தி செய்திருந்தது. நீல ஒளி நிரம்பிய அறையில் கையில் பொன் வளையங்கள் அணிந்த இரு கரங்கள் அவரை அன்புடன் தழுவின. நீலம் மாறி அறைக்குள் பொன்மஞ்சள் ஒளி நிரம்பிப் பின் அது மென்மையான வெண்ணிறமாக மாற்றம் கொண்டது. அறை விரிந்து தொலைவில் பனிமயமான உச்சியே தெரியாத பெருமலை ஒன்று தெரிந்தது. ஹர்ஷரைத் தழுவியிருந்த கரங்கள் சிறகுகளாக மாறி அவர் தோள் மீது படிந்தன. பேருவகையுடன் உச்சி நோக்கிப் பறக்கத் தொடங்கினார். மேலே எழ எழ அவருக்கு சக்தி அதிகமாகிக்கொண்டே போனது. களைப்புக்குப் பதிலாக உத்வேகம் அதிகமாகப் பொங்கிக் கொண்டே போனது. அதுமாதிரியொரு மகிழ்வான கணத்தை அவர் அனுபவித்ததில்லை. திடீரென மெல்லப் போர்வை விலகுவதுபோல் அக்கனவு கலைந்தது. கண்விழித்தபோது குளிரை விரட்ட வைக்கப்பட்டிருந்த மண்சட்டி நெருப்பு அணைந்து சாம்பல் மயமாகி இருப்பதைக் கண்டார். ரோமத்தால் ஆன மென்மையான போர்வையைத் தன் மீது சுற்றிக் கொண்டு பஞ்சணையை விட்டு இறங்கினார். புத்தம் சரணம் கச்சாமி என்று ஒருமுறை தனக்குள்ளே சொல்லிக் கொண்டார். வெளியே பெரிய கற்தூணில் அவலோகிதேஸ்வர

போதிசத்துவரின் சிற்பம் எல்லையில்லாத கருணையின் வடிவாக நின்றது. அதன்முன் ஒரு கணம் கண்மூடி நின்றார்.

அவரது வருகையைக் கண்ட காவலர்கள் விறைப்பாயினர். அவர்களது கரங்கள் குளிர்ந்துபோயிருந்த ஈட்டிகளை இறுக்கமாகப் பிடிக்க சிரமப்பட்டன. அவர்களின் மூச்சுக்காற்று புகையாக வெளிவரும் அளவுக்கு குளிர் அரண்மனையை இறுகக் கவ்வியிருந்தது.

சக்கரவர்த்தி அரண்மனையை விட்டு வெளியே வந்தார். உடன் வர காவலர்களுக்கு அனுமதி இல்லை. இன்னும் பனி விலகாத காலையில் போர்வையால் முகத்தை மூடிக்கொண்டு கன்னோசியின் தெருவொன்றில் மாபெரும் சக்கரவர்த்தியான ஹர்ஷர் வருவார் என்று யாரும் எதிர்பார்க்கமாட்டார்கள். ஆனால் அப்படி நடந்தாலும் கன்னோசி மக்கள் ஆச்சரியப்படமாட்டார்கள். போர்களில் அனைவரையும் வென்று எந்த எதிரியும் இன்றி ஆட்சி நடத்திவரும் ஹர்ஷர், குடிகளின் நலனில் அக்கறை கொண்டு எளிய வாழ்வே வாழ்வது அவர்களுக்குத் தெரியும். அவர் மாறுவேடத்தில் தலைநகரில் உலவுவது குடிகளிடையே பெரும் பிரசித்தமாயிருந்தது. அரண்மனையை விட்டு சற்றுத் தூரம் சென்றதும் சுமார் பத்துபேர் சாலை ஓரமாக நெருப்பு மூட்டிக் குளிர் காய்ந்துகொண்டிருந்ததைக் கண்டார் ஹர்ஷர். அருகில் சூடான காய்கறிகளை அவித்த பானத்தை ஒருவன் விற்பனையும் செய்துகொண்டிருந்தான்.

அக்கூட்டத்தில் ஹர்ஷரும் போய் உட்கார்ந்து கைகளை நெருப்பில் காட்டிச் சூடு ஏற்றிக்கொண்டார்.

“அப்புறம் ஆதித்தரே.. என்னதான் நடந்தது?” ஒரு முதியவர் கேட்டார்.

“எனக்கு சூடான குவளை பானம் வாங்கிக்கொடும். சொல்கிறேன்” என்று பதில்வந்தது. நடுத்தரவயதில் பதில் சொன்னவன்தான் ஆதித்தனாக இருக்கவேண்டும் என்று ஹர்ஷர் நினைத்தார்.

“ஏன் ஆதித்தரே, உமக்கு இல்லாததா... யுவான் சுவாங்கைப் பலிபீடத்தில் ஏற்றிப் படுக்க வைத்ததுடன் உமது கதையை நிறுத்திவிட்டீர்கள். நாங்கள் எல்லாம் ஆவலுடன்

மேற்கொண்டு கேட்கத் தயாராக இருக்கையில் இப்படிப் பானம் கேட்டு தொந்தரவு செய்கிறீரே....?" என்றான் கும்பலில் இருந்த இன்னொருவன்.

"கதை என்று சொல்லாதீர்கள். கடந்த முப்பது தினங்களுக்கு முன்பாக நடந்த சம்பவம் அய்யா இது. கதை என்று நீங்கள் நினைத்தால் நான் மேற்கொண்டு சொல்லாமல் நிறுத்திவிடுகிறேன்"

"இல்லை.. இல்லை.... நீர் தொடர்ந்து சொல்லும். அய்யா... சுடுபானக்காரரே... எங்கள் எல்லோருக்கும் ஒரு குவளை பானம் கொடும்" என்ற ஒருவன், ஹர்ஷரைப் பார்த்து, "நீங்களும் ஒரு குவளை அருந்துகிறீர்களா?" என்று உபசரித்தான்.

"ம்ம்ம்.." என்று ஹர்ஷர் தலையசைக்க அவருக்கும் ஒரு குவளை சூடான பானம் வந்தது.

புளிப்பும் கசப்புமாக இருப்பினும் குளிருக்கு இதமாக இருந்தது. இருகைகளிலும் அந்த மண்குவளையை ஏந்திச் சூட்டை அனுபவித்தார். எதிரே நெருப்பில் ஒரு மரத்துண்டு வெடித்தது.

ஆதித்தன் சொல்லத்தொடங்கினார்.

"பலிபீடத்தில் பூக்களைக் கொட்டி அந்தச் சீனத்துறவியைப் படுக்க வைத்தார்கள். எங்கள் அனைவரையும் தரையில் அமரவைத்திருந்தார்கள். நான் எவ்வளவோ கெஞ்சினேன். ஒருநாள் தான் அந்த பிக்குவுடன் பயணம் செய்திருந்தாலும் அவர் மிக அரிய மனிதர் என்று உணர்ந்துகொண்டேன். அவர் மீது எனக்கு ஏற்பட்ட மரியாதை அவருக்குப் பதிலாக என்னைப் பலிகொடுங்கள் என்று கேட்கும்வரை சென்றுவிட்டது. என் நிலை மட்டுமல்ல. என்னுடன் படகில் இருந்த முன்பின் தெரியாத அனைவரின் நிலையும் அப்படித்தான். ஆனால் கொள்ளையர்களின் மனதுதான் இரங்கவில்லை. யுவான் சுவாங், கடைசியாகக் கொள்ளையர் தலைவனை அருகே அழைத்து, கடைசிப் பிரார்த்தனை செய்ய அனுமதிக்குமாறு கேட்டுக்கொண்டார். அதற்கு மட்டும் அவன் ஒப்புக்கொண்டான். அவர் மேடையிலேயே பத்மாசனமிட்டு அமர்ந்தார். மரணத்துக்கு

முன்பாக அவர் அமர்ந்திருந்தபோதும் அவர் முகத்தில் ஜோதியையும் குளுமையையும் கண்டோம். அது ஒன்றுதான் கொள்ளையர்களை அச்சுறுத்தி இருக்கவேண்டும். வாளுக்கும் வேலுக்கும் அஞ்சாத அவர்கள் பிக்குவின் அமைதியான, அச்சமற்ற முகத்துக்கு முன்னால் சற்று நடுங்கினார்கள் என்பதை நாங்கள் உணர்ந்தோம். அவரது பிரார்த்தனை சற்று நேரத்துக்கு நீடித்தது. அப்போது திடீரென்று எங்கள் தலைக்கு மேல் வானம் இருண்டது. கண்ணைக் குருடாக்கும் வெளிச்சத்துடன் ஒரு மின்னல் பலிபீடத்தைத் தாக்கியது. காற்று சுழன்று அடித்தது. கங்கை அன்னை மிகுந்த ஆவேசத்துடன் பொங்கி எழுந்ததைக் கண்டோம். நாங்கள் அனைவரும் பயந்து அலறினோம். கொள்ளையர்கள் நடுக்கமுற்று ஓடிப்போய் சீனப்பிக்குவின் காலில் விழுந்தார்கள். அவரோ நடப்பது எதையும் அறியாதவராக கண்மூடி அமர்ந்திருந்தார். நான் சற்று துணிச்சலை வரவழைத்துக்கொண்டு அவர் அருகில் சென்று அவரை உலுக்கி கண் விழிக்கச்செய்தேன். அவர் விழித்தபின் இயற்கையின் அறிகுறிகள் அனைத்தும் நின்றுபோயின.”

கேட்டுக்கொண்டிருந்தவர்கள் ஆஹா.. ஓஹோ வென ஒலிகளை எழுப்பினர். பானம் விற்பவன் அவர்களின் குவளைகளை இன்னொரு முறை நிரப்பினான்.

‘‘கொள்ளையர்கள் அவரிடம் தங்களை மன்னித்து விடுமாறு மன்றாடினர். மிகக்கொடூரமான நரகம் உங்கள் பாவங்களுக்குக் காத்திருக்கிறது என்ற யுவான் சுவாங், அவர்கள் வேண்டுகோளுக்கிணங்க, கொள்ளையர்களுக்கு ததாகதரின் தர்மத்தை உபதேசித்து அவர்களையும் அத்தர்மத்தை தழுவச்செய்தார். அந்தக் கொடுங்கொள்ளையர்கள் இனி மாமிசம் உண்ணமாட்டார்கள்; ஆயுதம் ஏந்தமாட்டார்கள்; மது அருந்த மாட்டார்கள். ஏன் அவர்களில் சிலர் இனி பிக்குக்களாக மாறினாலும் கூட ஆச்சரியம் இல்லை... அந்தப் பிக்குவின் சக்தியும் ஆளுமையும் அளப்பரியது”

“சபாஷ்... நம் ஹர்ஷ சக்கரவர்த்தியின் ஆட்சிக்காலத்தில் அவர் இங்கே வந்துள்ளார். கன்னோசிக்கு வரும் திட்டம் ஏதேனும் உண்டா அவருக்கு? ஏனெனில் நம் சக்கரவர்த்தி அவரைச் சந்திக்க ஆசைப்படுவார் அல்லவா?”

"இப்போதைக்கு அவர் நாளந்தாவில் சிலகாலம் கல்வி பயிலச்செல்கிறார் என்று மட்டும் அறிந்தேன். எப்படியும் நம் மன்னரை அவர் சந்திப்பார். அதற்கு வாய்ப்பு அமையும் என்றே நான் கருதுகிறேன்" என்றார் ஆதித்தன்.

"நானும் அவரைச் சந்திக்க ஆவலாக இருக்கிறேன்" என்றார் ஹர்ஷர். பொழுது புலர்ந்திருந்த படியால் அவரது முகத்தை கவனித்த ஒருவன், "ஆ.. சக்கரவர்த்தி!!!" என்று கூவினான்.

கும்பல் அதிர்ந்து எழுந்து பின் பணிந்தது.

ஹர்ஷர், ஆதித்தனை மட்டும் அழைத்துக்கொண்டு அரண்மனை நோக்கி நடந்தார். யுவான் சுவாங் பற்றி கூடுதல் தகவல்களை அறியவேண்டும் என்று அவர் மனம் துடித்தது.

(35)

அதிகாலையிலே துயில் எழுந்தவுடன் குர்ர்ர்.. குர்ர் என்று ஒலித்த ஒரு பறவையின் குரல் கேட்டு பின் தொடர்ந்து வெளியே சென்றார் யுவான் சுவாங். காய்ந்த மரமொன்றின் கிளையில் கரிய பறவைகள் இரண்டு இருந்தன. காலை ஒளியில் அவற்றின் கரிய வண்ணம் மென்மையான மினுமினுப்பைப் பெற்றிருந்தது. இந்த உலகமே தங்களுடையது தான் என்ற இறுமாப்பில் அவை இருப்பதாகத் தோன்றியது. அழகிய குன்றின் மீது அவர் தங்கியிருந்த விஹாரம் இருந்தது. அதிலிருந்து பார்த்தால் சரிவில் பிரயாகை நகரம் தெரிந்தது. கங்கையும் யமுனையும் சந்திக்கும் நகரம். ஆனால் பூமிக்கடியில் சரஸ்வதியும் சந்திப்பதாக நேற்று யுவான் சந்தித்த துறவி ஒருவர் சொன்னார்.

அழகிய கோபுரங்களும் ஸ்தூபிகளுமாக காலை ஒளியில் பிரயாகை ஒரு நகருக்கு உரிய வனப்புடன் தெரிந்தது. நகரின் கிழக்கே இருநதிகளும் சந்தித்தன. அக்காட்சி உச்சியில் இருந்து பார்க்கையில் இரண்டு கடல் துண்டுகள் சங்கமாவதுபோல் தோன்றின. அவற்றில் மேல்பரப்பு சூரிய ஒளியில் தாமிரத் தகடுகளாக ஜொலித்தது. இந்தக் காட்சியை விட்டால் பிற இடங்களில் அகன்ற, அடர்ந்த காடுகள். காடுகள் திருத்தப்பட்டு உருவாகியிருந்த வயல்கள். யுவான் கண்களை இடுங்கிப் பார்த்தபோது பெரும் மனிதத் திரளொன்று ஆறுகளின் சங்கமத்தின் அருகே திரண்டிருந்தது. காவி

அணிந்திருந்த மனிதர்கள் வைதிக மதத்துக்காரர்கள் என்று யுவான் யூகித்தார். நதிச் சங்கமத்தில் நீராடுவதற்காக எங்கோ மூலையில் இருந்து புறப்பட்டு வந்திருக்கிறார்கள்.

“அவர்களின் நம்பிக்கைகள்தான் எவ்வளவு எளிமையானவை? நேராக வந்து இப்புண்ணிய நதிகளில் விழுந்து குளித்துவிட்டால் போதும். எல்லா பாவங்களும் கழுவப்பட்டு சொர்க்கம் உறுதி. மிக எளிய முறை. மூச்சைக் கவனித்து, புலால் மறுத்து, ஆசைகள் துறந்து மனதைக் கவனித்து வாழும் ததாகதரின் தர்மத்தின் சிரமமங்கள் இவர்களுக்கு இல்லை. எல்லாவற்றையும் எளிமைப் படுத்தி வாழ்கிறார்கள். ஆனால் நதிகள் அவர்களுக்கு புறத்தூய்மையைத்தான் அளிக்கின்றன. பிறப்பின் சங்கிலியை அறுப்பதில்லை. பிரபஞ்சத்தில் அவர்களின் வாழ்வின் தொடரை நிறுத்துவதில்லை. அவர்களின் துயரங்கள் தொலைவதில்லை'' என்று நினைத்துக்கொண்ட யுவான் பின்னர், “ஆனால் உலக மக்களுக்கெல்லாம் பொதுவான பெருவழி இதுவென்று நாம் எதைச் சொன்னாலும் அவர்கள் எல்லோரும் அவ்வழியை ஏற்றுக் கொள்வதில்லை. அவரவர்க்கு அவரவர் வழி. ஆனால் இங்கே பெரும்பாலானோர் ததாகதரின் தர்மத்தை ஏற்றுக் கொண்டிருக்கிறார்கள் என்றால் எவ்வளவு பேரை அவரது சொற்கள் வசீகரித்திருக்கவேண்டும்? கடல்கள் மலைகள் தாண்டி சீனதேசத்தில் கூட அவரது தர்மம் பெருமளவுக்குப் பரவி இருக்குமானால் இங்கே எப்படி ஆழமாக அது பரவி இருக்கவேண்டும்! இது கடந்த ஆயிரமாண்டுகளில் இச்சமூகத்தின் ஆழ்மனதிலும் கலாசாரத்திலும் கலந்து ஓடிக்கொண்டிருக்கும். இனி இங்கே எந்த தர்மத்தை இம்மனிதர்கள் தழுவினாலும் கூட அவர்களின் ஆழ்மனதில் ததாகதரின் தர்மம் நிச்சயம் பூமிக்கடியில் ஓடும் நீரோட்டமாக ஓடிக்கொண்டிருக்கும்.. இதோ பூமிக்கடியில் வந்து இணைகிற சரஸ்வதி போல...” என்று மனதில் சொல்லிக்கொண்டார்.

குன்றின் மேலிருந்து பார்க்கையில் நதிச்சங்கமத்துக்குக் மேற்கே சமதளப்படுத்தப்பட்ட பெரும் நிலப்பரப்பு விரிந்து கிடந்தது. அது மன்னர்களும் பெரும் பிரபுக்களும் தங்களின் செல்வத்தைப் பிரித்து தானமாக வழங்கும் இடம். சமீபத்தில் ஹர்ஷ சக்கரவர்த்தி தான் ஐந்தாண்டுகள் சேமித்த செல்வத்தை இங்கு வறியவர்களுக்கு வாரி வாரி வழங்கினாராம். பெரும்

உலோக அண்டாக்களில் தானியங்களும் தங்கக் குவியலும் சேர்ந்து கிடக்க, பெரும் ஜனத்திரள் ஏந்திய கரங்களுடன் வரிசையில் நின்றிருந்த காட்சியை கற்பனை செய்துபார்த்தார் யுவான்.

"ஹர்ஷ சக்கரவர்த்தி வாழ்க..."

"புத்தம் சரணம் கச்சாமி"

"தர்மம் சரணம் கச்சாமி"

"சங்கம் சரணம் கச்சாமி"

கோஷங்கள்.. வியர்வை வீச்சம்... அள்ளிக் கொடுக்கும் ஹர்ஷரின் கரங்கள்.... அவருக்குப் பெரிய விசிறிகளை வீசும் சேடிப்பெண்கள். அவரது தலைக்கு மேல் விசாலமாக அமைக்கப்பட்டிருந்த கூடாரங்கள். வாளேந்திய வீரர்கள்.

சட்டென்று நேற்று அந்தத் துறவி சொன்னது நினைவுக்கு வந்தது. உடலெல்லாம் சாம்பலைப் பூசி உச்சி வெயிலில் சுடுமணலில் அவர் யமுனையின் கரையில் உட்கார்ந்திருந்தார்.

யுவானைப் பார்த்ததுமே சிரித்தார்.

"எம் தேசத்து ஞான நதியில் கொஞ்சம் குடித்துப் போக வந்திருக்கிறாய்..." "ஆம். சுவாமி..."

"இதே இடத்தில்தான் சிறிது காலம் முன்பாக ஹர்ஷனும் வந்து உட்கார்ந்திருந்தான். எல்லாருக்கும் கொடுத்துக் களைத்திருந்தான். கும்பல் இன்னும் கலையாததால் தன் சகோதரி ராஜ்யஸ்ரீயை தன்னுடைய இடத்தில் தானம் செய்ய அமர்த்திவிட்டு காலாற இங்கு வந்திருந்தவன் என் எதிரே அமர்ந்திருந்தான். அவன் மனது அலைபாய்ந்ததை நான் அறிந்தேன்.

'ஏன் சுவாமி.. என்னிடம் தானம் பெற நீங்கள் வரவில்லை? இந்த ஆரிய வர்த்தமே இன்று இங்கு திரண்டு நிற்கிறது... வீச்சமடிக்கும் ஒரு விலங்கின் தோலை மட்டுமே கோவணமாகக் கட்டி இருக்கும் நீங்கள் என்னிடம் வந்தால் ஒரு பட்டாடையாவது கொடுத்திருப்பேனே' என்றான். தயக்கத்துடன் தான் கேட்டான்.

‘எனக்கு வேண்டியதைத் தர உன்னால் இயலாது ஹர்ஷா.. அதை நீ நன்றாக அறிவாய்...? இன்று உன் குடிகளுக்கெல்லாம் கொடுக்கிறாய் அல்லவா? அதெல்லாம் மீண்டும் உன்னிடம்தானே வரி என்ற பெயரில் வரப்போகிறது... இந்தப் பிரயாகையில் இன்று நிரம்பி வழியும் இடம் எது தெரியுமா? மதுபானங்கள் விற்பனையாகும் கடைகள்தான். தாசிகளும் சூதாட்டக்காரர்களும் உன்னால் பெருமகிழ்ச்சி அடைந்துள்ளனர். உன்னிடம் வாங்கி மக்கள் இவர்களிடம் கொடுக்கிறார்கள். ஹர்ஷா.. இதற்குப் பதிலாக நீ நேரடியாக தாசிகளுக்கும் மதுக்கடைகாரர்களுக்கும் கொடுத்துவிடலாம்’ என்றேன். ஹர்ஷன் பேயறைந்ததுபோல் உட்கார்ந்திருந்தான். அவன் மன சஞ்சலம் அதிகரித்திருந்தது. ‘ஹர்ஷா.. ராஜ்யபாரத்தை விருப்பமின்றி ஏற்றுக் கொண்டவன் நீ.. கடந்த முப்பது ஆண்டுகளாக போரே இல்லாமல் நாட்டை வைத்திருக்கிறாய்.... ரத்தமும் உயிர்ப்பலியும் இன்றி உன் மக்கள் சந்தோஷமாக இருக்கிறார்கள். ஆனால் இதுவும் கடந்துபோகும். நாளைக்கு அரண்மனை சதியும் போர் வெறியும் உன் தேசத்தைத் தாக்கும். உன் குழந்தைகள் அவற்றைச் சமாளிக்க வேண்டுமெனில் ‘புத்தம் சரணம் கச்சாமி’ மட்டும் போதாது. இன்று உன்னிடம் வாங்கித் தின்னும் இக்கூட்டம், நாளை உன் குழந்தைகள் பக்கம் நிற்காது’ என்றேன். அவன் ஏதும் பேசவில்லை. கிளம்பிப்போய்விட்டான். அவனுக்குத் தெரியும். இந்த பரதக்கண்டத்தில் ஒரு விபத்தாக வந்த மன்னன் அவன். வேண்டா வெறுப்பாக மணிமுடியை அவன் சுமந்துள்ளான். உம்மைப் போன்ற ஒரு பிக்கு நாட்டை ஆளமுடியுமா? முடியாது. அவன் உள்ளத்தில் பிக்குவாகவும் வெளியே மன்னனாகவும் இரட்டை வேடம் போடுகின்றான்.”

விஹாரத்துக்குள் திரும்பினார் யுவான். தியானக் கூடத்தில் அரைக்கண் மூடிய ததாகதரின் முகத்திலிருந்து கருணை கணந்தோறும் பெருகிக் கொண்டிருந்தது. கண்களை மூடி பத்மாசனமிட்டு அமர்ந்த யுவானின் மனக்கண்ணில் ஆவேசமாக வாளேந்திய தோற்றத்தில் பாலவர்மரின் முகம் ஒரு கணம் தெரிந்து மறைந்தது. பின் எல்லையற்ற நீலப் பெருவெளியில் அவர் கரைந்துபோனார்.

(36)

கௌசாம்பியில் இருந்த நூற்றுக்கணக்கான பிக்குக்களாலும் பெரிதும் மதிக்கப்படுகிற மூத்த பிக்குவான தர்மகீர்த்தி, தன்னைக் காண வந்திருந்த யுவான் சுவாங்கை மிகுந்த மலர்ச்சியுடன் வரவேற்றார்.

அவரது விஹாரம் நகரத்தின் நடுவே சிதிலமடைந்திருந்த ஓர் அரண்மனை வளாகத்தின் மையத்தில் இருந்தது. பரந்து விரிந்து கிடந்த விஹாரத்தின் மைதானத்தின் வழியாக தர்மகீர்த்தி யுவானை அழைத்துச் சென்றார்.

"சீனத்து அறிஞரே, எந்த ஊர் வழியாக வருகிறீர்கள்? பயணம் எப்படி இருந்தது?"

"இதற்கு முன்பாகப் பிரயாகையில் சில நாள் தாமதித்தேன். அங்கிருந்து தென்மேற்காகப் புறப்பட்டோம். அடர்ந்த வனம் ஒன்றின் வழியாக சுமார் ஏழுநாட்கள் நடந்து இங்கே வந்து சேர்ந்துள்ளோம்."

"பிக்குவே, உங்கள் பிரயாணக் களைப்பைப் போக்கிக் கொள்ள முதலில் ஓய்வெடுத்துக்கொள்ளுங்கள்.. பின்னர் இந்த விஹாரத்தைச் சுற்றிக் காண்பிக்கிறேன்"

"ஓய்வு எனக்கு இப்போது தேவைப்படவில்லை. பயணமே வாழ்வாகக் கொண்டவனுக்கு பயணம்தான் ஓய்வு.

பயணம்தான் உணவு. பயணம்தான் மகிழ்ச்சி. இங்கு மன்னர் உதயணன் செய்வித்த சந்தனத்தால் ஆன ததாகதரின் சிற்பம் இருப்பதாக வழியெல்லாம் கேள்விப்பட்டேன். அதை முதலில் தரிசித்துவிடுகிறேன்"

"உங்கள் விருப்பப்படியே ஆகட்டும். ஒரு மழைக்கால ஓய்வு மாதத்தில் ததாகதர் தன் தாய் மாயாதேவியாருக்கு தர்மத்தை உபதேசிக்கத் திராயசிம்ம சொர்க்கத்துக்குச் சென்றிருந்தார். உதயணனுக்கு ஓர் ஆசை. அவர் திரும்பி வருவதற்குள் அவரைப் போலவே ஒரு சிலையை வடித்துவைக்க வேண்டும். எனவே பகவானின் முதன்மைச் சீடர் மௌத்கல்யாயணாவிடம் வந்தான். அவரது சக்தியால் திராயசிம்ம சொர்க்கத்துக்கு ஒரு திறமை வாய்ந்த சிற்பியை அனுப்பி வைக்குமாறும். அவன் ததாகதரைக் கண்டுவந்து இங்கே அவரைப் போலவே ஒரு சந்தனச் சிலையை வடிக்க அது உதவியாக இருக்கும் என்றான். அவரும் தன் வலிமையால் ஒரு சிற்பியை அனுப்பி, அவன் ததாகதரின் உருவ அம்சங்களை நேரில் கண்டு மனதில் இருத்திக் கொண்டு திரும்பி வந்து பகவானின் சிலையைச் செய்தான். புத்தர் திரும்பி வந்தபோது தன்னைப் போலவே இருந்த சந்தனச் சிலையைக் கண்டு ஆச்சரியப்பட்டுப் போனார் என்பார்கள்"

கல்மண்டபம் ஒன்றில் ஆளுயரச் சந்தனச் சிலையாக ததாகதரைக் கண்டார் யுவான். பேரெழுச்சியுடன் மனம் ஆர்ப்பரிக்க, அப்படியே விழுந்து வணங்கினார். பூக்களால் சிலை இருந்த மேடை அலங்கரிக்கப் பட்டிருந்தது. ததாகதரின் கரங்கள் முழங்கால் வரை நீண்டிருக்க, அகன்ற பெரிய விழிகளில் இப்பிரபஞ்சத்தின் பேரன்பு முழுக்கச் சொட்டுவதாக உணர்ந்தார். மெல்லிய அகிற்புகை நிறைந்த அம்மண்டபத்தில் மும்முறை ததாகதரை வலம் வந்தார் யுவான். மனதில் நிறைவு ஏற்பட்டிருந்தது.

"இதே போன்ற ஒரு சிலையை கோசல தேசத்தின் அரசன் பிரசேனஜித் தன் தலைநகரான சிராவஸ்தியில் செய்வித்தான். உதயணன் சந்தனத்தில் சிலை செய்வித்ததைக் கேள்வியுற்ற அவன், தானும் எப்போதும் ததாகதரைத் தரிசித்தவண்ணம் இருக்கவேண்டும் என்பதற்காகப் பொன்னால் ஆன

சிலையை வடிக்கச் செய்து இன்புற்றான். நீர் சிராவஸ்திக்குச் செல்லும்போது அதைப் பார்க்கலாம். அசிரவதி (இப்போது ராப்தி) நதிக்கரையில் உள்ளது சிராவஸ்தி'' என்றார் தர்மகீர்த்தி.

“ஆஹா....” மிகுந்த மகிழ்ச்சியுற்றார் யுவான்.

“ஆனால் பிரசேனஜித்துக்கு ஏற்பட்ட முடிவுதான் விந்தையானது. கேட்போரை மனம் வருந்தச் செய்வது. ததாகதரின் மீது பேரன்பை வைத்திருந்த அவன் இறுதிக்காலத்தில் அவன் மகன் விடூடபனால் நாட்டை விட்டு விரட்டப்பட்டான். கோசல நாட்டு அரியாசனத்தில் விடூடபன் உட்கார்ந்தான். பிரசேனஜித்துக்குப் புகலிடம் இல்லை. மாறுவேடத்தில் மகதத்தின் மன்னனும் தன் மருமகனுமாகிய அஜாதசத்ருவைச் சென்றடையலாம் என்று ராஜகிருகம் நோக்கிப் புறப்பட்டான். ராஜகிருகத்துக்கு வெளியே ஒரு தர்மசத்திரத்தில் தங்கியிருந்தான். மாறுவேடத்தில் இருந்த அவன் உடல்நலிவடைந்து அங்கேயே இறந்துவிட்டான்.’

யுவான் பதில் பேசாமல் ததாகதருக்கு முன்னால் மிக அழகாக அடுக்கி வைக்கப்பட்டிருந்த மஞ்சள் பூக்களைக் கவனித்தார். பின்னர் “அரச விவகாரங்கள் எல்லா இடங்களிலும் மிகச் சிக்கலானவையாக, கொடூரமானவையாகவே இருந்திருக்கின்றன. ததாகதர் எவ்வளவுதான் அன்பையும் கருணையையும் அள்ளித் தந்தாலும் இப்பூமி அவர் காலத்திலேயே ரத்தச் சிவப்பாகிக் கொண்டுதான் இருந்திருக்கிறது அல்லவா தர்மகீர்த்தியாரே..” என்றார் ஓர் ஆழ்ந்த பெருமூச்சுடன்.

“ஆம். ததாகதரின் சங்கத்துக்கு முதன் முதலில் நிலம் வழங்கிய பெருமைக்குரியவன் மகதமன்னன் பிம்பிசாரன். ததாகதர் சித்தார்த்தராக இருந்தபோதே அவரை ராஜகிரகத்தில் கண்டு, ஞானம் அடைந்தபின்னர் தனக்கு அதைப் போதிக்குமாறு வேண்டிக்கொண்டவன். அதன்படியே ததாகதராலேயே தர்ம உபதேசம் பெற்றவன். அவனுக்கு என்ன நேர்ந்தது? சொந்த மகன் அஜாதசத்ருவால் நள்ளிரவில் கைது செய்யப்பட்டு சிறையில் அடைக்கப்பட்டான். சிறைச்சாலையின் ஒரே சாளரத்தின் வழியாகக் கிரிதகூட மலை உச்சியைப் பார்த்தவாறே மரணமடைந்தான்.”

“புத்தரின் சாக்கியகுலம் கூடப் பெரும் கொடூரத்தைச் சந்தித்தது அல்லவா?”

“ததாகதர் இரண்டுமுறை கோசல அரசன் விடுடபனின் மனத்தை மாற்றி அவனது கோபத்தைத் தணித்திருந்தார். சாக்கியர்கள் வேசி மகன் என்று இழிவாக விடுடபனைக் கூறி அவமானப்படுத்தியதே அவனது கோபத்துக் காரணமாக இருந்தது. மூன்றாவது முறை விடுடபன் படையெடுத்தபோது ததாகதர் அங்கில்லை. சாக்கிய குலத்தையே அவன் பூண்டோடு அழித்துவிட்டான். இத்தகவலை ஆனந்தர் வாயிலாகக் கேள்வியுற்ற ததாகதர் பெரும் கவலை கொண்டார். ஆனால் விடுடபன் நிலை என்ன வாயிற்று? சாக்கிய குலத்தின் ரத்தத்தைக் குடித்து தன் படைகளுடன் அசிரவதி நதிக்கரையில் அவன் முகாமிட்டான். அசிரவதி பொங்கி எழுந்து அவனது படைகளுடன் விடுடபனையும் விழுங்கிவிட்டாள்.”

“வரலாற்றைத் திரும்பிப்பார்த்தால் பல இடங்களில் கசப்பை விழுங்கித்தான் தீர வேண்டியுள்ளது”

“கசப்பு எல்லாக் காலங்களிலும் நீக்கமற நிறைந்துள்ளது சீனப்பிக்குவே... ததாகதரின் தர்மம் ஒன்றுதான் அதற்கு மாற்று மருந்து.”

தர்மகீர்த்தி ததாகதரை நோக்கி வணங்கினார். பின் இருவரும் மண்டபத்தை விட்டு வெளியே வந்தார்கள். பெரும் குடையாக வளர்ந்திருந்த ஓர் ஆலமரத்தின் அடியில் கிடந்த கல் ஆசனங்களில் இருவரும் அமர்ந்தார்கள்.

மரியாதையுடன் சற்றுத் தள்ளி யுவானுடன் வந்து கொண்டிருந்த பயணக்குழுவினரும் விஹாரத்து இளந்துறவிகளும் நின்றனர். அதைக் கவனித்த தர்மகீர்த்தி யுவானின் பயணக்குழுவினரை அவர்கள் தங்கவேண்டிய இடத்துக்கு அழைத்துச் செல்லுமாறு இளம் பிக்கு ஒருவருக்கு உத்தரவிட்டார்.

“கௌசாம்பியிலிருந்து அடுத்து எங்கு போகப்போகிறீர்கள்...?”

“விசாகம். பின்னர் சிராவஸ்தி. அங்கிருந்து கபிலவாஸ்து. பிறகு ததாகதர் பரிநிர்வாணம் எய்திய குசிநகரம் என்று திட்டமிட்டுள்ளேன்”

"மிக நன்று. ததாகதர் தன் எண்பது ஆண்டு வாழ்நாளில் இந்த இடங்கள் முழுக்கக் கால்நடையாகவே அலைந்து திரிந்து தர்ம உபதேசம் செய்தார். மக்களுடன் பழகினார். மன்னர்கள், பிரபுக்கள், வணிகர்கள் என அவரை ஆதரிக்காத யாரும் இல்லை. பல புனித இடங்கள்..... புனித விஹாரங்கள்... என்று இப்பகுதி முழுக்க ததாகதரின் நினைவுகளால் நிரம்பியுள்ளது"

"சிராவஸ்தியில்தானே அனந்தபிண்டிகரின் ஜேதவனம் உள்ளது?"

"ஆமாம் சகோதரரே.... அனந்தபிண்டிகன் பெரும் வணிகன். ஏராளமான செல்வத்துக்குச் சொந்தக்காரன். ராஜகிருகத்தில் புத்தர் பிரானின் சொற்களைக் கேட்டு அவரது அடிபணிந்தான். சிராவஸ்திக்குத் திரும்பியதும் பிக்குகள் தங்குவதற்காக ஒரு இடத்தைத் தெரிவுசெய்தான். ஜேதா என்ற இளவரசன் ஒருவனின் அழகிய தோட்டம் அது. ஜேதாவனம் என்று அது அழைக்கப்பட்டது அவனைச் சந்தித்து அந்த இடத்தைத்தருமாறு கேட்டான். முதலில் ஜேதாவனத்தைத் தர இளவரசன் ஜேதாவுக்கு விருப்பமே இல்லை. அனந்த பிண்டிகனை அதிர்ச்சியில் ஆழ்த்த வேண்டும். அதிக விலை சொன்னால் கேட்கமாட்டான் என்று எண்ணி, 'என் தந்தை எனக்கு அளித்த தோட்டம் அது. அதை நான் உனக்குத் தரவேண்டுமெனில் அந்த தோட்டம் முழுக்க பொற்காசுகளால் நிரப்பி அவற்றை எனக்குத் தரவேண்டும்' என்றான். ஜேதாவுக்குத்தான் அதிர்ச்சி காத்திருந்தது. "நாளையே தோட்டம் முழுக்க தங்கத்தால் நிரப்பி உங்களுக்குத் தந்துவிடுகிறேன்.. ஜேதாவனத்தை எனக்குத் தர ஒப்புக் கொண்டதற்கு நன்றி" என்று அறிவித்தான் அனந்த பிண்டிகன்.

ஜேதா அரசகுலத்தைச் சார்ந்தவன். அவன் கூறிய வார்த்தைகளைத் திரும்பப் பெற இயலாது. எனவே மறுநாள் தங்கத்தைப் பெற்றுக் கொண்டு தோட்டத்தை அவனிடம் ஒப்படைத்தான்."

"இந்த ஒரு சம்பவம் நாடுமுழுக்கப் புத்தரின் புகழ் பாடியிருக்குமே.."

"ஆமாம். புத்தருக்காக அனந்தபிண்டிகன் ஒரு பெரும்

விலை கொடுத்து ஜேதாவனத்தை வாங்கியது கோசல நாடு முழுக்க புத்தர் மீதான ஆவலைத் தூண்டியது. புத்தரும் அவரது பிக்குகளும் ஜேதவனத்தில் மாரிக்காலத்தில் வந்து தங்கியபோது, அவரைச் சந்திக்க தேசமே அலை மோதியிருக்கும். மன்னன் பிரசேனஜித்தும் ஆவலோடு அவரைச் சந்தித்து தர்மத்தை ஏற்றுக் கொண்டிருக்கவேண்டும். பெரு வணிகர்களும் மன்னர்களும் தந்த ஆதரவுதான் தர்மம் வளர, பரவ உதவியது. இன்று நீரும் நானும் பேசிக்கொண்டிருப்பது இதனால்தான்"

காற்றில் ஆலமரத்தின் இலையொன்று உதிர்ந்து யுவான் சுவாங்கின் மடியில் விழுந்தது.

(37)

உபாலி முன்னே செல்ல யுவான் சுவாங், மெதுவாகப் பின்னே சென்றார். கடுமையான வறட்சிக்குள்ளாகியிருந்த கிராமங்களைக் கடந்து அந்த நகருக்கு வந்திருந்தனர். சாக்கியர்களின் அரசர் சுத்தோதனர் ஆட்சி செய்து, சித்தார்த்தர் பிறந்து வளர்ந்து, உலக அவலங்களைக் கண்டு வெறுத்துத் துறவு பூண்ட நகரம். கபிலவஸ்து. சிராவஸ்தியில் முக்கியமான இடங்களைக் கண்டபின்னர் கபிலவஸ்துக்கு வந்திருந்தார் யுவான். உபாலி அங்கிருந்த விஹாரம் ஒன்றில் வசித்துவந்த இளம் பிக்கு யுவானுக்கு வழிகாட்டியாகக் கபிலவஸ்துவின் முக்கியமான இடங்களைக் காண்பித்துக் கொண்டிருந்தார்.

செங்கல்லால் கட்டப்பட்டு இடிந்துபோயிருந்தது சுத்தோதனருடைய அரண்மனை. அதன் அடித்தளம் மீது விஹாரம் ஒன்று கட்டப்பட்டு இருந்தது. அதற்குள் சுத்தோதனரின் சிலை ஒன்றும் வைக்கப்பட்டிருந்தது.

"ததாகதர் பிறந்து வளர்ந்த இடம். இங்கு வந்திருப்பது குறித்து என்ன நினைக்கிறீர்கள் பிக்குவே" என்றார் உபாலி.

"சரித்திரத்தின் பக்கங்களில் ஆயிரத்து இருநூறு ஆண்டுகள் பின்னோக்கிச் செல்வதற்கு எனக்கொரு வாசலாக இது இருக்கிறது. அத்துடன் இந்த இடங்களைப் பற்றி ஏற்கெனவே படித்துக் கேள்விப்பட்டு மனதளவில் வாழ்ந்திருக்கிறேன்.

போதியின் நிழல்

இங்கு வந்தபிறகு இவற்றைப் பார்க்கையில் விவரிக்க இயலாத மனக்கொந்தளிப்பு ஏற்படுகிறது"

சுத்தோதனரின் சிலைக்கு முன்பாக யுவான் சில நிமிடங்கள் மௌனமாக நின்றார்.

"இங்கிருந்து சற்று வடக்காகச் செல்வோம். மாயாதேவியாரின் படுக்கையறை இருந்த இடத்தில் ஒரு விஹாரம் உள்ளது. அதில் மாயாதேவியாரின் சிலை உள்ளது. வாருங்கள்" என்றார் உபாலி.

சிவந்த கற்களால் ஆன அந்த விஹாரம் ஒரு வினோதமான குளுமையைக் கொண்டிருந்தது. நளினத்துடன் தெய்வீகம் பொங்கும் மாயாதேவியைத் தரிசித்தார் யுவான். பின்னர் அங்கேயே பல இடங்களைக் காண்பித்தார் உபாலி. சித்தார்த்தர் தன் தாயாரின் கருவறைக்குள் வெள்ளையானை வடிவில் கனவில் பிரவேசித்த இடம்; அசித ரிஷி குழந்தையாக இருந்த புத்தரின் ஜாதகத்தைக் கணித்து புத்தபிரானின் வார்த்தைகளைக் கேட்பதற்குள் வயதாகி இறந்துவிடுவேனே என்று கண்ணீர் விட்டு அழுத இடம்; பிற சாக்கிய அரச இளைஞர்களுடன் சித்தார்த்தர் போர்க்கலை பயின்ற இடம்; வயதான மனிதன், நோயுற்ற மனிதன், இறந்தவன், உலகை வெறுத்த துறவி ஆகியோரைச் சித்தார்த்தர் பார்த்த இடங்கள்; குதிரையில் ஏறி நகரை விட்டு நள்ளிரவில் நீங்கிய இடம்.

அன்றிரவு கபிலவஸ்துவிலேயே யுவான் தங்கினார். அறையின் அகன்ற சாளரம் வழியாக மேல்வானத்தின் நிலவொளி அறைக்குள் கசிந்து அதை நிரப்பியிருந்தது. உள்ளே நான்கைந்து பிக்குகள் யுவானின் பயண அனுபவங்களைக் கேட்பதற்காக வந்திருந்தனர்.

தன் பயண அனுபவங்களையெல்லாம் மெல்ல யுவான் சொல்லத் தொடங்க கபிலவஸ்துவை விட்டு அதிக தூரம் வெளியே சென்றிராத அந்த பிக்குகள் வாயைப் பிளந்தனர். உபாலி ஒரு கட்டத்தில் மிகுந்த ஆச்சரியத்துடன் எழுந்து நின்றே விட்டார். கொள்ளையர்களை யுவான் சந்தித்த அனுபவங்களை அவர்கள் நடுக்கத்துடன் கேட்டனர். சிராவஸ்தியில் தான் பார்த்த இடங்களைப் பற்றி விவரமாகச் சொன்னார் யுவான்.

பிரேசேனஜித் அரசனாக இருந்த நேரம் வரைக்கும் புத்தரையும் சங்கத்தையும் பேணிப்பாதுகாப்பவனாக இருந்தான். அவனிடமிருந்து மகன் விடுடூபன் ஆட்சியைக் கைப்பற்றி சாக்கியர்களைப் பழிவாங்க எண்ணி படைகளைத் திரட்டி கபிலவஸ்து நோக்கிச் சென்றான். கபிலவஸ்துவின் எல்லைக்குள் நுழைவதற்கு முன்னால் இலைகளே அற்ற காய்ந்த மரமொன்றின் அடியில் அமைதியே உருவாகத் தன்னந்தனியே அமர்ந்திருந்த புத்தரை எதிர்கொண்டான் அவன். படைகளை நிறுத்திவிட்டு குதிரையிலிருந்து அவர் அருகே சென்றான். உச்சி வெயிலில் நிழலே மனித வடிவாக இருந்த புத்தர் முன்பாக மண்டியிட்டான்.

"புனிதரே, இலைகளும் கிளைகளும் உள்ள மரத்தின் அடியில் அமராமல் இந்த வெயிலில் காய்ந்துபோன இம்மரத்தின் அடியில் நீங்கள் அமர்ந்து இருக்கிறீர்களே?"

"என் சாக்கிய உறவுகள்தான் என் கிளைகளும் இலைகளும்" அமைதியாக வெளிவந்தன சொற்கள். "அவர்களே அபாயத்தில் இருக்கிறார்கள். நான் எங்குபோய் நிழலைத் தேடுவேன்?"

புத்தரின் சொற்கள் அவன் இதயத்தைத் தொட்டன. விடுடூபன் தன் படைகளுடன் திரும்பிச் சென்றுவிட்டான். இது இரண்டு முறை நடந்தது. மூன்றாவது முறை புத்தர் அங்கு இல்லை. விடுடூபன் சாக்கியர்களைப் பூண்டோடு அழித்துவிட்டான்.

"விடுடூபனை புத்தர் சந்தித்த இடத்தில் ஒரு ஸ்தூபி உள்ளது. அதைக் கண்டேன்" என்றார் யுவான்.

"அங்குலிமாலனை ததாகதர் திருத்திய இடமும் உள்ளதே.. அதைக் கண்டீர்களா?" என்று ஒரு மூத்த பிக்கு கேட்டார்.

யுவான் புன்னகைத்தார். "ஆம். அவ்விடத்தையும் தரிசித்தேன். அங்குலிமாலன் கதைதான் எத்தனை அருமையானது... ஆனால் அக்கதையில் பல்வேறு மாறுபட்ட தகவல்கள் உள்ளன அல்லவா?"

"ஆம். யுவான் அவர்களே... அங்குலிமாலனை மகத நாட்டில் ததாகதர் கண்டதாகக் கூறுபவர்களும் இருக்கிறார்கள்.

அவன் காட்டில் வாழ்ந்த கொடியவன் என்றுதான் பலரும் அறிந்திருக்கிறார்கள். அவன் கலைகள் பல கற்ற பிராமண குலத்து இளைஞன் என்பதை யாரும் அறிந்திலர்" என்றார் மூத்த பிக்கு.

அகிம்சகா என்ற பிராமண இளைஞன் ஒரு மிகப் புகழ்பெற்ற குருவிடம் கல்வி பயின்று வந்தான். மிக அழகாக இருந்த அவன் மிகுந்த உடல்வலிமையுடன் இருந்தான். குருவின் சீடர்களிடையே மிகுந்த புத்திசாலியாகவும் மிக விரைவில் எதையும் கற்றுத் தேர்ந்துவிடக்கூடியவனாகவும் இருந்தான். அகிம்சகாவின் மீது குருவின் இளம் மனைவிக்கு ஆசை வந்துவிட்டது. ஆனால் அகிம்சகா இணங்கவில்லை. எனவே குருவிடம் தன்னிடம் அவன் தவறாக நடக்க முயன்றதாகப் புகார் கூறிவிட்டாள் அவள். குருவுக்கு அகிம்சகா மீது நடவடிக்கை எடுக்கவோ கண்டிக்கவோ துணிச்சல் இல்லை. ஆனால் அவர் தந்திரக்காரரர். அகிம்சகாவின் வாழ்வையே அழிக்க முடிவு செய்தார்.

ஒரு வாரம் விரதம் இருந்து ஆயிரம் பேரைக் கொன்று அவர்களின் விரல்களைச் சேகரித்தால் இறவாத நிலையை அடையலாம் என்று அதை நிறைவேற்றி தன் சீடன் என்ற பெருமையை குருவுக்கு அளிக்குமாறு கோரினார். முதலில் அகிம்சகா தயங்கினாலும் பின்னர் இறவாத தன்மையைப் பெறும் ஆசையால் அந்த கொடூரச் செயலுக்கு இணங்கினான். 999 பேரைக் கொன்று அவர்களின் விரல்களை மாலையாக அணிந்து அங்குலிமாலன் ஆனான். அவன் பசியுடன் இருப்பதை அறிந்து அவனது தாய் அவனை உணவு எடுத்துக் கொண்டு காணவந்தாள். அவளை ஆயிரமாவது ஆளாகக் கொன்று விரலை வெட்டி எடுத்துக்கொள்ளும் மாபாதகத்தை அங்குலிமாலன் செய்யத் தயாரானான். அந்த நிலையில்தான் புத்தர் அங்குலிமாலன் முன்பாகத் தோன்றி அவனை ஆட்கொண்டார். அங்குலிமாலன் புத்த சங்கத்தில் சேர்ந்து விரைவிலேயே உயர்ந்த ஞான நிலை எய்தினான்.

இந்தக் கதையை வேறு சில வடிவங்களில் கேட்டிருந்த யுவான் அமைதியாக இருந்தார். "ஒரு சில பத்தாண்டுகளிலேயே சரித்திரம் மாறிவிடுகிறது. ஆயிரம் ஆண்டுகள் பழைய சம்பவம் அல்லவா? காலப்போக்கில் இடைச்செருகல்களும் மாறுதல்களும் வருவது இயற்கைதான்" என்றார் மூத்த பிக்கு.

யுவான் தலை அசைத்தார். "ததாகதரைக் கொல்ல தேவதத்தன் விரல்நகங்களில் கொடிய விஷத்தைத் தடவிக்கொண்டு வருகையில் அப்படியே பூமி பிளந்து அவனை நரகத்துக்குக் கொண்டு சென்றது. அந்தப் பள்ளத்தையும் சிராவஸ்தியில் கண்டேன்" என்றார் யுவான்.

"சாரிபுத்தர் தன் ஆன்மீக வலிமையை நிரூபித்த இடத்தில் ஸ்தூபி ஒன்று உள்ளது. அதைக் கண்டீர்களா?" மூத்த பிக்கு ஆர்வத்துடன் கேட்டார்.

"சகோதரரே அந்தச் சம்பவத்தைச் சொன்னால் நாங்களும் கேட்போம் அல்லவா?" என்றார் உபாலி.

இம்முறை யுவான் அச்சம்பவத்தை விளக்கினார். சாரிபுத்தரும் மௌத்கல்யாயணரும் ராஜகிருகத்தில் சஞ்சயா என்ற பரிவிராஜரின் சீடர்களாக இருந்தவர்கள். நெருங்கிய நண்பர்கள். ஒரே நேரத்தில் ததாகதரிடம் வந்தவர்கள். மிகுந்த உயர்வான ஞானநிலையை அடைந்தவர்கள். ஆனால் அவர்களுக்குள் யார் உயர்ந்தவர் என்கிற ஆரோக்கியமான போட்டி இருந்தது. இமயமலை உச்சியில் ஆனவதாப்தா என்கிற ஏரிக்கரையில் ஒருமுறை புத்தர் தன் சீடர்கள், தேவ கணங்களுடன் அமர்ந்திருந்தார். அவர்களுடன் சாரிபுத்தர் இல்லாததைக் கவனித்தார் புத்தர். மௌத்கல்யாயணர் தான் சென்று ஒரே நொடியில் சாரிபுத்தரை அழைத்துவருவதாகச் சொல்லிவிட்டு வான் வழியாக ஜேதாவனத்துக்கு வந்தார். அங்கே தன் குடிலில் சாரிபுத்தர் தன் கிழிந்த ஆடையைத் தைத்துக் கொண்டிருந்தார். தன் நண்பரை உடனே தன்னுடன் வருமாறு அழைத்தார்.

"சகோதரரே என் ஆடையைத் தைத்து விட்டு வருகிறேன்" என்றார் சாரிபுத்தர்.

"இதெல்லாம் ஒரு வேலையா... இதோ என் மந்திர சக்தியால் உம் ஆடையை நொடியில் தைத்துவிடுகிறேன்" என்ற மௌத்கல்யாயணர் உடனே அதைச் சரிசெய்தார். "நீர் இப்போதே என்னுடன் வரவேண்டும். இல்லையெனில் உம்மைக் காதைப் பிடித்து தூக்கிக்கொண்டுபோய் புத்தர் முன்னிலையில் சேர்ப்பேன்" என்று கூவினார் மௌத்கல்யாயணர்.

சாரிபுத்தர் அமைதியாகப் புன்னகை செய்தார்.

“சரி.. என்னைத் தூக்குவது இருக்கட்டும். இதோ கீழே கிடக்கும் என் துண்டை எடுத்துக் கொடும்”.

மௌத்கல்யாயணர் அலட்சியமாக அதை எடுக்கக் குனிந்தார். என்ன ஆச்சரியம்? அதைக் கொஞ்சம் கூட அவரால் அசைக்க முடியவில்லை. தன் மந்திர சக்தி அனைத்தையும் பிரயோகித்தார். ஏன்... நில நடுக்கத்தைக் கூட உண்டு பண்ணினார். அந்தத் துண்டை அசைக்க முடியவில்லை. தான் தோற்றுவிட்டதை உணர்ந்த அவர் வான் வழியாக ஏரிக்கரைக்குத் திரும்பினார். அவர் வந்திறங்கியபோது தனக்கு முன்பாகவே சாரிபுத்தர் அங்கே அமர்ந்திருந்ததைக் கண்டார். தன் மந்திர சக்திகளைவிட ஆன்மீக ஞானமே வலிமையானது என்பதை அவர் உணர்ந்தார். அந்த கூட்டத்திலேயே தான் உணர்ந்ததை அறிவிக்கவும் செய்தார்.

நள்ளிரவைக் கடந்திருந்தது. பிக்குகள் ஒவ்வொருவராக யுவானிடம் விடைபெற்றுக் கொண்டனர். தனியாக சாளரம் வழியாக கபிலவஸ்துவை நிலவொளியில் யுவான் சுவாங் கண்டார். ஒரு சில கணங்களுக்கு அந்தச் சிதைந்த நகரம் உயிர்பெற்றது. அகன்ற வீதியில் வெண்ணிற யானை பெருத்த ஓசையுடன் வேகமாக ஓடியது. அதன் பின்னால் ஒரு சாம்பல்நிறப் புரவி வேகமாகப் பின் தொடர்ந்தது. சிவந்த உயரமான இளைஞன் ஒருவன் முழு கவசமணிந்து கையில் வாளேந்தி அக்குதிரையைத் துரத்திக்கொண்டே ஓடினான். சட்டென்று ஒருகணம் திரும்பிய அவன் முகத்தில் அளவில்லாத கருணை என்னும் அமுதம் பெருகி யுவான் சுவாங்கின் அறையை நிரப்பியது.

(38)

“ஆனந்தா, நலிவுற்று இருக்கிறேன். இனி என்னால் பயணம் செய்ய இயலாது. இங்கேயே தங்குவோம்” என்பது வயதுக்குரிய முகச்சுருக்கங்கள் இருந்தாலும் தீராத அன்பின் சுடரால் ஜொலித்த முகத்துடன் ததாகதர் தெரிவித்தார்.

இரண்டு சாலமரங்களுக்கு இடையில் ஆனந்தர் படுக்கையைத் தயார் செய்தார். மாலைச் சூரியன் மெல்ல மறைந்துகொண்டிருந்தான்.

“ஆனந்தா, சுந்தாவின் வீட்டில் யாம் உண்டதுதான் எமது கடைசி உணவு. எமது மறைவுக்குப் பின்னால் சுந்தாவை பலரும் தூற்றக்கூடும். எல்லோருக்கும் நான் சொன்னதாக இதைக் கூறு: ததாகதர் உடல்பலமிழந்து வதங்கி உருவேலாவின் காட்டில் கிடந்தபோது சுஜாதா அளித்த உணவுக்கு சுந்தா அளித்த உணவு எந்த விதத்திலும் குறைவில்லாதது. இந்த இரண்டு உணவுகளையும் நான் என் வாழ்வில் மிக முக்கியமானதாகக் கருதுகிறேன். இந்த உணவை அளித்ததற்காக சுந்தா மகிழ்வே அடைய வேண்டும். வருந்தக்கூடாது”

ததாகதர் வடக்குப் புறம் தலையை வைத்து ஒருக்களித்துப் படுத்தார். குசிநகரத்தின் சால மரக்காட்டின் மீது பிரம்மாண்டமான ஓர் அமைதி கவிந்தது. ஆனந்தர்

முகத்தில் கண்ணீர்த் துளிகள் உருண்டோடின. அவர் எழுந்து காட்டுக்குள் சென்று ஒரு மரத்தடியில் தேம்பி அழுதார்.

ததாகதரின பரிநிர்வாணம் நிகழவிருப்பதை பிக்குகள் உணர்ந்து அவரைச் சுற்றி அமர்ந்தார்கள். பிக்கு உபவணர், ததாகதருக்கு விசிறினார்.

சாலமரத்தின் சிவந்த மலர்களின் இதழ்கள் உதிர்ந்தன. அந்த இடமே அஸ்தமனச் சூரியனின் செந்நிற ஒளியில் செம்மையாகக் காணப்பட்டது.

ததாகதர் மெல்ல வினவினார்:

“எங்கே ஆனந்தன்? அவனைக் காணவில்லையே?”

பிக்கு அநிருத்தர் பதில் உரைத்தார். “வனத்துக்குள் ஆனந்தர் தனித்து அழுதுகொண்டிருக்கிறார்”

அவரை அழைத்துவரும்படி ததாகதர் சைகை செய்தார்.

“ஆனந்தா.. துக்கம் அடையாதே. எத்தனையோ முறை நான் உலகின் நிலையாமை பற்றி உனக்குச் சொல்லியிருக்கிறேன். பிறப்பு இருந்தால் இறப்பு இருக்கும். சேர்தல் இருப்பின் பிரிவு இருக்கும். மகிழ்ச்சி இருந்தால் துக்கம் இருக்கும். ஆனந்தா, நீ சற்று முயற்சி செய்தால் மிக எளிதாக இந்தச் சுழலில் இருந்து விடுதலை அடைய முடியும். நீ என்னுடைய மிகச்சிறந்த பணியாளனாக ஆரம்பத்தில் இருந்தே பணியாற்றி வருபவன். உன்னைப் போன்ற ஒரு உதவியாளன் இதுவரைக்கும் யாருக்கும் கிடைத்ததும் இல்லை. இனி கிடைக்கப் போவதுமில்லை”

ஆனந்தர் கண்ணீரைத் துடைத்துக்கொண்டே கூறினார்.

“ததாகதர் இந்த வனாந்திரத்தில் பரிநிர்வாணம் அடையக் கூடாது. மண்குடிசைகளும் குறைவான மக்களும் உள்ள இவ்விடத்தில் வேண்டாம். ஸ்ராவஸ்தி, ராஜகிருகம், கோசாம்பி, வாரணாசி.. போன்ற இடங்களில் ஏதாவது ஒன்றைத் தெரிவு செய்யுங்கள். அங்கு ஏராளமான மக்கள் கடைசியாக ஒருமுறை ததாகதரின் முகத்தைக் காண வாய்ப்புக் கிடைக்கும்”

இதற்குப் பலவீனமான புன்னகை ஒன்றைத் ததாகதர் பரிசாகத் தந்தார்.

"எல்லா இடங்களைப் போலவே குசிநகராவும் முக்கியமான இடமே. இந்த வனப்பகுதியை நான் மிகவும் விரும்புகிறேன். மண்குடிசைகள் நிறைந்த இந்த நகரத்துக்குள் சென்று ததாகதர் இன்றிரவு பரிநிர்வாணம் அடையவிருக்கும் செய்தியை அறிவிப்பாயாக"

அவர்மீது சாலமரத்தின் பூவிதழ்கள் மழையாகப் பொழிந்தன. அவரைச் சுற்றி அமர்ந்திருந்த பிக்குகளின் ஆடைகள் மீதும் சிவந்த இதழ்கள் விழுந்தன. ஆனந்தர் தேம்பியவாறு அந்த வனத்தை விட்டு வெளியே வந்தார்.

நேராக யுவான் சுவாங்கிடம் வந்த அவர், "சீனத்து பிக்குவே, இன்றிரவு ததாகதர் பரிநிர்வாணம் அடையப் போகிறார். உம் பயணத்தின் நோக்கம் நிறைவேறி விட்டது அல்லவா?" என்று கேட்டார்.

குசிநகரத்தின் விஹாரமொன்றில் படுத்திருந்த யுவான் சுவான் சட்டென்று விழித்துக் கொண்டு எழுந்து உட்கார்ந்தார். மண்குவளையில் இருந்த நீரைப் பருகினார். கொஞ்சம் தண்ணீரைத் தன் முகத்திலும் கொட்டிக் கொண்டார்.

கபிலவஸ்துவிலிருந்து புறப்பட்டு வழியில் பகவான் புத்தர் உறைந்த பல இடங்களைப் பார்த்தபிறகு அவர் குசிநகரத்துக்கு வந்திருந்தார். வந்துசேர்கையில் இரவாகி விட்டிருந்ததால் அவரும் குழுவினரும் நகருக்கு வெளியே உள்ள விஹாரம் ஒன்றில் தங்கியிருந்தனர்.

வியர்த்த முகத்தை துடைத்துக்கொண்டார் யுவான். அன்றிரவு அவரால் உறங்கமுடியவில்லை. காலையில் சூரியன் வருவதற்கு முன்பே எழுந்து காட்டுவழியாக நடந்து புத்தர் பரிநிர்வாணம் அடைந்த ஸ்தலத்தை எட்டினார் யுவான். குசிநகரம் சிதிலமடைந்து ஏழ்மையான நகராகவே இருப்பதை அவர் கண்டார். ததாகதர் காலத்தில் மல்லர் இன மக்கள் வாழ்ந்த குசிநகரம் இன்று வறண்ட பூமியாக இருப்பதை அவர் உணரமுடிந்தது. இங்கு வந்துபோகும் யாத்திரிகர்கள் மூலம் கிடைக்கும் வருவாயை விட்டால் வேறெதுவும் இங்குள்ள மக்களுக்கு இருப்பதாக அவருக்குப் புலப்படவில்லை.

ததாகதர் இறுதியாகப் பன்றிக்கறியும் மூங்கில் குருத்தும் சேர்ந்து செய்யப்பட்ட உணவை அருந்திய சுந்தாவின் வீடு இருந்த இடத்தில் அசோக மகாராஜா கட்டுவித்திருந்த ஸ்தூபி இருந்தது. அதைக் கண்டபின் வடகிழக்காக நடந்து அஜிதாவதி ஆற்றைக் கடந்து அதன் கரையிலிருந்து கொஞ்ச தொலைவிலேயே, அந்த சாலமரத் தோப்பு இருந்தது. சாலமரங்களை பக்தியுடன் கவனித்தார் யுவான். பசுமையான இலைகள்; உச்சியை நோக்கி வளர்ந்து செல்லும் மரங்கள். அதன் பட்டை பசுமைகலந்த நீல வண்ணத்தில் இருந்தது. காலைச்சூரியன் எழுந்து விட்டிருந்தபடியால் அதன் இலைகள் பளபளத்தன.

சாலமரத்தோப்பின் மறுபகுதியில் மணி ஒலித்தது. யுவான் மரங்கள் அடர்ந்த பாதையைக் கடந்ததும் பெரிய விஹாரம் ஒன்று தென்பட்டது. அதன் அருகே பெரிய ஸ்தூபி. ஓர் உயரமான கல்தூண். அனைத்தும் சிவந்த நிறத்தில் காணப்பட்டன. விஹாரத்தின் வாயிலில் பிக்குகள் குழுமியிருந்தனர். உயரமான தளத்தின் மீது அந்த விஹாரம் கட்டப்பட்டு இருந்தது, படிகள் ஏறித்தான் அதன் வாயிலை அடைய முடியும்.

அதன் எதிரே நான்கு ஜோடி சாலமரங்கள் இருந்தன. அங்கிருந்து பார்க்கையில் விஹாரத்தின் உள்ளே ஒருக்களித்துப் படுத்த நிலையில் நீளமாக ததாகதரின் சிலை தெரிந்தது. அதன்மீது ஒரு காவித் துணியால் மூடிருந்தார்கள். அங்கிருந்து அகிற்புகை வந்தது.

ததாகதர் பரிநிர்வாணம் அடைந்த இடத்தில் தான் நிற்கிறோம் என்பதை யுவானின் மனமும் உடலும் அறிந்த கணம் அது என்பதால் யுவான் கரங்களைக் கூப்பி விஹாரத்தின் வாயிலிலேயே வெகுநேரம் நின்றுவிட்டார். பின் தன்னைச் சமாளித்து உள்ளே சென்றார். உள்ளே குளுமையாக இருந்தது. உறங்கும் நிலையில் ததாகதரின் மிகநீளமான, பெரிய சிலை இருந்தது. அதை மும்முறை சுற்றிவந்தார் யுவான். அதைச் சுற்றிலும் பல வண்ணப்பூக்கள் வைக்கப்பட்டு இருந்தன. சுற்றிலும் ஆள் சுற்றி வர அகலமாக வழிவிட்டு பிக்குகள் அமர்ந்து ஸ்லோகங்களைச் சொல்லிக் கொண்டிருந்தார்கள்.

யுவானும் அமர்ந்துகொண்டார். காலம் கடந்து செல்வதை உணராமல் வெகுநேரம் வெறுமையான மனத்துடன்

அமர்ந்து இருந்தார். பெரும் அலைகளால் கொந்தளிக்கும் கடல்போல அவரது மனம் எழுச்சிக்கும் சோர்வுக்கும் இடையே தத்தளித்தது. யுவானின் பயணக்குழுவினர் தங்கள் வழிபாட்டை முடித்துக்கொண்டு வெளியே காத்திருந்தனர். அசோகரின் தூண், மற்றும் பிரம்மாண்டமான ஸ்தூபி போன்ற இடங்களை எல்லாம் யுவான் சுற்றிவருகையில் மதியம் ஆகிவிட்டது.

அங்கிருந்து ததாகதரின் உடல் எரியூட்டப்பட்ட இடத்தில் கட்டப்பட்ட மிகப்பிரம்மாண்டமான ஸ்தூபியைக் காண காட்டுவழியில் சென்றனர். சுற்றிலும் புதர்கள் அடைந்த ஓரிடத்தில் அந்தப் பிரம்மாண்டமான ஸ்தூபி நின்றது. அதைச் சுற்றிவர மட்டும் வழி இருந்தது. ததாகதரின் உடல் எரிக்கப்பட்ட இடம் என்ற எண்ணம் யுவானின் உடல், மனம் முழுக்க வியாபித்து அவரை தன்னிலை மறக்கச் செய்தது. அவரது கண்களில் அருவிபோல் கண்ணீர் கொட்டுவதை அவருடைய குழுவினர் கண்டனர்.

எத்தனை முறை அந்த ஸ்தூபியைச் சுற்றினார் என்றே தெரியவில்லை. பின்னர் களைத்துப்போய் ஒரு மரத்தடியில் அமர்ந்தார். சற்று நேரம் கழித்தப்பின்னர் தன்னிலைக்குத் திரும்பியபோதுதான் தன்னருகே ஓர் மூத்த பிக்கு அமர்ந்திருப்பதை உணர்ந்தார். அந்த பிக்குவின் பார்வை யுவானின் மீது கூரிய வேல்போல் விழுந்திருந்தது. அவரது பார்வை இமைக்காத பார்வை என்பதைக் கவனித்து யுவான் ஆச்சரியம் கொண்டார்.

“சகோதரரே, உணர்ச்சி வயப்படாதீர்கள்” என்றார் அவர். குரல் வெண்கலக் குரல். பணிவை உருவாக்கும் குரல். யுவான் சட்டென்று தன் மனம் சமநிலைக்கு வந்து கொந்தளிப்பு குறைவதைக் கண்டார்.

“எல்லாவற்றுக்கும் முடிவு உண்டு. எல்லாம் ஒன்றை ஒன்று சார்ந்தே இருக்கின்றன. எதும் நிலையானது அல்ல. அதற்கு ததாகதரின் வாழ்வே சாட்சி. அவருடைய தர்மம் இன்று செழிப்பாக உள்ளது. ஆனால் இது நாளையே இம்மண்ணில் இருந்து பூண்டோடு அழிக்கப்படும். அதை மறு கண்டுபிடிப்பு செய்ய பல நூற்றாண்டுகள் ஆகலாம். இது ஒரு சுழற்சி. எல்லாவற்றுக்கும் இதுவே நியதி. ஆகவே

இதிலிருந்து விடுவிக்கப்படுவதே மனிதனை விடுதலையாக்கும். அதற்குத் தானே காவி அணிந்துள்ளோம். சீன தேசத்தின் அறிஞரான சகோதரருக்கு இதை நான் சொல்லித் தெரிவிக்க வேண்டியதில்லை. அப்படியிருக்கையில் ஏன் உமது மனம் கொந்தளிக்கிறது? அமைதியாயிரும். உமக்கு ஏராளமான வேலைகள் இங்கே காத்திருக்கின்றன".

பிக்கு எழுந்து அடர்ந்த புதர்கள் வழியாக நடந்து காணாமல் போனார். யுவானின் பார்வை ஸ்தூபியின் உச்சியை நோக்கித் திரும்பியது. உச்சியில் காகமொன்று உட்கார்ந்திருந்தது. அதன் விழிகள் அவரையே கவனித்துக் கொண்டிருப்பதைப் பார்த்தார்.

(39)

சாரநாத்தின் மான்வனம் அந்திவேளையில் சிவந்து கிடந்தது. சிறுவயதில் கல்வி கற்க இங்கு வந்ததிலிருந்தே பூமி இங்கே சிவந்து கிடக்கச் சரியான காரணம் என்னெவென்று தெரியாமல் தாரகேசி குழம்பியிருக்கிறார். வானின் மேகங்களை எட்டும் அளவுக்கு உயர்ந்திருந்த பிரம்மாண்டமான செங்கல் விஹாரத்தின் சிவப்பு இங்கே மேலும் சிவப்பை விதைக்கிறதா? அல்லது இங்குள்ள மண்ணின் சிவப்பு மேலும் சிவப்பை எங்கும் பெருகச் செய்து கொண்டிருக்கிறதா எனத் தனிமையான மாலை நேரங்களில் தன் அறையின் சாளரம் வழியாகப் பார்க்கையில் தாரகேசிக்குத் தோன்றுவதுண்டு. ஸ்தவிரவாதிகளின் பௌத்தம் நிலைகொண்ட இடமாக விளங்கிய மான்வனம் மிக முக்கியப் புனித இடமாகப் புகழ்பெற்று விளங்கியது.

கல்விக்காகச் சிறுவயதில் பாடலிபுத்திரத்தில் இருந்துவந்து அதன் பின் இங்கேயே பிக்குவாக துறவறம் பூண்டு பகவான் புத்தரின் தர்மத்தைப் பரப்பும் பணியிலும் ஈடுபட்டு வந்தவர் தாரகேசி. தர்மபிரச்சாரத்துக்காக பல ஊர்களுக்கு காலநடையாகப் பயணம் செய்யும்போதும் ஊருக்கு வெளியே தங்கும்போதும் தாரகேசி அந்திச்சூரியனின் அழகை ரசிக்கத் தவறமாட்டார்.

அன்று ஏனோ ஸ்தூபிகளும் விஹாரங்களும் முளைத்திருந்த மான்வனம் மிகுந்த அழகாகக் காணப்பட்டதாக உணர்ந்தார்

தாரகேசி. அவர் இருந்த முதன்மை விஹாரத்தின் எதிரே அழகிய திறந்த வெளி இருந்தது. அதில் பல பிக்குகள் நடைபயின்று கொண்டிருந்தனர். சிலர் நடந்துகொண்டே தியானப் பயிற்சியிலும் ஈடுபட்டிருந்தனர்.

தர்மசக்கரத்தை புத்தர்பிரான் முதல்முதலில் சுழற்றிய மண் இந்த இடம்தான் என்பதால் மான்வனத்திற்கு பௌத்தர்கள் மத்தியில் பெரும் பக்தியும் பணிவும் உண்டு. பல்வேறு இடங்களில் இருந்து யாத்திரை வருபவர்கள் வந்து தங்கிச் செல்ல வசதியாக பல சத்திரங்களை அசோக மஹாராஜா காலத்திலிருந்து இங்கே கட்டி வைத்துள்ளனர் என்பதால் வாரணாசியில் இருந்து கங்கையைக் கடந்து இங்கு வரும் புத்தர் பிரானின் அடியார்கள் கூட்டம் இங்கு வசதிக் குறைவை அனுபவித்தது இல்லை.

வெளியே சரணகோஷம் காதைப் பிளந்தது. முரசுகள் முழங்கின. தாரகேசி கண்ணை இடுக்கி வெளியே பார்த்தார். ஒரு பயணக் குழுவினர் வந்துகொண்டிருந்தனர்.

அவர்களுக்கு நடுவே சிவப்பாய் உயரமாக ஒருவர் வருவதைக் கண்டார். உடனே அவர் யாராக இருக்கக் கூடும் என்பதை தாரகேசி ஊகித்துவிட்டார். ஏனெனில் யுவான் சுவாங்கின் வருகை குறித்த தகவல் பலமாதங்களுக்கு முன்பே இங்கு எட்டியிருந்தது.

வெளியிலிருந்து வரும் முக்கிய விருந்தினர்களை உபசரிக்கும் பணி அங்கு தாரகேசிக்குத்தான் ஒதுக்கப்பட்டிருந்தபடியால் யுவான் சுவாங்குடன் அடுத்த இரண்டுநாட்களில் தாரகேசி நெருக்கமாகப் பழகிவிட்டார்.

அசோக மகராஜாவால் நிறுவப்பட்ட 100 அடி உயரமான ஸ்தூபிக்கு முன்னால் கம்பீரமாக நின்றது அவர் வைத்த கல்தூண். சுமார் எழுபது அடி உயரம். வழவழப்பாக இருந்த அந்தக் கல்தூணின் உச்சியில் பிரம்மாண்டமான நாற்திசையில் பார்க்கும் சிங்கங்கள். அவை அமைந்திருந்த மேடையில் நான்கு திசையிலும் தர்மச்சக்கரங்கள் பொறிக்கப்பட்டிருந்தன. அதன் அருகே யுவான் கண்களை மூடி மௌனமாக அமர்ந்திருந்தார். அதுவும் ஓர் மாலை நேரம். சற்று எட்ட நின்ற தாரகேசி மாலையை உற்றுக் கவனித்து ரசிக்க ஆரம்பித்தார். “சகோதரரே” யுவான் சுவாங் தாரகேசியை அழைத்தார்.

தாரகேசி அவர் அருகில் சென்று அமர்ந்தார். "மாலை வேளையில் சூரியனை மிகவும் ரசிப்பீர்கள் போலிருக்கிறதே?"

''ஆம் சீனத்துச் சகோதரரே, எனக்கு சிறுவயதிலிருந்தே இந்த ரசனை உண்டு. ஒவ்வொருநாளும் புதிதாகப் பார்ப்பதுபோலவே இருக்கும். அத்துடன் பகவான் புத்தர் ரசித்த மாலைச்சூரியனும் இதுதானே என்ற எண்ணமும் அவர் தர்ம சக்கரப் பரிவர்த்தனம் செய்த இடத்தில் இருந்து அந்த சூரியனைக் காண்கிறோம். நாளை நமது இடத்தில் இருந்து இன்னொருவரும் அதே சூரியனைக் காண்பார். அவர் மனத்திலும் இதே போன்ற எண்ணங்கள் தோன்றும் என்கிற ஒரு கருத்தும் என் மனதில் தோன்றுவதுண்டு"

"மான்வனத்தில் வசிக்கும் உங்கள் மனதில் இப்படிப் பட்ட எண்ணங்கள் தோன்றாவிட்டால்தான் ஆச்சரியம்"

தாரகேசி எதுவும் கூறாது புன்னகை செய்தார். "கௌண்டியர், வாஷ்பர், பத்திரிகர், மகாநமா, அஸ்ஸாஜி ஆகிய பஞ் சவர்க்கத்து பிக்குகள்தான் எவ்வளவு பாக்கியம் செய்தவர்கள். புத்தர் பிரானின் தவத்தின்போது அவருக்கு உதவி செய்தவர்கள். பகவான் ஞானம் பெற்றபோது முதல்முதலாக உருவேலாவில் இருந்து இந்த மான்வனத்துக்கு தேடிவந்து இவர்களுக்கு அல்லவா தர்மத்தை உபதேசம் செய்தார்! இதோ இன்று சீனத்தில் இருந்து யான் வந்து இங்கே அலைகிறேன் எனில் அதற்கு இங்கு சுழன்ற தர்மசக்கரத்தின் ஆரங்கள் அன்றோ காரணம்?"

"ஆம் சகோதரரே, சிலநேரங்களில் இதை நினைத்து நான் பதற்றம் அடைவேன். உருவேலாவில் புத்தர் ஆவதற்கு முன்னதாக கடும் தவத்தை மேற்கொண்டிருந்தார் சித்தார்த்தர். அந்த தவத்தைக் கைவிட்டு உணவை எடுத்துக் கொள்ள ஆரம்பித்தபோது இந்தப் பிக்குகள் ஐவரும் கோபித்துக் கொண்டு அவரை விட்டு நீங்கினார்கள். ததாகதர் ஞானம் பெற்றதும் இவர்களைத் தேடி இங்கு வந்தார். சித்தார்த்தர் தங்களை நோக்கி வருவதைத் தொலைவில் இருந்து கண்டதும் அவருடன் பேசுவதில்லை என முடிவு செய்தனர். ஆனால் அவரது ஜோதிமயமான முகத்தைக்கண்டதும் தங்களை அறியாமல் அவரை வரவேற்று அவரது தர்மத்தை

உபதேசிக்கச் சொல்லிக் கேட்டனர். ததாகதர் என்று தன்னை அழைக்குமாறு புத்தர் இங்குதான் கூறினார். முதல்முதலில் பௌத்த சங்கமும் இங்குதான் உருவாகிற்று. ஆனாலும் அவரை மறுதலிக்கக் கருதிய அந்த ஐவரை நினைத்துப் பார்க்கிறேன். எவ்வளவு பெரிய வாய்ப்பை அவர்கள் நழுவவிட இருந்தார்கள்?"

"தாரகேசியாரே.. நன்றாகப் பேசுகிறீர்கள். மனித இனமே அப்படித்தான். வாய்ப்புகள் தேடிவருகையில் முகத்தைத் திருப்பிக் கொண்டு போகிறவர்கள்தான் அதிகம். நாடி வருகிற எதையும் மட்டமாகப் பார்க்கும் மனநிலைதான் உலகில் நிலவுகிறது"

"சரியாகச் சொன்னீர்கள் சகோதரரே" யுவான் எழுந்தார். பின் மெல்ல இருவரும் நடந்து விஹாரத்துக்கு வந்தனர். உள்ளே நடுநாயகமாக தர்மச்சக்கரப் பரிவர்த்தனம் செய்யும் ததாகதர். பொன் வண்ணத்தில் இருந்த அவரது சிலை அங்கிருந்த சிறுவிளக்கொளியில் பிரகாசித்தது. உட்கார்ந்த நிலையில் இருந்த அவரது கரங்கள் மார்புக்குக் கீழாக தர்மத்தை உபதேசிக்கும் முத்திரையில் இருந்தன. மூடிய அரைக்கண், அருள் பொங்கும் முகம். யுவான் அங்கேயே அமர்ந்துவிட்டார்.

தாரகேசி மெல்ல விஹாரத்துக்கு வெளியே வந்தார். இருள் சூழ்ந்துகொண்டு வந்த அவ்வேளையில் சரணகோஷம் மிகப் பலமாக வெளியே கேட்டது. அந்தகோஷமாக தானும் ஒருகணம் மாறி காற்றில் மிதப்பதுபோல் உணர்ந்தார் தாரகேசி.

(40)

கங்கையைக் கடந்து மகத தேசத்தில் நுழைந்தபோது அப்படியே தரையில் விழுந்து வணங்கினேன். ஞானம் பெற்றபின் ததாகதர் வாழ்ந்த நாற்பத்தி ஐந்து ஆண்டுகால வாழ்வில் பெரும்பகுதி இம்மண்ணில்தான் கழிந்திருக்கிறது. பிம்பிசாரன், அஜாத சத்ரு, அசோகன் என ததாகதரின் தர்மத்துடன் தொடர்பு கொண்ட மன்னர்கள் ஆண்ட பூமி. அசோக மகாராஜாவின் பங்களிப்பை யார்தான் மறக்க முடியும்?

பாடலிபுத்திரத்தின் மகோன்னதமான கோட்டைச் சுவர்களும், அதன் பழைமையும் என் மனதுக்குள் ஏராளமான கற்பனைகளை விளைத்திருந்தன. ஆனால் எனக்கு மிஞ் சியது ஏமாற்றமே. அசோக மகாராஜாவுக்குப் பின்னால் மகத சாம்ராஜ்யம் மெல்லச் சிதைந்துபோய்விட்டது. நானோ அவருக்கு ஆயிரம் ஆண்டுகள் கழித்து அவரது ராஜ்யத்துக்குள் வருகிறேன். உலகில் எந்த ஒரு வம்சமும் சுமார் இருநூறு முன்னூறு ஆண்டுகளுக்கு மேல் சாதாரணமாக நிலைப்பது இல்லை. மகத சாம்ராஜ்யம் மட்டும் அதற்கு விதிவிலக்காகிவிடக்கூடுமா? அங்கு இருந்தவை சிதைந்த ஸ்தூபிகளும் கற்தூண்களுமே. சங்க வரலாற்றில் மிக முக்கியமான இடம் பெற்றுவிட்ட அந்நகரில் இருந்த முக்கிய மான இடங்களை தரிசித்தேன். சுமார் ஆயிரம் வீடுகள் அந்நகரத்தில் இருக்கலாம். அதன் தெருக்களில் ஏழுநாட்கள் தங்கியிருந்து அலைந்து திரிந்தேன்.

ஆனால் நான் பாடலிபுத்திரத்தின் சத்திரம் ஒன்றில் அந்த ஏழுநாளில் ஓரிரவில் சந்தித்த நிர்வாண சந்நியாசியை மறக்க இயலவில்லை. அவன் ததாகதரை நிந்தித்தான். அவரது அகிம்சையை இகழ்ந்தான். அவனது நாற்றம் வீசும் உடலின் வாசனையை மீறி அவனது சொற்கள் என்னை இம்சித்தன.

"சீனத்து சந்நியாசியே" என்று என்னை அழைத்தான் அவன்.

"உன் புத்தனின் அடிச்சுவடுகளை வணங்க நீ வந்துள்ளாய். இதோ இந்த பாடலிபுத்திரத்தின் நிலையைப் பார். பொதுவாக ஆரியவர்த்தத்தின் நிலையைப் பார். எந்த அரசனும் இப்போது ஆண்மையுடன் இல்லை. ரத்தத்தைப் பார்த்தால் நடுங்குகிறார்கள். சுத்த வீரன் என்று யாரும் இல்லாமல் மெல்ல இப்பூமி காயடிக்கப் பட்டு வருகிறது. இன்னும் ஆயிரம் ஆண்டுகளில் வீரமே இல்லாமல் அந்நியர்களின் கையில் இம்மக்கள் சிக்கிக் கொள்வார்கள். என்ன காரணம் என்று கேட்கிறாயா? மனிதன் தானாக சண்டையிடாவிட்டாலும் தன்னைக் காத்துக் கொள்ளவாவது சண்டையிட வேண்டும். உங்கள் புத்தன் கண்டது மிகப்பெரிய கனவு. சக உயிர்களை இம்சை செய்யாத உலகம். நாகரிகத்திலும் செல்வத்திலும் இங்கு மக்கள் வளர்ந்திருந்தார்கள். ஓரளவுக்கு வலிமையான ஆட்சிகள் நிலவின. இதற்குமேல் அவனுக்கு ஆதரவளிக்க பிம்பிசாரனும் பிரசேனஜித்தும், ஆரியவர்த்தத்தின் மிகப்பெரிய வணிகர்களும் கிடைத்தார்கள். தன் தர்மத்தைப் புத்தனும் அவனது சீடர்களும் இங்கே பரப்ப முடிந்தது. ஆனால் புத்தனின் மரணத்துக்குப் பின் அவனது சீடர்கள் அடித்துக்கொண்டார்கள். ஆக மெல்ல அவர்களின் பூசலால் அவனது தர்மம் அழிந்துவிடும் என்று நினைத்தால், அடுத்த நூறே ஆண்டுகளில் இந்த அசோகன் வந்து சேர்ந்தான். தன் உறவினர்களை எல்லாம் வெட்டித்தள்ளி இம்மண் முழுக்க ஒரே குடைக்குள் ஆண்ட மிகப்பெரிய மன்னன். அவனது ஆதரவு கிடைத்தால் எப்படி இருக்கும் என்று புத்த சங்கத்தினர் தவம் கிடந்தார்கள். ஆனால் அசோகனது ரத்தவெறியின் வீச்சம் அவர்களை நெருங்கவிடாது செய்தது. அவன் ஆட்சிக்கு வந்து எட்டு ஆண்டுகளுக்குப் பின்னால் கலிங்கத்தின் மீது படையெடுத்து அவனது படைகள் ஆடிய ருத்ரதாண்டவம் இம்மண்ணை குளிரச் செய்தது. எவ்வளவு ரத்தம்? ஆனால் எதற்கும் கலங்காத அசோகனது மனதை ஒரு கெட்டிக்கார பிராமணன் அந்த

ரத்தத்தைக் காட்டியே கரைத்துவிட்டான். திஸ்ஸா மொகாலி புத்தன் என்கிற பிக்கு பதினாறு வயதுக்குள்ளேயே மூன்று வேதங்களையும் கரைத்துக் குடித்தவன். இம்மண்ணில் வைதிக நெறியின் பாதுகாவலனாக விளங்கவேண்டிய அவன், தவறிப்போய் புத்தனின் சங்கத்தில் சேர்ந்தான். தனக்குத் தெரிந்த வித்தைகளைக் காட்டி இந்த பாடலிபுத்திரத்தின் மகாராஜாவைக் கவிழ்த்துவிட்டான். அசோகன் வாளைத் தூக்கி எறிந்தான். அவனது சமையற்கூடங்களில் இறைச்சி வாசனை ஓய்ந்தது. அவன்தான் மணம் கமழும் இறைச்சியை உண்ணுவதில்லை என்றால் அவன் மக்களும் உண்ண முடியவில்லை. ஆடு மாடுகளைக் கொலை செய்யாதே என்று தெருத்தெருவாய் எழுதி வைத்தான். அவன் உங்கள் சங்கத்துக்காக மூன்றுமுறை இந்த ஜம்புத்வீபத்தை தானமாக அளித்தான். பின்னர் ஒவ்வொரு முறையும் தன்னிடம் இருந்த பொன் பொருளைக் கொடுத்து அதைத் திரும்பப் பெற்றுக் கொண்டான். இவ்வளவு அள்ளிக் கொடுத்தால் என்ன ஆகும்? செல்வம் இருந்தால்தான் எந்த தர்மமும் வளரும். உங்கள் தர்மம் மட்டும் அதற்கு விதிவிலக்கா? பிழைக்க சிரமப்பட்ட இத்தேசத்தின் வறிய மக்கள் மூன்றுவேளை சோறுக்காக வலியவந்து மடாலயங்களில் சேர்ந்தார்கள். ஆன்மீகப் பயிற்சி சோற்றுப் பயிற்சி ஆனது. போலிப்பிக்குகள் பெருகினார்கள். சகிக்கமுடியாமல் மொகாலி புத்தன் கூட அஹோகங்கா மலைக்குப் போய்விட்டான். அட இதுவும் ஒரு விதத்தில் நல்லதுக்குத்தான். அவர்களே அடித்துக்கொண்டு இத்தர்மத்தை ஒழித்துவிடுவார்கள் என்று பார்த்தால், அசோகன் மீண்டும் தலையிட்டான். உண்மையான பிக்குகள் போலிகளை வெறுத்து, சங்கத்தின் நியமங்களை அவர்களுடன் சேர்ந்து கடைப்பிடிக்க மறுத்தார்கள். சக்கரவர்த்திகள் எப்போதும் குருட்டுப் பயல்கள்தானே? இந்தச் சிக்கல் புரியாமல் நியமங்களைக் கட்டாயம் கடைப்பிடிக்க வேண்டும் என்று அசோகன் உத்தரவு போட்டான். அவனிடம் மகா முட்டாளாகிய ஒரு தளபதி இருந்தான். நியமங்களைக் கடைபிடிக்காத பிக்குகளின் தலையை முச்சந்தியில் வைத்து சீவிவிட்டான். பாடலிபுத்திரம் அகிம்சாவாதிகளின் குருதியால் நனைந்தது. அசோகனுக்குத் தகவல் தாமதமாகத் தெரிந்தது. குற்ற உணர்ச்சி அவனை ஆட்கொண்டது. இதை மொகாலிபுத்தன் மீண்டும் சரியாகப் பயன்படுத்திக் கொண்டான். மலையிலிருந்து இறங்கிவந்தான்.

அசோகனிடம் சொல்லி ஆயிரம் பிக்குகள் கூடும் மாநாட்டுக்கு ஏற்பாடு செய்யச் சொன்னான். ஆயிரம் கற்றறிந்த பிக்குகள் கூடினார்கள். தர்ம சூத்திரங்களை ஒன்பது மாதங்கள் ஒன்றாகச் சேர்ந்து மீண்டும் எழுதினார்கள். ஒழுங்குபடுத்தினார்கள் என்றுதான் உங்கள் ஆட்கள் அதைப் பற்றிச் சொல்வார்கள். அடேய்... என்றைக்கு சரித்திரத்தை முழுமையாக யாராவது சொல்லியிருக்கிறார்கள்? நான் சொல்வதைக் கேள். புத்தன் மறைந்து இருநூறு ஆண்டுகளுக்குள் நடந்த மூன்றாவது மகாநாடு அது. மொகாலி புத்தன், சங்கத்தில் ஊடுருவியிருந்த போலிகளையும் எதிர்ப்பாளர்களையும் அசோகன் உதவியால் சங்கத்திலிருந்து வெளியேற்ற அம்மாநாட்டைப் பயன்படுத்தினான். தர்மத்தைப் பரப்ப ஆட்களை எல்லாத்திசைக்கும் அனுப்பச்சொன்னான். கடல்கடந்து ஆட்கள் போனார்கள். இளவரசன் மகேந்திரனும் இளவரசி சங்கமித்திரையும்கூட தெற்கே போனார்கள். எல்லாம் மொகாலி போட்ட திட்டம்தான். சீன சந்நியாசியே, திட்டம் போடாமல் உலகில் எந்த விஷயத்தையும் பரப்பிவிட முடியாது. புத்தன்கூட தன் தர்மத்தைப் பரப்புவதற்காக மிகப்பெரிய திட்டத்தைப் போட்டான்: அவன் தன் சீடர்களுக்கு என்ன சொன்னான்? மா எகேனா த்வே அகாமித்தா! நாலாதிசைக்கும் போங்கள். ஒரே திசையில் இரண்டுபேராகப் போகாதீர்கள்... இதை விட மிகப்பெரிய உத்தி உலகில் இருக்கமுடியுமா? ஆனால் தன் குருவையும் மொகாலி விஞ்சிவிட்டான். அசோகனைக் கைக்குள் போட்டுக்கொண்டு இத்தேசம் முழுக்கத் தர்மத்தை நிலைபெறச் செய்துவிட்டான். பௌத்தம் அரச மதம் ஆனதால் புத்தனின் சொற்களுக்கு ஆதரவு கிடைத்தது. பிக்குகள் கொழித்தார்கள். அசோகனுடன் இந்த வரிசை நின்றுவிடவில்லை. நாகசேனன், அரசன் மெனாண்டரை தன் வழிப்படுத்தினான். பின்னர் கனிஷ்கர், இப்போது ஹர்ஷன். அரசர்களின் உதவியுடன்தான் இம்மதம் வளர்கிறது. செழிக்கிறது. உங்கள் தேசத்துக்கும் இப்படி ஒரு அரசன் அனுப்பிய பிக்குதான் ததாகதரை அறிமுகப் படுத்தினான். உங்கள் மன்னரை முதலில் கைக்குள் போட்டிருப்பான் அந்த பிக்கு. பின் நாடு முழுக்க தன் அகிம்சையையும் தர்மத்தையும் பரப்பியிருப்பான். ஆனால் இந்த தர்மத்தால் என்ன நிகழ்கிறது தெரிகிறதா? உழைக்கப் பயந்தவன், வாளெடுத்தால் நடுங்குபவன் எல்லாம் புத்தம் சரணம் கச்சாமி என்று போய்விட்டான். இருந்த கொஞ்ச

நஞ்ச சுத்த வீரனும் இதைப் பார்த்து வாளைக் கீழே போட்டுவிட்டான். ஹர்ஷனைப் பார்த்தாயா? போரே வேண்டாம் என்று அமைதியாகி விட்டான். தெற்கே புலிகேசியிடம் தோற்றாலும் திரும்பிப் பழிவாங்காமல் அமைதியாகி சங்கம் சரணம் கச்சாமி என்கிறான். ஏனப்பா, சீனதேசத்துக்கு அறிஞனே, மேற்கே பல நாடுகள் இருப்பதாக நான் கேள்விப்படுகிறேன். அவர்கள் எல்லாரும் காட்டு மிராண்டிகள் என்றும் காலை உணவுக்கே மனித ரத்தம் தான் குடிக்கிறார்கள் என்றும் நான் கேள்விப்படுகிறேன். அவர்கள் படையெடுத்து வந்தால் இந்தச் சோம்பேறி அகிம்சைக் கூட்டத்தின் மொழி அவர்களுக்குப் புரியுமா? இந்த தேசமே, இப்போது மிகப்பெரிய கொலைக்கூடத்துக்கு முன்னால் அடைக்கப்பட்டிருக்கும் ஆட்டு மந்தையாக என் கண்ணுக்குத் தெரிகிறது. அதற்கு தலைமை வகிக்கிறது ஹர்ஷன் என்னும் ஆடு... அந்த மந்தையில் ஒரு ஓரமாக சீனத்திலிருந்து வந்திருக்கும் ஆடாகிய நீ....."

ஹா..ஹா.... என்று அவன் சிரித்துக்கொண்டே இருந்தான். நான் அவசரமாக அந்த சத்திரத்தில் இருந்து வெளியேறினேன்.

(41)

காவி உடை அணிந்த பிக்குகள் வரிசையாக நடந்து போய்க்கொண்டிருந்தனர். பல நூறு பேர் இருக்கக்கூடும். தொலைவில் இருந்து அக்காட்சியைப் பார்ப்பதற்கு செவ்வெறும்புகள் அணிவகுப்பு சென்று கொண்டிருப்பதைப் போல இருந்தது. அவர்களின் மழிக்கப்பட்ட தலைகள் வெயிலில் தாமிரக் குடங்களைப் போல மின்னின. அமைதியாகச் சென்ற நீண்ட வரிசையில் இடையிடையே குழல் ஊதுபவர்கள், மணிகளை ஒலிப்பவர்கள், பதாகைகளைத் தாங்கிச் செல்பவர்கள் என பலர் சென்றனர். ஜம்புத்வீபத்தின் பல நாடுகளைச் சேர்ந்த பிக்குகளின் குழுக்கள் அவை. அவற்றின் ஒரு குழுவின் பின்னால் யுவான் சுவாங்கின் குழுவும் சேர்ந்து கொண்டது இந்தப் பிரபஞ்சத்தின் ஆதிமூலமாக விளங்கும் வஜ்ராசனத்தையும் அதையொட்டி உயர்ந்து நிற்கும் போதிமரத்தையும் காணப்போகிறோம் என்ற எண்ணமே பாடலிபுத்திரத்தில் இருந்து தெற்கு நோக்கிப் புறப்பட்டதில் இருந்து யுவானுக்கு தூக்கத்தை கிட்டே வரவிடாமல் அடித்திருந்தது. ஒரு வளர்பிறை தினத்தில் கிளம்பிய அவர் எப்படியும் பௌர்ணமி அன்று உருவேலாவில் இருப்பது என்று திட்டமிட்டிருந்தார்.

அதையொட்டி தன் பயணத்தை அவர் வழியில் பல விஹாரங்களில் பலரை சந்திக்க நேர்ந்தபோதிலும் தன் பயணத்தின் காலஅளவை மனதில்கொண்டே அவர்

தன் சந்திப்புகளை அமைத்துக்கொண்டார். அவருடைய குழுவினரும் இதை உணர்ந்து சீனப்பிக்குவின் மனவேகத்துக்கு ஏற்ப தங்கள் வேகத்தையும் மாற்றிக் கொண்டனர்.

உருவேலாவை அடைவதற்கு ஒரு நாள் முன்பாக இரவில் காட்டுப்பகுதியில் இருந்த பாழடைந்த செங்கல் மண்டபம் ஒன்றில் இரவை யுவான் கழித்தார். குளிர்ந்த காற்று வீசிய அந்த முன்னிரவில் மண்டபத்துக்கு வெளியே இருந்த திறந்த வெளியில் மல்லாந்து படுத்து வானத்தை உற்று நோக்கினார். பொன்னால் ஆன மிகப்பெரிய பந்துபோல் இருந்த நிலவு குளிர்ச்சியான ஒளியைப் பொழிந்தது. இந்த நிலவுக்கு மட்டும் சக்தி இருக்குமானால் ததாகதர் ஆயிரம் ஆண்டுகளுக்கு முன்னால் போதிமரத்தின் அடியில் ஞானம் பெற்ற காட்சியை இப்போதே தன் கண்ணாடிப் பரப்பில் மறுபடியும் காட்சியாக நிகழ்த்தி தனக்குக் காண்பிக்கலாமே என்று எண்ணினார் யுவான். ஆனால் அந்த அரிய காட்சியை காணும் பாக்கியம் பெற்றது இதே நிலவுதானே? இல்லை அந்த நிலவு இல்லை இது. கணம்தோறும் எல்லாம் மாறிக்கொண்டே இருக்கின்றன அல்லவா? இந்தப் பிரபஞ்சம் ஒரு சலசலத்து ஓடும் நதி. ஒரு கணம் ஓடிய நதி மறுகணம் இல்லை. ததாகதர் ஞானம் பெற்றதைக் கண்ட நிலவில்லை இது; அவர் மாரனின் படைகளை எதிர்த்து அஞ்சாது நின்றதைக் கண்டதில்லை இது; மாரனின் மூன்று மகள்களையும் ஒரு முறுவலுடன் அவர் மறுதலித்ததற்கு சாட்சி இல்லை இது; பிரம்மனின் முன்பாக மாரன் ததாகதர் அமர்ந்திருக்கும் இடம் தனதென்று வாதிட்டபோது பூமாதேவியைப் புத்தர் பெருமான் சாட்சியாகக் காண்பித்ததைக் கண்ட நிலவில்லை இது. யுவான் சுவாங் பெருமூச்சு விட்டார்.

யுவானுடன் வந்தவர்கள் சற்றுத்தள்ளி நெருப்பைக் கொளுத்தி தண்ணீரைச் சூடாக்கிக் கொண்டு ஏதோ ஊர்க் கதைகளைப் பேசிக்கொண்டிருந்தனர். நிலவுக்கு சற்று கீழாக பெரிய மேகம் ஒன்று பால் நிறத்தில் வழிந்த ஒளியை ஏந்திப் பிரகாசம் கொண்டிருந்தது. உருவேலாவில் நிரஞ்சனா நதியின் நீர்ப்பரப்பு இந்த ஒளியில் எப்படிப் பிரகாசிக்கும்? ததாகதரின் மேனியைத் தழுவி மகிழ்ந்த அந்த நதிநீரில் தானும் இறங்கும் பாக்கியம் நாளை எனக்குக் கிடைக்கவிருக்கிறதே... யுவானின் உடல் சிலிர்த்தது.

அவர் மெல்லத் தன் கண்களை மூடி மூச்சின் மீது கவனத்தை செலுத்தினார். எவ்வளவு நேரம் அப்படிக் கண்ணை மூடிக்கிடந்தாரோ தெரியவில்லை. திடீரென யாரோ ஓடிவரும் சப்தம் கேட்டது. அச்சப்தம் அவருக்கு மிக அருகே நின்றது. அடுத்த கணம் ஆட்கள் அதிர்ச்சியுடன் கூக்குரலிடும் ஓசை கேட்டது. யுவான் சட்டென்று கண்ணைத் திறந்தார்.

அருகில் ஒரு பிக்கு நின்றார். அவரது மழித்த தலையில் நிலவொளி பட்டு எதிரொலித்தது. அவரது முகத்தைக் கண்டதும் யுவான் மிகுந்த ஆச்சரியத்துக்கு உள்ளானார். அதை விட அவரது கையில் நெளிந்த வஸ்து யுவானை ஸ்தம்பிக்க வைத்தது. அது ஒரு கருநாகம். அந்த மனிதர் யுவானை விட்டு விலகி காட்டை நோக்கி நடந்தார். பாம்பை காட்டுக்குள் பத்திரமாக விட்டுவிட்டு யுவானை நோக்கி உற்சாகமாக நடந்துவந்தார். அவரது நடையில் பெரும் உற்சாகத் துள்ளல் இருந்தது.

யுவானும் அவரை நோக்கி வேகமாக நடந்து கட்டித் தழுவிக்கொண்டார்.

"பாலவர்மர்!"

யுவானின் குழுவிலும் அவரை அடையாளம் கண்டு உற்சாகக் கூக்குரல் எழுப்பினார்கள். தழுவல்கள், பரஸ்பர விசாரணைகள் முடிந்த பின்னால் பாலவர்மர் தன் கதையைச் சுருக்கமாகக் கூறினார்: கங்கை நதியில் கொள்ளையர்களை எதிர்கொண்டு வீழ்த்தப்பட்ட பிறகு ரத்த காயத்துடன் பாலவர்மர் கண்விழித்தபோது ஒரு குடிசைக்குள் இருந்தார். அவரை ஒரு மூதாட்டி கங்கைக் கரையோரமாகக் ரத்தவெள்ளத்தில் கண்டு தூக்கிவந்து சிகிச்சை அளித்துப் பிழைக்க வைத்திருந்தாள். அம்மூதாட்டியின் பேரன்கள் கொடுத்த மருந்தையும் உணவையும் அருந்திச் சில நாட்களில் பாலவர்மர் தேறிவிட்டார். காயம் முழுக்க ஆற ஒரு மாதகாலம் ஆனது. பின்னர் யுவானை எங்குபோய்த் தேடுவது என்று யோசித்த பாலவர்மர், நேரடியாக உருவேலாவுக்குப் போய்விட்டால் அங்கு எப்படியும் யுவான் வந்து சேர்வார் அவரைக் கண்டுகொள்ளலாம் என்று நேரடியாக இங்கு வந்துவிட்டார். இந்தப் பகுதியின் கிராமங்களில் பிட்சை ஏற்று வாழ்ந்துவந்த அவர் எல்லா பௌர்ணமிக்கும்

கட்டாயம் போதிமரத்தின் வஜ்ராசனத்தையும் அதன் உயர்ந்த ஆலயத்தையும் காண வந்துவிடுவார். எப்படியும் ஏதோ ஒரு பௌர்ணமி அன்று யுவானைக் காணமுடியும் என்ற நம்பிக்கை அவருக்கு இருந்தது. அப்படிச் செல்கையில்தான் இந்த மண்டபத்தில் தங்கலாம் என்று அவர் வந்தார். அப்படி வந்ததும் நல்லதாகப் போயிற்று; கருநாகத்திடம் இருந்து யுவானைக் காப்பாற்றினார்.

அன்றிரவு முழுக்க பாலவர்மரும் யுவானும் பேசிக்கொண்டே இருந்தனர். நண்பர்கள் இருவரும் கண்ணுறங்கியபோது பொழுது விடிவதற்கு சில நாழிகைகளே இருந்தன. விடிந்து எழுந்து தங்கள் பயணத்தை உருவேலா நோக்கித் தொடர்ந்தனர்.

"சகோதரரே... உங்கள் வாள்வீச்சைக் காணும் பாக்கியம் எங்களுக்குக் கிட்டாமல் போய்விட்டது.." என்று யுவானின் குழுவில் இருந்த ஒருவர் பாலவர்மரைப் பார்த்து நகைப்புடன் கூறினார்.

"ஆம். என் வாழ்நாளில் அதை மிகுந்த முட்டாள்தனமான காரியமாக உணர்ந்தேன். ஒரு பிக்கு வாள் ஏந்துவது எவ்வளவு தவறு? அதுவும் சீனச்சகோதரர் போன்ற ஞானவான்கள் இருக்கையில் நான் அப்படிச் செயல்படத்துணிந்தது மிகவும் தவறுதான். அதனாலன்றோ எம் சகோதரரை நான் பிரியநேர்ந்தது?" என்றார் பாலவர்மர். "கவலை கொள்ளாதீர்கள். கங்கையின் முதலைகளுக்கு உம்மைப்பிடிக்கவில்லை போலிருக்கிறது. அல்லது நீங்கள் வாளேந்தி நின்ற கோலம் பார்த்து அவை வாலைச் சுருட்டிக்கொண்டு ஓடி ஒளிந்துவிட்டனவா?" என இன்னொருவர் கேட்டார். பாலவர்மர் வந்ததும் தன் குழுவிடத்தில் தனித்துவமான மகிழ்ச்சி ஏற்பட்டிப்பதை யுவான் கண்டார். கதிரவன் உச்சியை அடைந்த வேளையில் உருவேலாவை அவர்கள் அடைந்தார்கள்.

மரங்களுக்கு நடுவே தொலைவிலிருந்து பார்க்கையில் ஆலயத்தின் உச்சி தெரிந்தது. யுவானுக்கு உடல்முழுக்க சிலிர்ப்பு ஊடுருவியது. அவரது நடை மெதுவான ஓட்டமாக மாறியது. பாலவர்மர் அவரது உணர்வுகளைப் புரிந்து கொண்டபடியால், போதிமரத்துக்குச் செல்லும்

வழியைக் காண்பிப்பதற்காக அவருக்கு முன்பாக வேகமாகச் சென்றார். உயரமான செங்கல் சுவர்களின் இடையே இருந்த வாயில் வழியாக அகன்ற, புல்பரவிய வளாகத்துக்குள் பிரவேசித்தார்கள். எதிரே மேகங்களைத் தொடும் அளவுக்கு உயர்ந்து நின்ற கோபுரம் அவர்களைக் கனிவுடன் பார்த்தது. யுவான் அப்படியே தரையில் வீழ்ந்து கண்ணீர் வடித்தார். அவருடன் வந்தவர்களும் மிகுந்த உணர்ச்சிப் பெருக்குக்கு ஆளானார்கள். பின் சமாளித்து எழுந்து கொண்ட யுவான் மூன்றடி முன்னோக்கி எடுத்துவைப்பது, பின்னர் தரையில் விழுந்து வணங்குவது என்கிற தங்கள் நாட்டு வணக்க முறையைப் பின்பற்றி கோபுரத்தின் வாயிலை நெருங்கி உள்ளே ஒளிபொருந்திய பீடத்தில் இருந்த எல்லையற்ற அமைதிவழியும் ததாகதரின் உருவைக் கண்டார். பூமிஸ்பரிஸ முத்திரையில் ததாகதரின் வலதுகையின் ஆட்காட்டி விரல் பூமியைச் சுட்டிக் கொண்டிருந்தது. கனவிலும் நினைவிலுமாக யுவான் கண்டு கொண்டிருந்த காட்சி அல்லவா அது? சொற்களுக்குள் அடங்காத உணர்ச்சிப்பிரவாகத்தில் யுவான் அடித்துச் செல்லப்பட்டார். வெகுநேரம் கழித்து பிரார்த்தனைகளை முடித்துக்கொண்டு மெல்ல எழுந்து வெளியே வந்து வலப்புறமாக நடந்து கோபுரத்தின் பின்னால் வந்தபோது போதிமரம் தன் பசுமையான இலைகளை அசைத்து அவரை ஆசிர்வதித்தது. அதன் அடியில் பகவான் புத்தர் அமர்ந்து ஞானம் பெற்ற வஜ்ராசனம் சிவந்த பூக்களின் இதழ்களால் அலங்கரிக்கப் பட்டு சிறிய தடுப்புக்குள் இருந்தது. பிக்குகளும் பொதுமக்களும் அடங்கிய ஒரு குழுவொன்று அதை வணங்கியவாறு நின்றுகொண்டிருந்தது.

யுவான் மிகுந்த பக்தியுடன் தரையில் வீழ்ந்து கண்ணீர் விட்டார்.

"பகவான் புத்தர் ஞானம் அடைந்த போது நான் எந்த வடிவில் இருந்தேனோ அறிகிலேன். கல்லாக இருந்தேனோ, கொடும் விலங்காக இருந்தேனோ, காட்டு மனிதனாக இருந்தேனோ அறிகிலேன். பிறப்பு இறப்பின் சுழலின் பிடியில், துக்கத்தின் சுழற்சியில் இருந்த எனக்கு இன்று இப்படியொரு பாக்கியம் கிடைத்துள்ளது. என் பிறவிகளின் பாவமூட்டையை எண்ணுகையில் என் இதயம் கனக்கிறது" தேம்பினார் அவர்.

போதிமர வளாகத்தின் தென்பகுதியில் அழகிய பூக்கள் நிரம்பிய குளம் இருந்தது. வடக்குப் பக்க வாயில் பெரிய விஹாரத்துக்குள் இட்டுச் சென்றது. கிழக்குப் பகுதி வாயில் சரிந்து படிகள் கீழ் இறங்கிச் சென்றன. பாலவர்மரும் யுவானும் அப்படிகள் வழியாக இறங்கி வழியில் இருந்த ஒரு மண்டபத்துக்குள் நுழைந்து வெளியேறி ஒரு மேட்டின் மீது ஏறினர். அங்கே கண்ட காட்சியால் யுவான் மீண்டும் தரையில் வீழ்ந்து விசும்பினார். விரிந்து, நுரைத்து, குளிர்ந்து ஓடிக்கொண்டிருந்தது நிரஞ்சனா நதி. தொலைவில் அதன் அக்கரையில் பசுமையான மரங்களைத் தாண்டி, பகவான் புத்தருக்கு பால்சோறு அளிக்கும் பேறு பெற்ற சுஜாதாவின் கிராமம் இருப்பதை யுவான் அறிவார். பகவான் புத்தர் ஞானம் பெறுவதற்கு முன்னும் பின்னும் அவர் முழ்கி எழுந்த நதிக்கரையில் தானும் எங்கோ சீனதேசத்திலிருந்து வந்து சேரும் வாய்ப்பு கிடைத்திருப்பதை எண்ணி உவகை கொண்டார். கூப்பிய கரங்களுடன் நதியில் முழ்கி எழுந்தார். பித்துப்பிடித்தவர் போல கரைக்கு வந்து மணல்பரப்பில் அமர்ந்தார்.

மாலையில் சூரியன் மறைந்து முழுநிலவு கிழக்கு வானில் தெரிந்தபோது அவர் திரும்பி வந்து போதிமரத்தின் நிழலில் கால்களை மடக்கி அமர்ந்தார். எங்கும் அமைதி சூழ்ந்த அந்த இரவின் தனிமையில் போதிமரத்தின் உச்சியில் அணில் ஒன்று திடீரெனக் கண்களை விழித்துக் கீழே பார்த்தது. அம்மரத்தில் இருந்து பழுத்த இலை ஒன்று உதிர்ந்து, யுவானின் மடியில் மெல்ல வந்து விழுந்தது.

போதியின் நிழல் 242

பின்னுரை

புத்த கயாவில் உள்ள போதி மரத்தின் நிழலில் யுவான் சுவாங் முதன்முறை அமர்ந்து தன் பிறவிப்பயனை எட்டியதாகக் கருதியதுடன் அவரது பயணம் பற்றிய சரித்திரமும் கற்பனையும் கலந்த இந்தக் கதையை முடித்துக் கொண்டிருக்கிறேன். இதன்பிறகு அவர் மேலும் ஐந்தாண்டுகளுக்கு மேல் இந்தியாவில் இருந்தார். இதில் பெரும்பகுதியை நாளந்தாவில் பௌத்தக் கல்வியைப் படிப்பதில் செலவிட்டார். சமஸ்கிருதத்தில் இருந்த நூல்களைப் பிரதி எடுத்தார். யோக சாஸ்திரத்தை நாம் முன்பே கண்ட நாளந்தா பல்கலையின் தலைவர் சீலபத்திரரிடம் பயின்றார். காஷ்மீரத்திலும் மேலும் பல இடங்களிலும் தான் ஏற்கெனவே பயின்ற சாஸ்திரங்களை இங்கே மேலும் ஒரு முறை விளக்கம் கேட்டுத் தெளிவுபடுத்திக் கொண்டார். வைதீகம் சார்ந்த சமஸ்கிருத நூல்களையும் அவர் பயின்றதாகக் குறிப்புகள் உள்ளன. அதன் பிறகு இந்தியாவின் கிழக்குப் பகுதி வாயிலாக தெற்கு நோக்கிக் கலிங்கம், ஆந்திரம் வழியாக பயணம் மேற்கொண்டார். உண்மையில் அவருக்கு சிங்கள தேசம் செல்லவேண்டும் என்று ஆசை. இந்தியாவின் தெற்குப் பகுதி வாயிலாகக் கப்பல் ஏறி சிங்கள தேசம் சென்று அங்கிருக்கும் அரிய நூல்களைப் படிக்கலாம் என்று கருதினார். இந்தப் பயணத்தின் போது காஞ்சிபுரத்துக்கு வந்து சேர்ந்தார். பௌத்தக் கல்வியில் அப்போது காஞ்சிபுரமும் புகழ்பெற்று

விளங்கியது. அவருடன் பாலவர்மரும் வந்து சேர்ந்தாரா என்று கேள்வி எழலாம். பாலவர்மர் கற்பனைப் பாத்திரமே.

புகழ்பெற்ற தர்மபால போதிசத்துவர் பிறந்த ஊர் காஞ் சிபுரம். காஞ்சிபுரத்தின் இளவரசரான தர்மபாலர் பௌத்த மதத்தின்பால் ஈர்க்கப்பட்டார். அவருக்குத் திருமணம் செய்து வைக்க மன்னர் விரும்பியபோது, புத்தரின் சிலைக்கு முன்னால் கண்ணீர் வடித்து பிரார்த்தித்துக் கொண்டாராம். உடனே அவர் வான் வழியாக வட இந்தியாவில் ஒரு மலைப்பகுதியில் உள்ள விஹாரத்துக்குள் தெய்வீக சக்தி ஒன்றால் அனுப்பப்பட்டார். அங்கே அவர் பௌத்த சாஸ்திரங்களைப் பயின்று பெரும் அறிஞரானார் என்று குறிப்பிடுகிறார் யுவான் சுவாங். நியாயப்பிரவேசம் என்கிற பௌத்த நியாய தத்துவ நூலை இயற்றிய மாபெரும் அறிஞர் திக்நாகர் பிறந்ததும் காஞ்சிபுரத்தில் தான். இந்நூலை யுவான் சுவாங் சீனமொழியில் மொழி பெயர்த்துள்ளார்.

இங்கு யுவான் சுவாங் சிங்களத்தைச் சேர்ந்த பல பிக்குகளைச் சந்தித்தார். அவர்கள் அப்போதுதான் இந்தியாவுக்கு வந்திருந்தனர். காரணம் அங்கே ஏற்பட்டிருந்த உள்நாட்டுப் பிரச்னை. சிங்கள மன்னன் இறந்து, அங்கே கலவரமும் பஞ் சமும் ஏற்பட்டிருந்தன. எனவே அங்கு செல்லும் முடிவைக் கைவிட்டு, இந்தியாவின் மேற்குப்பகுதி வழியாக வடக்கு நோக்கிச் சென்றார். வழியில் புலிகேசியின் நாடு வழியாக வடக்கு நோக்கிச் செல்கிறார். வல்லபி, சவுராஷ்டிரம் வழியாக இப்போதைய பாகிஸ்தானின் சிந்துப் பகுதிக்குச் சென்று பின் அங்கிருந்து கிழக்காகப் பயணித்து மீண்டும் மகதம் வந்து நாளந்தாவில் தஞ்சம் அடைகிறார். அங்கு சிலமாதங்கள் தங்கி இருந்த பின் அவர் அங்கிருந்து சற்றுத் தள்ளி ஒரு விஹாரத்தில் வசித்து வந்தா பிரஞானபத்திரர் என்கிற பிக்குவைப் பற்றி அறிகிறார். அவருடன் இரண்டுமாதங்களைக் கழிக்கிறார். பின்னர் ஜெயசேனர் என்கிற ஓர் அறிஞரைப் பற்றிக் கேள்விப்பட்டு அவரையும் சந்தித்து சில கடினமான சாஸ்திர விளக்கங்களைக் கற்கிறார்.

பின் அவருக்கு ஒரு கனவு வருகிறது. நாளந்தா விஹாரம் ஆளரவமற்று இருக்கிறது. அதன் உச்சியில் பொன்னிறத்தில் ஒரு மனிதர் நிற்கிறார். அவரைக் கண்டு யுவான் பணிகிறார்.

மேலே ஏறிச்செல்லும் வழி எதுவும் இல்லை. எனவே மேலே நிற்கும் மனிதரிடம் கீழே வந்து தன்னை அழைத்துச் செல்லுமாறு வேண்டுகிறார். “நான் மஞ்சுஸ்ரீ போதிசத்துவா. உன் கர்மவினை நீ மேலே வர அனுமதிக்கவில்லை.” என்றவாறு அவர், “உன் பின்னால் திரும்பிப் பார்” என்று விரலால் சுட்டிக்காட்டுகிறார். நாளந்தாவுக்கு வெளியே தீ பற்றி எரிகிறது.” நீ நாட்டுக்குத் திரும்ப வேண்டிய நேரம் வந்தாகிவிட்டது. இன்னும் சில ஆண்டுகளில் சிலாதித்யன் இறந்துவிடுவான். இந்நாடு பஞ்சத்திலும் கலவரத்திலும் சிக்கப்போகிறது” என்று கூறிவிட்டு அவர் மறைந்துவிடுகிறார்.

இதன் பின்னர் யுவான் நாளந்தா திரும்பி நாடு திரும்புவது பற்றி யோசிக்கிறார். இடையில் நாளந்தாவில் சிம்மராஸ்மி என்கிற அறிஞரை விவாதத்தில் தோற்கடிக்கவும் செய்கிறார். இதுதான் அவருக்குச் சிலாதித்யன் என்று அழைக்கப்படும் ஹர்ஷருடன் தொடர்பு ஏற்படும் நேரமாகும்.

ஹர்ஷரைச் சந்திக்கும் ஹீனயான பிக்குகள் தங்கள் கொள்கையே சிறந்தது என்றும் நாளந்தாவில் இருக்கும் மஹாயான பிக்குகளின் கொள்கைகள் தாழ்வானவை என்றும் கூறி தங்களின் நூலை மறுக்கும் துணிச்சல் நாளந்தாவில் யாருக்காவது இருக்குமா என அறைகூவல் விடுக்கின்றனர். அடுத்த நாளே ஹர்ஷர் நாளந்தாவுக்கு ஆள் அனுப்புகிறார். ‘நாலே நாலு பேரை அனுப்புங்கள். இந்த ஹீனயான நூலை துவம்சம் செய்யுங்கள்’ என்கிறார்.

சிலாபத்திரர் பிக்குகள் குழுவைக் கூட்டி நால்வரைத் தெரிவு செய்கிறார். அக்குழுவில் யுவான் சுவாங்கும் இடம் பெறுகிறார். ஆனால் ஹர்ஷர் கொஞ்சநாள் பொறுக்குமாறு மறு தகவல் அனுப்புகிறார்.

இதற்கிடையில் நாளந்தாவுக்கு ஒரு பிராமணர் வந்து சவால் விடுகிறார். அவரையும் யுவான் முறியடிப்பதுடன் இல்லாமல் அவரைத் தன் வேலையாளாக ஏற்றுக் கொள்கிறார். ஆனால் இரவானதும் அந்த பிராமணரிடம் தனக்குத் தேவையான மேலும் சில சாஸ்திரங்களுக்கான விளக்கங்களையும் கேட்டறிய அவர் தவறுவதில்லை. ஹீனயானவாதிகளின் நூலை முறியடிக்கும் விதத்தில் பதில் நூலையும் யுவான்

எழுதுகிறார். சில காலம் கழித்து அந்தப் பிராமணரை அனுப்பிவிடுகிறார். அவர் நேராக காமரூபம்(அஸாம்) செல்கிறார். அங்குள்ள மன்னர் குமாரராஜனிடம்(பாஸ்கர வர்மன்) யுவான் சுவாங்கின் புகழையும் பெருமைகளையும் உரைக்கிறார். குமார ராஜனுக்கு யுவானைக் காண வேண்டுமென ஆவல் பெருக்கெடுக்கிறது. உடனே தன்னிடம் வருமாறு நாளந்தாவுக்கு ஓலை அனுப்புகிறார்.

இதற்கு இடையில் ஒரு சம்பவம். நாளந்தாவுக்கு வந்த ஒரு நிர்வாணத் துறவியிடம் தன் எதிர்காலத்தை அறிகிறார் யுவான். அவருக்குத் திரும்பவும் சீனத்துக்கு வெற்றிகரமாகச் செல்வோமா என்பதை அறியும் ஆவல். அந்தத் துறவி, சீனப்பிக்குவின் கையைப் பார்க்கிறார். தரையில் கட்டம் போடுகிறார். வெண்ணிறக் கற்களை உருட்டுகிறார். "வெற்றிகரமாகத் திரும்புவீர். குமாரராஜாவும் ஹர்ஷரும் உமக்கு உதவுவர்" என்கிறார்.

"அது எப்படி இவர்கள் இருவரையும் நான் கண்டதே இல்லையே"

"ஹா..ஹா..." துறவி சிரித்தார். "குமாரராஜன் உம்மைத் தன்னிடம் வருமாறு ஓலையே எழுதி அனுப்பிவிட்டான். விரைவில் உமக்கு அது கிட்டும்". நாளந்தாவில் அனைவரிடமும் விடைபெற்று குமார ராஜாவிடம் யுவான் செல்கிறார். அவரது அவையில் இருக்கும்போது சிலாதித்ய ராஜாவுக்கு இத்தகவல் தெரிய வருகிறது. "நம்மிடம் வராமல் ஏன் குமாரராஜாவிடம் அவர் போனார்?" என்று நினைத்து உடனே தன்னிடம் யுவானை அனுப்புமாறு குமாரராஜாவுக்கு ஓலை அனுப்புகிறார். ஆனால் குமாரராஜாவுக்கு அவரை அனுப்புவதில் மனமில்லை. எனவே,"என் தலையை வேண்டுமானாலும் தருகிறேன். சீனப்பிக்குவை அனுப்ப இயலாது" என்று பதில் அனுப்ப, ஹர்ஷ சக்கரவர்த்தி கொதிக்கிறார்.

"உடனே உன் தலையை அனுப்பு" என்று ஓலை வருகிறார். குமாரராஜாவுக்கு விஷயத்தின் தீவிரம் புரிந்து அவரே யுவானை ஏக மரியாதையுடன் அழைத்துச் சென்று

ஹர்ஷரிடம் சேர்ப்பிக்கிறார். யுவானுடன் பழகி மகிழ்கிறார் ஹர்ஷர். ஹீனயானவாதிகளின் கொள்கை நூலை முறியடிக்கும் விதத்தில் யுவான் எழுதிய பதில் நூலை வாங்கிப்பார்த்து பெருமை அடைகிறார்.

மிகப் பெரிய பௌத்த மாநாட்டைக் கூட்டி அதில் யுவானின் நூலைச் சமர்ப்பிக்க ஏற்பாடு செய்கிறார். மாநாட்டில் யுவான் "என்னுடைய நூலில் ஒரு வார்த்தையையாவது இங்கிருக்கும் யாராவது முறியடித்தால் என் தலையைத் தருகிறேன்" என்று சவால் விட்டு தன் மஹாயான நூலைச் சமர்ப்பிக்கிறார். ஐந்து நாட்கள் ஆகின்றன. ஹீனயானவாதிகள் தாங்கள் தோற்பதை அறிந்து யுவான் சுவாங்கைக் கொன்றுவிடுவது என்று சதித்திட்டம் தீட்டுகின்றனர். இதையறிந்த ஹர்ஷர் கடும் எச்சரிக்கை விடுக்கிறார். பதினெட்டு நாட்கள் ஆகின்றன. யாரும் யுவானை எதிர்த்து வாதிட முன்வரவில்லை. அந்த மாநாட்டில் யுவான் சுவாங்கை 'மஹாயான தேவர்' என்று பாராட்டுகிறார்கள்.

மாநாடு முடிந்ததும் ஹர்ஷர் பிரயாகைக்குச் செல்கிறார். அங்கே மிகப்பெரிய தானம் வழங்கும் நிகழ்ச்சி நடக்கிறது. லட்சக்கணக்கானோருக்கு வாரி வாரி வழங்குகிறார். இதை யுவான் சுவாங் உடனிருந்து காண்கிறார்.

சில நாட்கள் கழித்து ஹர்ஷர், குமாரராஜா ஆகியோரிடமிருந்து விடைபெறுகிறார் யுவான் சுவாங். ஏராளமான பொன்னும் பொருளும் அளித்து அவரைப் பிரிய மனமின்றி இரு மன்னர்களும் அனுப்பி வைக்கின்றனர். தட்சசீலம் தாண்டி சிந்து நதியைக் கடக்கையில் நதியில் சில நூல்களை இழக்க நேர்கிறது. பின்னர் மீண்டும் வந்த வழியே கடினமான பயணம் சீனதேசம் நோக்கி. இம்முறை யாருக்கும் அஞ்சவேண்டியதில்லை. எவர் உதவியும் தேவையில்லை. ஆயினும் வழக்கம்போல் சென்ற இடமெல்லாம் மன்னர்கள் உதவிக்கரம் நீட்டுகிறார்கள்.

கிபி 645-ல் சீன அரசின் தலைநகர் சாங்கானை அடைகிறார். 22 குதிரைகளில் 627 சமஸ்கிருத நூல்களும் புத்தர் பிரானின் 115 புனிதப் பொருட்களும், புத்தரின் பொற்சிலை ஒன்றும் அவர் கொண்டுவருகிறார். சக்கரவர்த்தியின் ஆணையை மீறி நாட்டை விட்டுச்சென்ற யுவானுக்குப் பெரும் வரவேற்பை சக்கரவர்த்தியின் அனுமதியின் பேரில் அதிகாரிகளும்

பிக்குகளும் அளிக்கிறார்கள். அன்றைய தினம் தலைநகரில் அனைவருக்கும் விடுமுறை அளிக்கப்பட்டிருக்கிறது. கொண்டாட்டங்கள் நிகழ்கின்றன. யுவான் தன் பயணத்துக்கு முன்பாக விடைபெற்ற பைன் மரம், மேற்கிலிருந்து கிழக்கு நோக்கித் திரும்பியிருக்கிறது. அதன் இலைகள் காற்றில் புதிய உற்சாகத்துடன் அசைகின்றன.

சிலநாட்கள் கழித்துச் சீனச் சக்கரவர்த்தி தாய்சுங்கைச் சந்தித்துத் தன் பயணம் பற்றிக் கூறுகிறார். பெருமகிழ்ச்சி அடையும் அவர், யுவானுக்கு அமைச்சர் பதவி அளிக்க முன்வருகிறார். ஆனால் மறுத்துவிடும் யுவான் தனக்காகக் கட்டப்பட்ட விஹாரத்தில் அமர்ந்து, தான் கொண்டு வந்திருந்த 600க்கும் மேற்பட்ட சமஸ்கிருத நூல்களை எல்லாம் மொழிபெயர்க்கும் வேலையில் ஈடுபடுகிறார். ஏராளமான பிக்குகள் அவரது உதவிக்கு நியமிக்கப்படுகிறார்கள். அவர் சீனாவில் விஞ்ஞானவாத பௌத்தத்தை ஸ்தாபிக்கிறார். கி.பி. 664ல் தன் அறுபத்தி ஐந்தாவது வயதில் காலமாகிறார்.

போதியின் நிழல் (2012)

(1)

மே மாதத்தின் அனல் காற்றில் சென்னையின் தெருக்கள் கனன்ற ஒரு மாலை நேரத்தில் சென்ட்ரல் ரயில் நிலையத்தின் நெரிசல்களைக் கடந்து கங்கை–காவிரி எக்ஸ்பிரசில் ஏறி அமர்ந்தோம். பீஹார் மாநிலத்தில் உள்ள சாப்ரா வரை செல்லக்கூடிய ரயில் அது. காசிக்கு சற்று வடக்கே உள்ளது சாப்ரா. எந்த அளவுக்கு பீஹார் மாநிலத்திலிருந்து ஆட்கள் வந்து தமிழ்நாடு முழுக்கப் பல்வேறு வேலைகளில் ஈடுபட்டிருக்கிறார்கள் என்பதற்கு இந்த ரயிலே சாட்சி. முழுக்க ஊர் திரும்பும் தொழிலாளர்களே அதிகமாக இருந்தனர். எங்களுக்கு முன்பாக இருந்த ஒரு இளைஞன் ரயில் பயணித்த இரண்டு நாட்களில் வீசிய அனலிலும் உள்ளே டீ சர்ட் அணிந்து மேலே முழுக்கைச் சட்டை அணிந்து அதைச் சின்னதாகக்கூடச் சுருட்டிவிடாமல் இருந்தான். வெயிலும் அனலும் அவனை எதுவும் செய்துவிடவில்லை.

நாங்கள் ஏறி இருந்தது இரண்டாம் வகுப்புப் பெட்டி. ஏசி அல்ல. கூடுமானவரை எளிமையான பயணத்தையே மேற்கொள்ள வேண்டும் என்று திட்டமிட்டிருந்தோம். நான், நண்பர் செந்தமிழ்ச்செல்வன் இருவரும் கொஞ்ச நாளாக புத்தர் வாழ்க்கை வரலாறு குறித்த நூல்களை படித்து எங்களை மனரீதியாக இப்பயணத்துக்கு தயாரித்து வைத்துக்கொண்டோம். புத்தர் பிறந்த இடமான லும்பினி, அவர் பரிநிர்வாணம் அடைந்த குசிநகரம், அவர் முதன் முதலில் தன் தர்மபோதனையைத் தொடக்கிய சாரநாத், அவர் ஞானம் பெற்ற போதிகயா, உலகப்புகழ்பெற்ற நாளந்தா பல்கலைக்கழகம், புகழ்பெற்ற ராஜகிருகம் ஆகிய புத்த மதத்தின் புண்ணிய ஸ்தலங்களை நேரில் காண்பது எங்கள் நோக்கம். முன்பே சொன்னது மாதிரி கால்நடையாகக் கூட பயணம் செய்யவும், சாலையோரத்தில் குளித்துவிட்டு

மரத்தடியில் படுக்கவும்கூட நாங்கள் தயார். நானும் நண்பரும் எதிர்கொண்ட மிக முக்கியமான பிரச்சினை வட இந்தியாவின் வெயில். தண்ணீரைப் பாட்டில் பாட்டில்களாகக் குடித்துப் பார்த்தும் சிறுநீரின் மஞ்சள் நிறம் மாறவே இல்லை. கோடை மாதங்களில் சென்னைக்கு வடக்கே பயணம் செய்பவர்கள் இதை ஒப்புக்கொள்வார்கள். கொஞ்சம் அசந்தால் மஞ்சள் காமாலை என்ற தப்பான முடிவுக்குத் தான் வரவேண்டும்.

மாலையில் பயணம் என்பதால் முதல் நாளிரவு சிரமம் இல்லாமல் கழிந்தது. மறுநாள் காலையில் ஆந்திர மாநிலத்தின் கடினமான, காய்ந்த பூமிகளின் வழியாகப் பயணம். பகல் ஏற ஏற அனல்காற்று ஜன்னல்கள் வழியாக உள்ளே வீசியது. பகலவன் பட்டையைக் கிளப்பினான். எங்கள் பெட்டி ஒரு அனல்பெட்டி ஆனது. உஸ் உஸ்,..... என்று நாங்கள் திணற, எங்களுக்கு எதிரே எந்தச் சலனமும் இல்லை. எங்களுடன் காசிக்குப் போகவேண்டும் என்று சென்னையிலிருந்து ஐந்தாறு பேர் கொண்ட குழுவினரும் வந்திருந்தனர். அவர்களில் ஒருவர் மில் தொழிலாளி. முழுக்கைச் சட்டைதான் அணிந்திருந்தார். ஆனால் அவர் உள்ளே டீ சர்ட் அணியவில்லை என்பது ஆறுதலாக இருந்தது. அவரிடம் “எங்கு போகிறீர்கள்?” என்றேன். “காசிக்குப் போகவேண்டும். எங்களுக்குத் தெரிந்த ஒருவர் ரயில்வேயில் இருக்கிறார். அவர் அழைத்துச் செல்கிறார். முதலில் அலகாபாத், பின்னர் காசி” என்றார்.

இந்த ரயில் அலகாபாத் வழியாகத்தான் காசிக்குச் செல்கிறது. இங்கிருந்து செல்லும் இந்துக்கள் முதலில் அலகாபாத்தில் இறங்கி த்ரிவேணி சங்கமத்தில் முழுக்குப் போட்டுவிட்டு பின் காசிக்கு வந்து பிண்டதானம் செய்வார்கள். இன்னும் கொஞ்சபேர் ஒரு குழுவாகக் காசியிலிருந்து வண்டியோ ரயிலோ பிடித்து கயாவுக்குச் சென்று அங்கும் பிண்ட தானம் செய்வார்கள். அங்கிருக்கும் ஆலமரம் யுகங்களைத் தாண்டி நிற்கிறது என்பது ஐதீகம்.

நான் அவரது முழுக்கைச் சட்டையைப் பார்த்தேன். அவர் புரிந்துகொண்டார், “வேலை செய்வதால் கைகளில் மண் படக்கூடாது என்பதற்காக இப்படிச் சட்டை போட்டு பழகிவிட்டது” கசங்கிய தன் சட்டையை மடித்துக்கொண்டார். நான் சங்கடம் அடைந்தேன்.

"நீங்கள் எங்கு போகிறீர்கள்?" என்னைப் பார்த்து கேட்டார்.

"காசிக்கு. அங்கேயே சந்நியாசி ஆகிவிடுவதாய் உத்தேசம்"

என் செல்போனில் இருந்த குழந்தைகள் இருவரின் படத்தையும் எட்டிப்பார்த்தவர், "நீங்கள் நிச்சயம் துறவி ஆக மாட்டீர்கள். என்ன சார் நான் சொல்வது சரிதானே?" என்று அருகே இருந்த நண்பர் செந்தமிழ்ச் செல்வனிடம் கேட்டார். கையில் Old path White clouds புத்தகத்தை வைத்துக் கரைத்துக் குடித்துக் கொண்டிருந்த அவர் தலையைத் தூக்கிப் பார்த்து லேசாகச் சிரித்தார். மீண்டும் புத்தகத்துக்குள் காணாமல் போனார்.

எதிரே இருந்த பீகார் தொழிலாளி திருச்சியில் வேலை செய்கிறாராம். சுத்தமாக ஒரு வார்த்தை கூடத் தமிழ் தெரியவில்லை. அவருடன் கொஞ்சபேர் குழுவாக வேலை பார்த்துவிட்டு ஊருக்குப் போகிறார்கள். சில நாள் கழித்து மீண்டும் வருவார்கள். சாப்ராவில் இறங்கி பஸ் பிடித்துக் கிராமங்களுக்குச் செல்லவேண்டுமாம். சாப்ராவில் பாஜகவின் இளம் தலைவர் ராஜீவ் பிரதாப் ரூடி போட்டியிடுவார் என்பது நினைவுக்கு வந்தது. வடக்கே ரயில் இந்திப் பிராந்தியத்துக்குள் செல்லச் செல்ல அவர் உற்சாகமாகிக்கொண்டே வந்தார்.

ஆந்திராவில் ரயில் போய்க்கொண்டிருக்கையில் இன்னொருவர் ஏறி எங்களுக்கு எதிராக உட்கார்ந்துகொண்டார். வழி நெடுக சுத்தமான உத்தரப்பிரதேச இந்தியில் பேசிக்கொண்டே வந்தார். எனக்குத் தெரிந்த அளவுக்குச் சமாளித்து மண்டையை ஆட்டியும் திரும்பப் பேசிக்கொண்டும் வந்தேன். சமாளிக்க முடியாத சமயங்களில் தீபக் சோப்ராவின் 'புத்தர்' புத்தகம் கை கொடுத்தது.

"எங்கே போகிறீர்கள்?"

"புத்தர் பிறந்த, ஞானம் பெற்ற, போதித்த, மரணம் அடைந்த இடங்களையெல்லாம் பார்க்கப் போகிறோம்"

"ஓ புத்த பாபா.. தொடர்பான இடங்களா? என் வீடும் புத்தர் மரணமடைந்த குசிநகரா அருகேதான் இருக்கிறது.... ஆக சுற்றுலா போகிறீர்கள் நல்லது. வடக்கே

வந்துவிட்டீர்கள் அல்லவா? இங்கே உங்கள் ஊர் போல இருக்காது. உணவும் தண்ணீரும் நன்றாக இருக்கும். அதிலும் தண்ணீர் எங்கு பார்த்தாலும் நல்ல தண்ணீர்தான்" என்று தன் பிரதேசப் பெருமைகளைப் பேசி எங்களைப் பின்னி எடுத்தார். இரவானதும் ஆளைக் காணவில்லை. காலையில் வந்து உட்கார்ந்துகொண்டார். என்னதென்று பார்த்தால் ஆள் டிக்கெட் கன்பர்ம் ஆகவில்லை. எங்கோ போய் படுத்துவிட்டு பகலில் பேசிக் கழிக்க வருகிறார். அப்போது இடார்சியில் ரயில் கிழக்காகத் திரும்பி உத்தரபிரதேசத்தின் கோதுமை வயல்கள் வழியாக ஓடிக்கொண்டிருந்தது. தஞ்சை மாவட்டத்தில் நெல் வயல்கள் அறுவடைக்குப் பின்னால் விரிந்து கிடக்கும் காட்சியைவிட பிரம்மாண்டமாக இருந்தது அக்காட்சி. கரிசல் பூமி. அங்கங்கே மரங்கள். பம்புசெட்டுகள். அவ்வப்போது வந்துபோகும் பழங்காலக் குடியிருப்புகள் போன்று தோற்றமளிக்கும் கிராமங்கள். ஏழுமணிக்கே பள்ளிக்குச் செல்லும் சிறுமிகள் சிறுவர்கள்.

எதிரே இருந்த இருந்த குசிநகரவாசி மேலும் உற்சாக மடைந்து தன் மாநிலப் பெருமைகளை அளந்து விட ஆரம்பித்தார். எனக்கு மன உளைச்சல் அதிகரித்தது. அவர் பேசுவது முழுவதும் புரியவில்லை என்பதால் பிழைத்தேன்.

காசியில் ரயில் நின்றதும் இறங்கி காசியில் கங்கையைப் பார்க்காமல் போகக்கூடாதே என்பதற்காக ஒரு ஆட்டோ பிடித்துக் கிளம்பினோம். மாடுகளின் சாண வீச்சம் அடிக்கும் மிக மோசமான சந்துகள் வழியே ஆட்டோ சென்றது. ஒரு லாட்ஜ் பிடித்து அங்கே பைகளை வைத்துக் குளித்துவிட்டு வெளியே வந்தோம். குளித்துவிட்டு சில மணிநேரங்களில் கிளம்பிவிடுவோம். எனவே அரை நாள் வாடகைக்கு அறையைத் தருமாறு கேட்டோம். விடுதிக்காரர் ஒப்புக்கொள்ளவில்லை. மிகவும் கறாராக ஒரு நாள் வாடகைதான் என்று கூறிவிட்டார். அதை விடுதி என்பதைவிட ஒரு பழைய வீடு எனலாம்.

விடுதிக்காரர் ஒரு பையனைக் கூடவே அனுப்பினார். காசியின் முக்கியமான இடங்களைச் சொல்லி அங்கே போகத்தவறாதீர்கள் என்றார்.

அழைத்துச் சென்றவன் சின்னப்பையன். வாய் நிறைய பீடா போட்டு துப்பிக் கொண்டே வந்தான். பெயரைக் கேட்டேன். ‘அயோத்தி’ என்றான். ஆச்சரியமளித்த பெயர். சற்று தூரம் வந்ததும் ஒரு திருப்பத்தில் இருந்த மண்டப வாயில் வழியாக சரேலென உள்ளே சென்றான். நாங்களும் உள்ளே புகுந்தோம். சற்றும் எதிர்பாராத ஒரு நொடியில் கங்கை அன்னை எதிரே தென்பட்டாள். நான் கற்பனை செய்திருந்தமாதிரி இல்லாமல் மிகவும் இளைத்துப் போயிருந்தாள். ஆனால் அவள் புஷ்டியாக இருந்தால் எப்படி இருப்பாள் என்பதை கண்ணுக்கெட்டிய தூரம் வரை அகலமாகக் கிடந்த நதிக்கரைகள் காட்டின. கோடையின் கொடுமையில் அப்போது வற்றி, குழம்பலாக சுமார் 100 படிகளுக்கும் கீழாக இருந்தது நீர். அங்கங்கே படித்துறைகளில் பண்டாக்கள் அமர்ந்து பிண்டங்களை உருட்டிவைத்து பல குழுக்களுக்கு மந்திரங்கள் சொல்லிக் கொண்டிருந்தார்கள். படகில் ஏறி அக்கரைக்குப் போனால் சற்று குழம்பாத தண்ணீரில் குளிக்கலாம் என்றனர். ஏற்கெனவே சில படகுகளில் ஆட்கள் எதிர்க்கரைக்குச் சென்றிருந்தனர். கீழே பல படிகள் இறங்கிச் சென்று பூக்களும் மாலைகளும் மிதந்த நீரில் கால் நனைத்து, மேலே வந்தேன். அந்த முன்காலைப் பொழுதில் கங்கையைப் பற்றி மனதுக்குள் இருந்த பிம்பம் முதல்முறையாகப் பொய்த்தது. எம் நண்பர் உச்சிப்படியில் நின்றதுடன் திருப்தி அடைந்துகொண்டார். நமது பயணம் பௌத்த பயணம் அல்லவா என்பது அவருடைய உறுதியான வாதம்.

(2)

அறையைக் காலி செய்துவிட்டு கங்கைக்கரையிலேயே சாரநாத் செல்வதற்காக ஒரு ஆட்டோவை வாடகைக்குப் பேசி அமர்த்திக்கொண்டோம். வாரணாசியிலிருந்து சரியாகப் பத்து கிலோமீட்டர் தூரத்தில் உள்ளது சாரநாத். மிக மோசமான புழுதி பறக்கும் சாலை வழியாகப் பயணம். இசிபதானா என அழைக்கப்பட்ட மான் வனமான அங்குதான் புத்தர் ஞானம் பெற்றவுடன் முதல் முதலில் தன் வழியை ஐந்து தவசிகளுக்கு உரைத்தார். அவருடன் போதிக யாவில் தவம் செய்து கொண்டிருந்து, அவர் மேற்கொண்ட வழியில் நம்பிக்கை அற்று இங்கே வந்த சக தவசிகள் அவர்கள். இங்குதான் முதன்முதலில் தர்மச் சக்கரம் சுழலத் தொடங்கிற்று. பௌத்த சங்கம் உருவானதும் இங்குதான். எனவே இங்கு வருவது பௌத்தர்களுக்கு மிகவும் முக்கியமான ஒன்று. அசோகர் காலத்திலிருந்தே இங்கு பல ஸ்தூபிகள் தூண்கள் அமைக்கப்பட்டு மிகவும் புகழ்பெற்ற ஸ்தலமாக இது விளங்கியிருக்கிறது. இங்குதான் நமது நாட்டின் சின்னமான அசோகச்சக்கரம் பொறிக்கப்பட்ட நான்கு சிங்க உருவங்களுடன் கூடிய சின்னம் கிடைத்தது. அசோகர் எங்கும் தூண்களை அமைப்பார் அல்லவா? அப்படி ஒரு தூணை இங்கு அமைத்து அதன் உச்சியில் இந்த சிங்க உருவங்களையும் பொறித்தார். அந்தச் சிங்க உச்சி, இப்போது பத்திரமாக சாரநாத்தில் உள்ள அருங்காட்சியகத்தில் இரண்டு ஆள் உயரத்துக்குப் பளபளப்பாக இருக்கிறது. இங்கு இருந்த ஸ்தூபிகள், கட்டடங்கள் எல்லாம் காலப் போக்கில் இஸ்லாமியப் படையெடுப்பின் போது அழிக்கப் பட்டன. குத்புதீன் ஐபக் 1194ல் தாக்கியபோது இங்கிருந்த பௌத்த மடாலயம் தாக்குதலைச் சந்தித்தது. தப்பிப் பிழைத்த பிக்குகள் ஓடிப்போயினர். சாரநாத் சகாப்தம் முடிவுக்கு வந்தது. காசியை ஆண்ட மன்னன் ஒருவன் இங்கிருந்த செங்கல் ஸ்தூபியை உடைத்து செங்கல்களை அள்ளிச்சென்று கட்டடங்கள் கட்டிகொண்டான். 1834-ல் பிரிட்டிஷ் அகழ்வாராய்ச்சியாளர் அலெக்சாண்டர் கன்னிங்காம் தோண்டி எடுத்தபின்னரே சாரநாத் மீண்டும் உயிர்பெற்றது. இருப்பினும் இன்னும் பிரம்மாண்டமான ஸ்தூபி ஒன்று இங்கு நிற்கிறது. முப்பத்தி மூன்று மீட்டர் உயரம். கிபி 500 வாக்கில் இது கட்டப்பட்டிருக்கலாம் என்கிறார்கள்.

போதியின் நிழல்

ஆனால் ஏற்கெனவே கட்டப்பட்டு இடிந்துபோன ஸ்தூபிகளின் மேலாக இது கட்டபட்டுள்ளது. இந்த ஸ்தூபி இருக்கும் இடம்தான் புத்தர் முதன்முதலில் ஐந்து துறவிகளுக்கு தன் தர்மத்தை உரைத்த சரியான இடமாகக் கூட இருக்கலாம். அசோகர் முதலில் கட்டிய ஸ்தூபி இடிந்து அதன்மீது கூட புதிய ஸ்தூபி எழுப்பட்டிருக்கலாம் என்கிறார்கள். அதைச்சுற்றிலும் அகழாராய்வு செய்து கட்டடங்களின் அடிப்பகுதிகளைத் தோண்டி வைத்துள்ளனர். தர்மராஜிக ஸ்தூபி என்ற ஒரு ஸ்தூபி தோண்டி எடுக்கப்பட்டுள்ளது. இதைத் தோண்டுகையில் இதில் ஒரு பளிங்குக் கல்லால் ஆன பேழை ஒன்று அலெக்சாண்டர் கன்னிங்காம் குழுவினரால் கண்டறியப்பட்டது. அதில் புத்தரின் நினைவுச் சின்னங்கள் இருக்கலாம். சிவந்த செங்கற்களால் ஆன தரைப்பரப்பு நாங்கள் சென்ற உச்சி வெயிலில் ரத்தச் சிவப்பாய் தெரிந்தது. பௌத்த இடிபாடுகள் இருக்கும் எல்லா இடங்களிலும் நாங்கள் கண்டது இந்த செங்கல்லின் சிவப்புதான். இரண்டாயிரம் ஆண்டுகளைத் தின்று செரித்திருக்கும் செங்கல்லின் மீது நடக்கிறோம் என்கிற உணர்வே சிலிர்க்கவைக்கும். அதைவிடப் புத்தர் பிரான் நடந்த இடம். அவர் வாழ்வில் மிக முக்கியமான சம்பவங்கள் நடந்த இடங்கள் இவை என்று அறியும்போது ஏற்படும் எண்ண அதிர்வுகள் யாரையும் கனவில் நடப்பதுபோல் உணரவைத்துவிடும். எந்த சுவரின் இடிபாடுகளில் இருந்தும் காவி உடையில் கௌதமர் எழுந்து வந்துவிடக் கூடுமெனெத் தோன்றும்.

சாரநாத்தில் அசோகரின் பிராமி மொழி அறிக்கை எழுதப்பட்ட, உச்சி உடைந்த தூண் அருகே நின்று படம் எடுத்துக் கொண்டேன்.

சாரநாத் அருங்காட்சியகம் இந்தியாவிலேயே மிக முக்கியமான அருங்காட்சியகம். காந்தாரக் கலைவடிவில் செய்யப்பட்ட புத்தர் சிலைகள், ஏராளமான பௌத்த தெய்வங்கள், பல வடிவிலான புத்தர்கள், போதிசத்துவர்கள் என இந்த இந்தியாவில் பௌத்தத்தின் வரலாற்றைச் சொல்லும் இதை ரசிக்கக் கண்கள் கோடி வேண்டும்.

இங்கே சுற்றிலும் பல பௌத்த நாடுகளைச் சேர்ந்த பௌத்த சங்கங்கள் சார்பில் கோயில்கள் கட்டப்பட்டுள்ளன. ஒரு நல்ல வழிகாட்டி உதவியுடன் சாரநாத்தைச் சுற்றிபார்க்க

வேண்டும். நாங்கள் பயணம் செய்த ஆட்டோ டிரைவர் ஸ்தூபியை உடைத்துச் செங்கற்களை அள்ளிச்சென்ற மன்னரின் வாரிசாக இருக்க வேண்டும். அகழ்வாராய்ச்சி செய்யப்பட்ட சாரநாத்தின் முக்கியப் பகுதிக்கு எங்களை அழைத்துச் செல்லாமலேயே மீண்டும் காசி திரும்ப விரும்பினார். புடவைகள், ஜமக்காளங்கள் என்று ஆரம்பத்தில் அழைத்துச் செல்லப்பட்டுக் கொண்டிருந்த நாங்கள் படங்களில் பார்த்திருக்கும் செங்கல் சின்னங்கள் எங்கே என்று விசாரித்தபோது, டிரைவர், "வெறும் செங்கல்லாகக் கிடக்கும் அங்கே போய் என்ன பார்க்கப் போகிறீர்கள்?" என்றார். அவரை மீறி எச்சரிக்கையாக இருந்ததால் நிஜமான சாரநாத்தை பார்க்க முடிந்தது.

(3)

மீண்டும் காசி ரயில் நிலையம். இப்போது எங்கே போவது? புத்தகயா என்று அங்கேதான் தீர்மானித்தோம். காசியில் இருந்து ரயிலைப் பிடித்து கயாவுக்குப் போய் அங்கிருந்து புத்தகயாவுக்குச் செல்லவேண்டும். அங்கிருந்து சுமார் 250 கிலோமீட்டர் தூரம். எந்த ரயில் போகும்? எப்போ போகும் எதுவும் எங்களுக்குத் தெரியாது. நாங்கள்தான் எந்த முன் திட்டமும் இன்றி கிளம்பி வந்திருப்பவர்கள் ஆயிற்றே... நீண்டவரிசையில் நின்று கயாவுக்கு இரண்டு முன்பதிவு செய்யப்படாத டிக்கெட்டுகளை வாங்கினோம். வட இந்தியாவில் முன்பதிவு செய்த டிக்கெட்டுகளும், சாதா டிக்கெட்டுகளும் ஒன்றுதான் அல்லவா?

காசியில் இருந்து செல்வதைவிட அருகில் இருக்கும் முகல் சாராய் போய்விட்டால் அங்கிருந்து ஏராளமான ரயில்கள் கயாவுக்குச் செல்லும் என்ற தகவல் இடையில் கிடைத்தது. இருப்பினும் காசியில் காத்திருந்து ரயில் பிடிப்போம் என்று முடிவு செய்து, பிளாட்பார்ம்களில் அலைந்தோம். ஒரு ரயில் கிளம்பிக்கொண்டிருந்தது. அது கயா செல்லும் என்று சொன்னார்கள். அவசரமாக ஓடிப்போய் ஏறிக்கொண்டோம். ஏறி ஆசுவாசப்படுத்திக்கொண்ட பின் “இது கயாவுக்குப் போகுமா?” என்று அருகில் நின்றவரைக் கேட்டேன்.

“போகவே போகாது” என்றார். பதறி ஓடும் ரயிலில் இருந்து குதித்து விடலாமா என்று யோசித்தபோது, “கவலை வேண்டாம். முகல்சாராயில் இறங்கிக் கொள்ளுங்கள்” என்று ஆலோசனை கொடுத்தார்கள். கங்கை நதியைக் கடந்து சில ஸ்டேஷன்கள் போனதும், 20 நிமிடத்துக்குள் முகல்சாராய் வந்துவிட்டது. இறங்கி கால்வலி காரணமாக பிளாட்பாரத்தில் தரையில் துண்டை விரித்து அமர்ந்தேன். மிகவும் பெரிய ரயில்வே ஸ்டேஷன் அது. வடக்கே எல்லா ரயில் நிலையங்களும் பெரிதாகத்தான் இருக்கின்றன.

அருகில் ஒரு பெரியவர் அமர்ந்து ஒரு மாத்திரையை பேப்பரில் வைத்துப் பொடி செய்ய முயன்றார். நான் வெட்டியாக அமர்ந்திருப்பதைக் கண்டு கைத்தடியையும் மாத்திரையையும் என்னிடம் கொடுத்து இடித்துத் தரும்படி

கேட்டார். உலகம்பூராவும் வெட்டியாய் இருந்தால் கண்டு பிடித்துவிடுகிறார்கள்!

இடித்துக் கொடுத்தேன். நடுங்கும் கரங்களால் சிறிய பாட்டிலைத் திறந்து அதில் இருந்த திரவத்துள் இந்த பொடியைக் கொட்டிக் கலக்கினார். அப்படியே வாயைத் திறந்து அதை அருந்தினார்.

ஒரு மணி நேரம் வரை அங்கே உட்கார்ந்து பொழுதைப் போக்கினேன். செந்தமிழ் ரயில் நிலையத்தைச் சுற்றிப்பார்க்கப் போய்விட்டார்.

பின்னர் கயா வழியாகச் செல்லும் ரயில் பற்றிய அறிவிப்பு வந்தது. ஏறிக்கொண்டு கிடைத்த இடத்தில் உட்கார்ந்துகொண்டோம். பரிசோதகர் வந்து டிக்கெட் கேட்டார். அவரிடம் காண்பித்து, பர்த் ஒதுக்கித்தருமாறு கேட்டேன். சரி என்று கூறிவிட்டுப் போனார். உத்தரப்பிரதேசத்தில் இருந்து ரயில் பீஹாருக்குள் நுழைந்தது. மாலை நேரமாதலால் குளுமையான காற்று வீசியது. ரயிலுக்குள் வெள்ளரி விற்பவர்கள், கடலை விற்பவர்கள், பொரி விற்பவர்கள் என்று பல வியாபாரிகள் வரிசையாக வந்தனர். எல்லோரிடம் வாங்கித் தின்றோம். மதியம் சாப்பிட்டதாக நினைவு இல்லை. சைட் பர்த்தில் கறுப்பாய் அழகாய் ஓர் இளம் பெண் அமர்ந்திருந்தார். பௌத்த சிற்பங்களைப் பார்த்த நினைவிலிருந்த எனக்கு அப்பெண் தாரா என்கிற தெய்வத்தை நினைவூட்டினார்.

இதற்கிடையில் மீண்டும் திரும்பி வந்த டிக்கெட் பரிசோதகர், எங்களுக்கு பர்த் ஒதுக்கித் தந்து 200 ரூபாய் வாங்கி பாக்கெட்டில் வைத்துக் கொண்டு மாயமாய் மறைந்தார்.

இரவு ஒன்பது மணிக்கு ரயில் கயா போகும். அங்கிருந்து எப்படி புத்தகயாவுக்குப் போவது என்று யோசித்த வண்ணம் படுத்திருந்தேன். கீழே அந்த இளம் பெண் தாரா படுக்கத் தயார் ஆனார். அவரிடம் ஒரு பெரியவர், "எங்கே போகிறாய்?" என்று கேட்டார்.

"புத்தகயா" என்று அவர் கூறியதும் சந்தோஷமாக எழுந்து உட்கார்ந்து கொண்டேன். அவரிடம் கயாவிலிருந்து போத்கயா செல்வதெப்படி எனக்கேட்டேன்.

"ஆட்டோ, ஷேர் ஆட்டோ எல்லாம் உள்ளது. நூறு ரூபாய் கொடுத்தால் போதும்" என்றார்.

ரயில் இறங்கியதும் அப்பெண்ணைச் சற்று இடைவெளி விட்டுத் தொடர்ந்தோம். ரயில்நிலையத்தை விட்டு வெளியே வந்ததும் சற்று நின்று எங்களுக்கு ஆட்டோ கிடைக்கும் இடத்தைக் காண்பித்துவிட்டுச் சென்றார்.

செந்தமிழ், போனில் ஆங்கிலத்தில் பேசி பீகார் சுற்றுலாக் கழகம் நடத்தும் ஒரு விடுதியில் அறை புக் செய்தார். ஆட்டோவில் கிளம்பினோம். அங்கிருந்து 16 கிலோமீட்டர். அந்த இரவிலும் அருமையான சாலை என்பது புலப்பட்டது. வழியில் ஒரு விமானநிலையமும் இருந்தது. மிகவும் செழிப்பான பூமி. சித்தார்த்தர் இங்கு வந்தபோது இவ்விடம் மேலும் செழுமையான இடமாக இருந்திருக்க வேண்டும். சரியாக உணவு உண்ணாமல் புலன்களை அடக்க முயன்ற துறவியாக அவர் இங்கே வந்து சேர்ந்தார். உருவேலா என்ற கிராமத்தில் நுரைத்து ஓடிய நிரஞ்சனா நதி அருகே கண் மூடி அமர்ந்தார். அந்த உருவேலா இன்று புத்தகயா அல்லது போதி கயா ஆகிவிட்டது.

இரவு பத்துமணிக்கும் மேல் ஆகிவிட்டது நாங்கள் விடுதியை அடைந்தபோது. எந்தச் சாப்பாட்டுக் கடையும் இல்லை. கையில் இருந்த பழங்களுடன் இரவைச் சமாளித்தோம். இரவு விளக்கொளியில் போதிகயா மிக அழகாகவும் அடக்கமாகவும் இருந்தது. சாலையோரங்களில் மிக அழகான உயரமான மரங்கள். எங்கள் விடுதி அறையே மிகவும் அழகாக இருந்தது. எல்லா இடங்களிலும் புத்த பகவானின் திரு உருவச்சிலை.

(4)

காலையில் ஆறுமணிக்கெல்லாம் வெளியே வந்து புத்தர் ஞானம் பெற்ற இடத்தையும் அந்த புகழ்பெற்ற போதி மரத்தையும் காண விரைந்தோம். காலைச் சூரியனின் ஒளியில் ஏராளமாய் செழித்து வளர்ந்திருந்த மரங்களுக்கு நடுவே போதிமகாவிஹாரம் எனப்படும் உயரமான கோவில் கோபுரம் தெரிந்தது. மிக அழகாகப் பராமரிக்கப்படும் அந்த வளாகத்துக்குள் காலணிகளை வெளியே கழற்றி வைத்துவிட்டு நுழைந்தோம். சுற்றிலும் அழகான மலர்ச் செடிகளும் சிலைகளும் நிரம்பிய பூங்கா. அங்கங்கே காவி உடை அணிந்த பிக்குகள் கண்களை மூடி அமைதியாக அமர்ந்து தியானம் செய்கின்றனர். சிலர் சுவடிகளைப் படிக்கின்றனர். சுற்றுலா வந்திருக்கும் பயணிகள் மௌனமாகக் கை கூப்பிச் செல்கின்றனர். கருமை நிறத்தில் இருந்த பிச்சைப்பாத்திரம் ஏந்திச் சில பிக்குகள் மௌனமாக நிற்கிறார்கள்; சிலர் உட்கார்ந்துள்ளனர். அவர்களின் பாத்திரங்களில் ரூபாய் நோட்டுகள் விழுகின்றன. காலில் விழுந்து வணங்கிவிட்டு, காணிக்கை அளிக்கின்றனர்.

ஐம்பத்தியிரண்டு மீட்டர் உயரமாக நிற்கும் மகாபோதி ஆலயத்துள் நுழைந்து புத்த பகவானைத் தரிசிக்கிறோம். பொன் வண்ணத்தில் அரைக்கண் மூடி உலகையே வசியப்படுத்தும் புன்னகை சிந்தும் முகம். பூமிஸ்பரிஸ முத்திரையில் பூமியை ஆள்காட்டி விரலால் சுட்டிக் காட்டியவாறு அமர்ந்துள்ளார். ஊதுபத்திகள் ஏற்றப்பட்டுள்ளன. கிழக்கு நோக்கிய அந்த மண்டபத்தில் புத்தரின் பிரம்மாண்டமான இருப்பின் முன் எறும்பு போல் உணர்ந்தேன். கண்மூடிச் சில நிமிடங்கள் அங்கே அமர்ந்து பரபரப்பான மனத்தை அடங்குமாறு உத்தரவிட்டேன். பரபரப்பு நீங்கி அமைதி வந்தது. வெளியே வந்து பளிங்குத் தரையில் நடந்து, பின்புறம் வந்து போதி மரத்தையும் புத்தர் அமர்ந்து ஞானம் பெற்ற வஜ்ராயனம் என்கிற சதுரமான இடத்தையும் தரிசித்தோம். இது மஹாவிஹாரத்தின் பின் புறச் சுவரை ஒட்டி அமைந்துள்ளது. போதிமரத்தைச் சுற்றிலும் பக்தர்களும் பிக்குகளும் அமர்ந்து தங்கள் பிரார்த்தனைகளைச் சொல்லிக் கொண்டிருந்தார்கள். சுவடிகளை சிலர் வாசித்தனர். எல்லோரும் மிகுந்த பக்தியுடன் இருந்தனர்.

போதிமரம் என்பது அரச மரமே. இங்கே ஊருக்கு ஊர் அரச மரத்தடியை வலம் வருகிற நம்பிக்கையின் வேர் போதிகயாவின் இந்த மரத்தடியில் இருந்துதான் உருவானது. இந்தியா முழுக்கப் பரவி இருந்த பௌத்தத்தின் எச்சமே இப்போது நம்மிடையே இருக்கும் அரசமர வழிபாடு என்று பல அறிஞர்கள் கூறி இருக்கிறார்கள்.

புத்தர் ஞானம் பெற்ற, 2500 ஆண்டுகள் பழைமையான போதிமரம் இல்லை இப்போது இருக்கும் மரம். புத்தர் பிறந்த அதே தினத்தில் இங்கும் போதிமரம் முளைத்தது என்பது ஐதீகம். குறைந்தது ஐந்து முறையாவது இந்த மரம் வெட்டி எறியப்பட்டுள்ளது. தற்போது இருக்கும் மரம் இலங்கையில் உள்ள போதிமரத்தின் கிளை ஆகும். இலங்கையில் இருக்கும் மரம் சக்கரவர்த்தி அசோகனின் மகன் மகேந்திரனால் புத்தகயாவில் இருந்து கொண்டுபோய் நடப்பட்டது.

இங்குள்ள மகாபோதி ஆலயத்தை அசோகன் கி.மு மூன்றாம் நூற்றாண்டில் கட்டுகிறார். இங்கிருந்து போதிமரத்தின் கிளை ஒன்று இலங்கைக்குச் செல்கிறது. சசாங்கன் என்னும் மன்னன் இங்கிருக்கும் ஆலயத்தை இடித்துப் போதிமரத்தை வெட்டி எறிந்துவிடுகிறான். பின் ஏழாம் நூற்றாண்டில் வங்கத்தின் பால வம்சத்தைச் சேர்ந்த மன்னர்கள் மீண்டும் ஆலயத்தை எழுப்புகிறார்கள். அந்த ஆலயம்தான் யுவான் சுவாங் காண்பது. திரும்பவும் 12-ஆம் நூற்றாண்டில் இஸ்லாமிய படையெடுப்பில் இது தாக்குதலுக்குள்ளாகி சிதைகிறது. 14-ஆம் நூற்றாண்டில் பர்மிய மன்னர் ஒருவர் இதை மீண்டும் கட்டுகிறார். சில நூற்றாண்டுகளில் வெள்ளத்தாலும் யாரும் ஆதரவு தராததாலும் இந்த ஆலய வளாகமே மண்ணில் புதைந்துவிடுகிறது. இந்தியாவில் பௌத்தம் அழிவுற்றதைப் போல இந்தப் புனித பூமியும் சிதைந்து மண்ணில் மறைகிறது.

1811-ல் அலெக்சாண்டர் கன்னிங்காமின் குழுவினர் இந்த ஆலயத்தை அகழ்வாராய்ச்சி செய்து தோண்டி எடுக்கிறார்கள். மீண்டும் மகாபோதி ஆலயம் உருப்பெறுகிறது. ஆனால் இந்த வளாகம் இந்துக்களின் வசத்தில் இருக்கிறது. 1891-ல் இலங்கையைச் சேர்ந்த அனகாரிகா தர்மபாலர் என்கிற புத்த பிக்கு மகாபோதி சங்கத்தை உருவாக்குகிறார். இந்த மகாபோதி வளாகத்தை இந்துக்களிடம் இருந்து பெற்று இதை நிர்மாணிக்கவேண்டும் என்பது திட்டம்.

1953-ல் இந்த நோக்கம் நிறைவேறுகிறது. இந்தியத் துணைக் குடியரசுத் தலைவர் சர்வப்பள்ளி ராதாகிருஷ்ணன் இந்த ஆலயத்தை அவர்களிடம் அளிக்கிறார்.

இந்த வளாகத்திலேயே அழகான குளம் ஒன்றும் உள்ளது. அதன் நடுவே ஒரு நாகத்தின் சிலை. புத்தர் தியானத்தில் இருந்தபோது கடும் மழை பொழிந்தது. மழைத்துளிகள் அவர் மீது விழாத வண்ணம் இக்குளத்தில் இருந்த நாகராஜன் படம் எடுத்து அவரைக் காத்ததாக, குளக்கரையில் உள்ள பலகையில் எழுதப்பட்டுள்ளது.

காலை ஐந்து மணியில் இருந்து இரவு ஒன்பது மணி வரை இந்த ஆலயம் திறந்திருக்கும். வீடியோ காமிராவுக்கும் ஸ்டில் காமிராவுக்கும் கட்டணம் உண்டு.

இவ்வளவு தூரம் வந்துவிட்டு நிரஞ்சனா நதியைக் காணாமல் போனால் எப்படி? வழிகேட்டு நடந்தோம். சிறிய கடைத்தெரு வழியாக சற்று தூரம் சரிவான பாதையில் நடந்து ஒரு மண்டபத்தின் ஆளரவமற்ற வாயில் வழியாக நுழைந்து நடந்தோம். குளிர்வான நீர் பாயும் நிரஞ் சனாவைக் காணும் ஆவல் பீறிட்டது. அதில் குதித்து நீச்சல் அடிக்கவேண்டுமெனக் கூறிக்கொண்டே செந்தமிழ், துண்டு மற்றும் சோப்பு எடுத்துக்கொண்டு துள்ளல் நடைபோட்டு வந்தார். பெரிய சுவர் நடுவே இருந்த ஒரு சின்ன வாயிலில் நுழைந்து வெளியே வந்தோம். நண்பகலின் உக்கிரமான வெயில் கண்ணைக் கூசியது. நிரஞ்சனாவில் மருந்துக்குக் கூட தண்ணீர் இல்லை. ஒரு கிமீ அகலத்தில் வெண்மணல் பரப்பு. நடுவே ஓர் ஒற்றையடிப்பாதை. சைக்கிளைத் தள்ளிக்கொண்டு அந்தச் சுடுபுழுதியில் ஆட்கள் போய்க்கொண்டிருந்தார்கள். அங்கேயிருந்த மரத்தின் நிழலில் அமர்ந்தவாறு இரண்டாயிரத்து ஐநூறு ஆண்டுகளுக்கு முன்பாக சுழித்து ஓடிக்கொண்டிருந்த நிரஞ்சனாவை மனக்கண் முன்னால் கொண்டுவந்தேன். கோரைப்புற்கள் நிறைந்த அதன் கரையில் எருமை மாடுகள் மேய்கின்றன. ஒற்றை ஆடை மட்டுமே அணிந்த ஓர் இளைஞர் காட்டுக்குள் இருந்து வருகிறார். நீரில் இறங்கி குளிக்கிறார். அதையே அள்ளிப் பருகுகிறார். யுகம் யுகமாய்த் தொடரும் காட்சி! சுஜாதா அவருக்கு அளித்த உணவுக் கலயத்தை அவர் நதியின் ஆழத்தில் எறிகிறார்.

அது கீழே சென்று விழுகிறது. அது விழுகின்ற இடத்தில் ஏராளமான உணவுக்கலயங்கள் கிடக்கின்றன. முந்தைய யுகங்களின் புத்தர்கள் எறிந்த உணவுக்கலயங்கள் அவை. (ஏ.கே.ராமானுஜத்தின் ராமாயணங்கள் பற்றிய கட்டுரையில் ராமாயணம் முடிகையில் பாதாள லோகத்தில் குவிந்து கிடக்கும் முந்தைய யுகங்களின் ராமர்கள் அணிந்திருந்த கணையாழிகளை அனுமன் காண்பதாக வரும்).

நிரஞ்சனாவின் கரையில் சின்னதாய் ஒரு கோயில். அதற்குள் தாரா தேவி இருக்கிறாள். அப்போது ஒரு சுற்றுலாப் பயணிகள் குழுவுடன் ஒரு வழிகாட்டி வருகிறார். அவர்கள் வறண்டுபோன நிரஞ்சனாவில் படம் எடுத்துக்கொள்கிறார்கள். இனி பல நாட்களுக்கு நதி என்றால் எனக்கு நிரஞ்சனாதான் நினைவுக்கு வரும் என்று தோன்றியது. நீரில்லாமல் ஏமாந்து போனது அதற்கு ஒரு காரணமாக இருக்கலாம்.

(5)

புத்தகயாவில் அன்று மதியம் உறங்கி ஓய்வெடுத்தேன். செந்தமிழ் ஒரு சைக்கிளை விடுதித் தோட்டக்காரரிடம் வாடகைக்கு எடுத்துக்கொண்டு ஊர் சுற்றச் சென்றுவிட்டு மாலையில் திரும்பிவந்தார். நிரஞ்சனாவின் சுடுமணலை சைக்கிளில் கடந்து சென்றதாகக் கூறினார். மாலையில் மீண்டும் மகாபோதி ஆலயம் சென்று அமர்ந்தோம். அதன் எதிர்ப்புறமாகத் தியானத்துக்காகப் பெரிய பூங்கா ஒன்று உள்ளது. மிக அழகாக பிறைச்சந்திர வடிவில் அமைக்கப்பட்ட பல பளிங்கு மேடைகள், அழகிய மீன்கள் நிரம்பிய நீர்நிலைகள் அங்கே உள்ளன. அங்கு சென்று வெகுநேரம் வரை அமர்ந்திருந்தோம்.

மறுநாள் காலையில் புத்தகயாவில் இருந்து ராஜகிருகத்துக்குப் பயணம். பீகார் சுற்றுலாக் கழகம் சார்பாக 750 ரூபாய் கட்டணத்தில் காலை, மதிய உணவுடன் அழைத்துச் செல்கிறார்கள். நாங்கள் இரண்டுபேர்தான் அன்று அதற்கான டிக்கெட் எடுத்திருந்தோம் என்பது மறுநாள் காலையில்தான் தெரிய வந்தது. ஆனாலும், இரண்டு பேருக்காக ஒரு ஏசி டெம்போ டிராவலர் காத்திருந்தது. ராஜகிருகம், இங்கிருந்து 70 கிமீ தொலைவில் உள்ளது. அங்கிருந்து 10 கிமீ தொலைவில் நாளந்தா. இரண்டு இடங்களுக்கும் இதே வண்டியில் அழைத்துச் செல்கிறார்கள். சுமார் ஒன்றரை மணி நேரப்பயணத்தின் முடிவில் ராஜகிருகத்தின் கோட்டை வாயிலில் நுழைவதற்கு முன்னால் ஒரு வழிகாட்டி எங்களுக்காக ஏறிக்கொண்டார்.

ராஜகிருகம், கிருஷ்ண பகவான் காலத்திலிருந்தே இருக்கிறது என்று சொல்ல ஆரம்பித்த அவர், ஓரிடத்தில் வண்டியை நிறுத்தி அங்கு தேர் சக்கரங்கள் ஓடிய தடம் ஒன்று கற்பாறையில் பதிந்திருப்பதைக் காண்பித்தார். இது ஜராசந்தனுடன் போரிட கிருஷ்ண பகவான் தேரோட்டியபோது படிந்த சுவடுகள் என்றார் அவர். பிம்பிசாரன் தன் தேர்ப்படைக்கு பயிற்சி அளித்த போது உண்டான சுவடுகள் என்றும் கூறப்படுகிறதாம். அதன் அருகே பாறையில் எழுதப்பட்டிருந்த வரிவடிவங்களைக் காண்பித்தார். இது என்ன மொழி என்று இன்னும் அறியப்படவில்லையாம்.

ராஜகிருகம் ஐந்து குன்றுகளால் சூழப்பட்டது. மகத தேசத்தின் மன்னன் பிம்பிசாரனின் தலைநகரம். அக்காலத்தில் பல ஆன்மீகப் பெரியவர்கள் வசித்த நகரம் அது. அதனால்தான் வீட்டைத் துறந்து துறவியாக அலைந்த சித்தார்த்தன் ராஜகிருகத்துக்கு வந்துசேர்ந்தான். அவனது அழகிய தோற்றம் ராஜகிருக வாசிகளை ஈர்க்க, அவரை வந்து பார்க்கிறான் பிம்பிசாரன். யாரென்று விசாரித்து அறிந்து தன் ராஜ்யத்தின் பாதியை அவருக்கே தருவதாகக் கூறி, துறவைக் கைவிடக் கோருகிறான். சித்தார்த்தன் மறுக்கிறான். அப்படியிருப்பின் தேடலில் உண்மையான ஞானவழியை அடைந்தால் அதைத் தனக்குச் சொல்லுமாறு பிம்பிசாரன் வேண்டிக்கொள்கிறான். புத்தருக்கு ஆதரவளித்த அரசர்களில் பிம்பிசாரன் மிகமுக்கியமானவன். இங்கிருக்கும் கிரிதகூடம், ரத்னகிரி போன்ற குன்றுகள் புத்தரின் காலடிச்சுவடுகள் பதிந்த இடங்கள். அவரது வாழ்க்கையில் பல சம்பவங்கள் இங்குதான் நிகழ்ந்துள்ளது. மிகவும் முக்கியமான பல சூத்திரங்களை அவர் இங்கே உரைத்துள்ளார். அவரைக் கொல்ல தேவதத்தன் பாறையை உருட்டிவிட்டது, நளகிரி என்ற மதம் பிடித்த யானையை ஏவியது என பல சம்பவங்களைச் சொல்லலாம். அவை நிகழ்ந்த இடங்களாக பல இடங்களைக் காட்டுகிறார்கள்.

பிம்பிசாரன் ராஜகிருகத்தைக் காக்கக்கட்டிய கல்லால் ஆன கோட்டைச் சுவர் இன்னும் இருப்பதாக அதன் சிதைவுகளைக் காண்பித்த நமது வழிகாட்டி, ஓரிடத்தைச் சுட்டிக் காட்டி அந்த இடம்தான் பிம்பிசாரனை, அவன் மகன் அஜாத சத்ரு சிறை வைத்த இடம் என்றார். சிறையில் பிம்பிசாரன் உணவின்றி கிரிதகூட மலை உச்சியைப் பார்த்தவாறே செத்துப்போனான். தந்தையைக் கொன்ற குற்ற உணர்ச்சியில் பௌத்தத்தைத் தழுவினான் அஜாத சத்ரு. அவன் காலத்துக்குப் பின்னால் ராஜகிருகத்தில் இருந்த மகத தலைநகரம் பாடலிபுத்திரத்துக்கு மாறியது.

ரத்னகிரி மலைக்குச் செல்ல ரோப் கார் உள்ளது. வரிசையாய் நாற்காலி போல் அமைந்த கூடுகள் தொங்குகின்றன. அவற்றில் ஏறவே தனித்திறமை வேண்டும். ஏறி அமர்ந்தால் அது மெல்ல நகர்ந்து உச்சிக்குச் செல்கிறது. அங்கே ஒரு

ஜப்பானிய பௌத்தப் பிரிவின் சார்பாக 38 மீட்டர் உயரமான விஸ்வசாந்தி ஸ்தூபி ஒன்றை அமைத்துள்ளனர். நாற்புறமும் புத்தரின் வாழ்வின் அனைத்து முக்கியமான நிலைகளைக் குறிக்கும் சிலைகள் வடிக்கப்பட்டுள்ளன (பிறப்பு, ஞானம், போதனை, பரிநிர்வாணம்).

புத்தர் ராஜகிருகத்தில் வசித்த நேரத்தில் அங்கே அவருக்கு மருத்துவம் பார்த்தவன் ஜீவகன். தட்சசீலத்தில் மருத்துவம் பயின்றவன். பௌத்தர்களைப் பொருத்தவரையில் ஜீவகனுக்கு மிக முக்கிய இடம் உண்டு. ஜீவகனின் மாந்தோட்ட விஹாரத்தின் சிதைவுகளை நாங்கள் பார்த்தோம்.

சில கிலோமீட்டர் தள்ளி வேணுவனம் என்கிற மூங்கில் தோப்பு ஒன்று உள்ளது. இதுதான் பௌத்த சங்கம் ஏற்றுக்கொண்ட முதல் சொத்து. பிம்பிசாரன் அளித்ததைச் சற்று சிந்தனைக்குப் பின்னே புத்தர் ஏற்றுக்கொள்கிறார். இங்கே ஒரு குளமும் உள்ளது. புத்தர் குளித்த குளம். இப்போது அதில் வாத்துகள் மேய்கின்றன. தீனி கிடைக்குமா என்று பெரிய மீன்கள் நம்மை எட்டிப் பார்க்கின்றன.

(6)

வண்டி நாளந்தா நோக்கிச் சென்றது. பதினோரு கி.மீ. தூரம். வழியிலேயே நாளந்தா மகாவிஹாரத்தின் தலைவராக இருந்த சிலாபத்திரர் பெயரில் ஓர் ஊர் உள்ளது. மீண்டும் நாளந்தாவுக்காக நாம் அலெக்சாண்டர் கன்னிங்காமுக்குத் தான் நன்றி சொல்லவேண்டும். அவரது குழுவினர்தான் மண்மேடாகக் கிடந்த நாளந்தா மகாவிஹாரத்தைத் தோண்டி எடுத்தனர். நாளந்தா பல்கலைக்கழக முத்திரை உள்ளிட்ட பல அபூர்வ பொருட்கள் கிடைத்தன. இவையெல்லாம் அங்குள்ள அருங்காட்சியத்தில் வைக்கப்பட்டுள்ளன. நாங்கள் போய்ச்சேரும்போது நல்ல வெயில். முதலில் நாங்கள் பார்த்தது ஒரு ஆடியோ விஷுவல் காட்சி. நாளந்தாவின் பெருமைகளையும் வரலாறையும் சொல்லும் படம் அது. வெளியே வந்து சற்று தள்ளிச் சென்றால் மிகப் பிரம்மாண்டமாக அமைந்துள்ளது நாளந்தாவின் புகழ்பெற்ற மாணவர்களில் ஒருவரான யுவான் சுவாங் நினைவாலயம். இது 1960களிலேயே அமைந்திருக்க வேண்டியது. இந்திய-சீனப்போர் காரணமாக இத்திட்டம் கைவிடப்பட்டது. இந்திய சீனக் கூட்டுறவில் இது சில ஆண்டுகளுக்கு முன்புதான் கட்டி முடித்து திறக்கப்பட்டது. முன்னால் விரிந்த புல்வெளி. வெட்ட வெயிலில் யுவான் சுவாங் நிற்கிறார். சீனபாணியில் கட்டப்பட்ட மண்டபத்தின் உள்ளே யுவான் சுவாங் வருகையின் போது நடந்த சம்பவங்கள் அழகாக வரையப்பட்டுள்ளன. மண்டபத்தைச் சுற்றிலும் அமைந்த நடைவழியில் யுவான் சுவாங் பயணம் செய்த வழி வரையப்பட்டுள்ளது.

இதற்கடுத்து நாங்கள் சென்றது நாளந்தா இடிபாடுகள் அகழ்ந்து எடுக்கப்பட்ட இடத்துக்கு. பதினான்கு ஹெக்டேர் நிலத்தில் பதினோரு விஹாரங்கள், ஐந்து ஆலயங்களின் சிதைவுகள் தோண்டி எடுக்கப்பட்டுள்ளன. சாரிபுத்தர் என்கிற புத்தரின் முக்கிய சீடரின் உடல் பாகங்களின் மீது கட்டப்பட்ட பெரிய ஸ்தூபியும் இதன் தென்பகுதியில் அமைந்துள்ளது. அசோகர் காலத்தில் இங்கு வந்து இந்த ஸ்தூபியை வணங்கியதுடன் அங்கு பெரிய கோயிலை எழுப்பியுள்ளார். மாணவர்கள் தங்குவதற்காக ஏராளமான

அறைகள், பொதுவான சமையலறை, மண்டபங்கள் என எக்கச்சக்கமான அமைப்புகள். செங்கற்களால் கட்டப்பட்ட பெரும் பல்கலைக்கழகமே பூமிக்கடியில் இருந்து தோண்டி எடுக்கப்பட்டு விரிந்து கிடக்கிறது.

ஒரு காலத்தில் உலகப்புகழ் பெற்ற பல்கலை இது. பத்துபேர் வந்தால் இரண்டுபேர்தான் மாணவர்களாக உள்ளே நுழைய இடம் இருக்கும். மன்னர்கள் அளித்த கொடையில் செழித்த கல்வி மையமாக இருந்த இது பிற்காலத்தில் மெல்லத் தன் செல்வாக்கை இழந்தது. பதின்மூன்றாம் நூற்றாண்டில் பக்தியார் கில்ஜியின் படையெடுப்பில் இந்த விஹாரம் இடித்து தரைமட்டமாக்கப்பட்டது. இதில் இருந்த பிக்குகள் சில அரிய நூல்களுடன் திபெத்துக்குத் தப்பி ஓடினார்கள். பல மாதங்களுக்கு இந்த விஹாரம் எரிந்து சாம்பலாகி மணல்மேடாகியது. உலகில் எதுவும் நிரந்தமில்லை என்பதை மீண்டும் மீண்டும் நிறுவுவதாகவே இப்பயணம் அமைந்துவிட்டது. மீண்டும் இப்போது நாளந்தா பல்கலைக் கழகத்தை நிறுவ தெற்காசிய நாடுகளுடன் சேர்ந்து இந்திய அரசு முயற்சி செய்துவருகிறது. அமர்தியா சென், அப்துல் கலாம் போன்ற பெரியவர்கள் இதற்கான குழுவில் இடம் பெற்றுள்ளனர். ஒரு துணைவேந்தரும் இப்பல்கலைக்கழகத்துக்கு நியமிக்கப்பட்டுள்ளார் (வழக்கம்போல இந்த நியமனத்திலும் சர்ச்சை).

இங்கு அகழ்ந்து எடுக்கப்பட்ட பல சின்னங்கள், சிலைகள் இங்குள்ள அருங்காட்சியகத்தில் வைக்கப்பட்டுள்ளன. அவற்றில் மிகப்பிரமாண்டமாக இருந்த அவலோகிதேஸ்வர போதிசத்துவர் சிலை என்னைக் கவர்ந்தது. நாளந்தா பயணம் முடிந்து மதிய உணவுக்கு ராஜகிருகம் அருகே நின்றோம். அங்கே ஒரு வெந்நீர் ஊற்று இருந்தது. ராஜகிருகத்தில் மொத்தம் ஏழு கந்தக ஊற்றுகள் உள்ளன. அதில் செந்தமிழ் உல்லாசமாக ஒரு குளியலைப் போட்டார். பின் சாப்பிட்டுவிட்டு, இங்கிருந்து நாங்கள் குசிநகரம் செல்ல விரும்புகிறோம் என்று எங்கள் வழிகாட்டியிடம் வழி விசாரித்தோம். மீண்டும் கயா சென்று அங்கிருந்து ரயில் பிடித்து காசிக்குப் போய், அங்கிருந்து கோரக்பூர் சென்று அங்கிருந்து குசிநகரம் செல்வது ஒரு வழி. பாட்னா அருகே உள்ள ஹாஜிப்பூரில் ரயில் பிடித்து கோரக்பூர் செல்வது மற்றொரு வழி. மீண்டும் கயா செல்லத் தேவை

இல்லை. எனவே அவர்கள் எங்களை அருகில் உள்ள பீஹார்ஷெரிப் என்ற நகருக்குச் செல்லும் பேருந்தில் ஏற்றி விட்டனர். பீஹார்ஷெரிப் ஒரு மாவட்டத் தலைநகர். அங்கிருந்து பாட்னா செல்லும் பேருந்து ஒன்றில் ஏறி அமர்ந்து கொண்டோம். பேருந்து என்ற பெயருக்கு அது ஒரு வாகனம் அவ்வளவுதான். அறுபது ரூபாய் டிக்கெட். வழியில் பேருந்தில் அமிதாப் நடித்த அகூஜா என்ற படம் போட்டார்கள். நாங்கள் வெளியே வேடிக்கை பார்த்தோம். இருபது ஆண்டுகளுக்கு முந்தைய தமிழ்நாட்டின் காட்சியை கால எந்திரத்தில் போய்ப் பார்த்தால் எப்படி இருக்கும்? அதே போன்ற காட்சிதான். அழுக்கான ஊர்கள், சிற்றூர்கள். சும்மா மக்கள் உட்கார்ந்து வெட்டிப்பேச்சு பேசுகிறார்கள். பாட்னாவுக்குப் போகாமல் நகருக்கு முன்பாக வரும் மகாத்மா காந்தி பாலத்தில் இறங்கி ஹாஜிப்பூர் செல்ல வேறு வண்டி பிடிக்க வேண்டும்.

மகாத்மா காந்தி பாலம் வந்ததும் பேருந்தில் இருந்து உதிர்ந்தோம். சாலையைக் கடந்து எதிர்ப்புறமாக நின்றோம். சின்னதாக ஒரு மினிபஸ் மாதிரி ஒன்று வந்தது. அதில் நெருக்கி ஏறினோம். மகாத்மா காந்தி பாலம் மிகவும் நீளமான பாலம். கங்கையின் மீது கட்டப்பட்டது. டிராபிக் ஜாமுக்குப் பெயர்போனது. ஆமை வேகத்தில் ஊர்ந்து ஹாஜிப்பூருக்கு இரவு எட்டு மணி சுமாருக்குப் போய்ச்சேர்ந்தோம்.

அங்கே வழக்கம்போல ஓபன் டிக்கெட் வாங்கி ஒரு ரயிலில் ஏறி டிக்கெட் பரிசோதகரிடம் பர்த் கேட்டோம். அவரும் வழக்கம் போல பர்த் வழங்கினார். 200 ரூபாய் வாங்கிக் கொண்டு ரசீது வேண்டுமா என்று கேட்டார். "கொடுங்களேன்" என்று வாங்கி வைத்துக்கொண்டு தூங்கிவிட்டேன்.

(7)

விடிகாலை நான்கரை மணிக்கு கோரக்பூர் ரயில் நிலையத்தில் விழித்தெழுந்தேன். கோரக்பூர் கிழக்கு உத்தரப்பிரதேசத்தில் இருக்கும் ஒரு பெருநகரம். கோடையின் அம்சமாக அங்கே காலை ஐந்துமணிக்கே பொழுது விடிந்துவிட்டது. வெளியே வந்து குசிநகரம் செல்ல வாகனம் தேடினோம். மினி பஸ் ஒன்று ஆட்களைத் திணித்துக் கொண்டிருந்தது. அது குசிநகரம் வழியாகச் செல்கிறது என்று எங்கள் இருவரையும் திணித்துக் கொண்டார்கள். அங்கிருந்து 51 கிமீ தூரத்தில் உள்ளது குசிநகரம். அகலமான ஆனால் புழுதி பறக்கும் கோதுமை வயல்களுக்கு நடுவே விரைந்து சென்ற நெடுஞ் சாலையில் அந்த பஸ் பறந்துபோனது. ஆளுக்கு 80 ரூபாய் டிக்கெட். பணத்தை வாங்கிக்கொண்டார்கள். அவ்வளவுதான். டிக்கெட் எல்லாம் கிடையாது. சுமார் ஒரு மணிநேரம் கழித்து திடீரென்று ஓரிடத்தில் வண்டியை நிறுத்தி நெடுஞ்சாலையில் எங்களை இறக்கி விட்டு அவர்கள் வேகமாகப் போய்விட்டார்கள்.

இறங்கிப் பேய்விழி விழித்தவாறு குசிநகர் எங்கே உள்ளது என்று சின்ன கடையொன்றில் விசாரித்தோம். எதிர்திசையில் சுட்டிக்காட்டினார். ஒரு சாலை பிரிந்து சென்றது. அங்கு ஒரு தோரண வளைவு இருந்தது. கூடவே ஒரு புத்தர் சிலை. ஒரு பர்லாங் தூரம் உள்ளே நடந்து சென்று சத்திரம் ஒன்றில் அறை வாடகைக்கு எடுத்தோம். 200 ரூபாய் வாடகை. சுமாரான அறை. பைகளை வைத்துவிட்டு ஒரு குளியல் போட்டு, ஆடைகளைத் துவைத்து வெளியே இருந்த மரத்தில் காயப்போட்டேன்.

இருவரும் வெளியே வந்து சாலையோரக் கடையொன்றில் வயிற்றை நிரப்பினோம். எக்கசக்கமாக சாப்பிட்டதாய் நினைவு. ஆனால் அவர்கள் வாங்கிக் கொண்டதோ அறுபது ரூபாய்தான். யாரிடமும் வழிகேட்க வேண்டிய அவசியமில்லை. சாலையில் சற்று தொலைவு நடந்தால் இடதுபுறம் தெரிகிறது வெண்ணிற மணியைக் கவிழ்த்து வைத்ததுபோல ஒரு ஸ்தூபி. அதற்கு முன்னதாக மகாபரிநிர்வாண ஆலயம். எதிரே சால மரங்கள். சுற்றிலும் சுட்ட செங்கல் இடிபாடுகள். புத்தர் பகவான் இவ்வுலகை விட்டு நீங்கத் தெரிவு செய்த மல்லர்கள் ராஜ்யத்தின் நகரம் இது. அவர் பரிநிர்வாணம் அடைய

ராஜகிருகத்தையோ வாரணாசியையோ வைசாலியையோ தெரிவு செய்யவில்லை. இந்த சின்ன ஊரில், வெளி இருந்த ஒரு தோப்பில் இரண்டு சால மரங்களுக்கு நடுவில் ஆனந்தர் தயார் செய்த படுக்கையில் வடக்கு நோக்கித் தலைவைத்துப் பரிநிர்வாணம் எய்தினார்.

இன்று மகாபரிநிர்வாண ஆலயத்தில் வடக்கு நோக்கி தலையை கைக்கு அணையாகக் கொடுத்தவண்ணம் படுத்திருக்கும் அவரது சிற்பம் செய்யப்பட்டிருக்கிறது. ஆறு மீட்டர் நீளம் கொண்ட ஆன அவரது சிலையைச் சுற்றி மாபெரும் அமைதி குடிகொண்டிருப்பதாக உணர்ந்தேன். பள்ளிகொண்ட பெருமாள் சிலைகள் ஞாபகம் வந்தன. வெளியே இரண்டு பிக்குகள் உட்கார்ந்து ஏதோ பேசிக்கொண்டிருந்தார்கள். பரிநிர்வாண நிலையில் இருக்கும் புத்தர் பிரானைச் சுற்றி வந்தோம். அவரது அகன்ற திருவடிகளின் முன்னால் கண்மூடி உட்கார்ந்தோம். இந்த உடலை விட்டு நீங்கப்போகும் வேதனையில் இருந்தபோதும் கூட புத்தர், ஒரு வயதான நபருக்குச் சந்தேகங்களை நீக்குவதற்காக, ஆனந்தரின் எதிர்ப்பையும் மீறி போதனை செய்யும் நிகழ்ச்சி நினைவுக்கு வருகிறது.

வெளியே வெய்யில் ஏறியிருந்தது, ஆலயத்துக்கு சற்று பின்னால் அகழ்ந்து எடுக்கப்பட்ட ஒரு ஸ்தூபியின் வட்டமான ஓர் அடித்தளம், கட்டடச் சிதைவுகள்.

அங்கிருந்து வெளியே வந்து ரிக்க்ஷா ஒன்றைப் பிடித்து ஏறி அமர்ந்தோம். அறுவடைக்குத் தயாராக இருந்த கோதுமை வயல்கள், இடையிடையே புத்த மடாலயங்கள் வழியாக சற்று தூரம் தார்ச் சாலையில் போனோம். சுமார் ஒரு கிமீ பயணம் செய்திருக்கலாம். ராம்பார் ஸ்தூபி வந்தது. புத்தரின் மகாபரிநிர்வாணம் நடந்து ஏழுநாட்களுக்குப் பின்னால் அவரது உடல் எரியூட்டப்பட்ட இடத்தில் எழுப்பப்பட்ட ஸ்தூபி. அவரது உடலை எரியூட்டிய பின்னால் அவரது சாம்பலின் மிச்சங்களைப் பிரித்துக்கொள்ள அக்கால மன்னர்களிடையே பெரும் மோதலே நடந்திருக்கிறது. பின்னர் ஒருவழியாக சமாதானமாகி ஆளுக்கு கொஞ்சம் எடுத்துச் சென்று தங்கள் ஊர்களில் ஸ்தூபிகள், ஆலயங்கள் கட்டிக்கொண்டனர். மிகப்பிரம்மாண்டமாகக் கட்டப்பட்ட ராம்பார் ஸ்தூபி இருந்த இடத்தில் இன்று இருப்பது ஒரு

செங்கல் குவியல் மட்டுமே. கிராமங்களில் முன்னோர்களின் நினைவாக கட்டப்படும் மடங்கள் அவர்கள் தலைமுறைக்குப் பின்னால் வேகமாக சிதைவுறுவது ஞாபகம் வந்தது. இங்கோ 2500 ஆண்டுகளுக்குப் பின்னால் ஒரு மனிதர் உடல் எரியுண்ட இடத்தையும் அங்கு கட்டப்பட்ட ஸ்தூபியையும் காண்கிறோம். அம்மனிதரின் சொற்கள் இந்நாட்டின் மீது செலுத்திய ஆதிக்கத்தின் எச்சம் இது.

பின்னர் குசிநகரத்தில் இருக்கும் ஓர் அருங்காட்சியகத்தையும் பார்வையிட்டோம். வழக்கமான புத்தர் சிலைகள். நினைவுச்சின்னங்கள் மட்டுமே. திரும்பி வந்து விடுதி அறையைக் காலி செய்தோம். அதே ரிக்‌ஷாக்காரர் வந்து எங்களை நெடுஞ்சாலையில் இறக்கி விட்டார். தானாகவே எங்களுடன் ஒட்டிக்கொண்ட ஒரு சுத்தமான இந்தி மட்டுமே பேசத்தெரிந்த ஒரு ஆளுக்கு செந்தமிழ், நாற்பது ரூபாய் அன்பளிப்பாகக் கொடுத்தது மட்டுமே அந்த ஊரில் ஆன பெரிய செலவு.

இம்முறை கோரக்பூருக்கு நாங்கள் ஜீப் ஒன்றில் ஏறித் திரும்பினோம். முதலில் ஆறுபேர்தான் இருந்தோம். வழியெல்லாம் ஆட்கள் ஓடிவந்து தொற்றிக் கொண்டதில் கோரக்பூர் வரும்போது 12 பேர் இருந்தோம். மிகவும் சுறுசுறுப்பான டிரைவர். ஒவ்வொரு இடத்திலும் ஆட்களை இறக்கி விட்டதாகட்டும்; ஜீப் மீது தாவி ஏறிப் பைகளை அடுக்கியதாகட்டும்; மிகவும் சுறுசுறுப்பாக இருந்தார்! ஆளுக்கு எண்பது ரூபாய் கட்டணம். ஜீப் பயணம் சுவாரசியமாக இருந்தது என்றே சொல்லவேண்டும்.

(8)

கோரக்பூரில் மதியம் சுமார் மூன்று மணிக்கு இறங்கினோம். அங்கிருந்து நாங்கள் செல்லவேண்டியது பயணத்தின் இறுதிக்கட்டமான லும்பினி. புத்தர் பிறந்த மண். அங்கிருந்து வடக்கே 95 கிமீ பயணம் செய்தால் சோனாலி என்ற எல்லைப் புற நகர் வரும். அங்கிருந்து 27 கிமீ தூரத்தில் லும்பினி. கோரக்பூர் ரயில் நிலையம் அருகே 'சொனாலி. சொனாலி' என ஜீப்காரார்கள் கூவிக் கூவி அழைக்கிறார்கள். அவர்களைத் தவிர்த்து பஸ் பிடிக்கலாம் என்று பேருந்து நிலையம் போனோம். மீண்டும் மினி பஸ்தான். சோனாலிக்கு டிக்கெட் எடுத்துக்கொண்டோம். சுமார் ஒரு மணிநேரம் பஸ் நிரம்பும்வரை காத்திருந்து பின் வடக்கு நோக்கி மிதமான வேகத்தில் பயணம். சுறுசுறுப்பான அகலமான சாலை. இருபுறமும் கோதுமை வயல்கள். சுமார் ஏழுமணிக்கு மேல் இருள் கவிந்ததும் ஒரு அற்புதமான காட்சி காணக் கிடைத்தது. அறுவடை செய்யப்பட்ட கோதுமை வயல்களைக் கொளுத்தியிருந்தனர். இருபுறமும் வழிநெடுக சிவப்பான தீ ஒரு நேர்க்கோடுபோல் தொலைவில் தெரிந்தது. சில இடங்களில் சாலைக்கு மிக அருகில்.

சுமார் ஒன்பது மணிக்கு சோனாலி போய்ச்சேர்ந்தோம். பஸ் கண்டக்டரிடம் உத்தரபிரதேச மாநிலம் சுற்றுலாத்துறை நடத்தும் நிரஞ்சனா என்ற அழகான பெயர்கொண்ட விருந்தினர் மாளிகைக்கு வழி கேட்டோம். ஆள் அக்கறையாக எங்களை அழைத்து வந்து அங்கே விட்டுச்சென்றார். அங்கே காத்திருந்தது எங்களுக்கு இப்பயணத்தின் முதலும் கடைசியுமான கசப்பான அனுபவம். ரிசப்ஷனில் இருந்தவன், 'இங்கே அறை எதுவும் சரியாக இருக்காது. பக்கத்து ஹோட்டலுக்குப் போங்கள்' என்றான். அரசு ஊழியன் அல்லவா? அம்மாநில அரசின் நிலைப்பாட்டைத் தெரிவிக்கிறான் போலிருக்கிறது. பக்கத்து ஹோட்டலைப் போய்ப் பார்த்தோம். ஐந்தாறு அறைகளை வைத்துக்கொண்டு அதை நடத்தி வந்தார் ஒரு சீக்கியர். அறைகள் சுத்தமாகப் பிடிக்கவில்லை. மீண்டும் பழையபடி நிரஞ்சனாவுக்கே வந்தோம். அங்கு ஓர் அறையை அவன் அழுதுகொண்டே கொடுத்தான். அதில் டாய்லட் சரியில்லை என்பதால் மீண்டும் வேறொரு அறை. அங்கே பேன் சுற்றவில்லை. மூன்றாவது அறைதான் பரவாயில்லை. அதற்குள் அவனுடன்

சற்று வாக்குவாதமும் செய்ய நேர்ந்தது. பின் வெளியே சென்று சாப்பிட்டுவந்து படுத்து உறங்கிப்போனோம்.

காலையில் அறையைக் காலி செய்து வடக்கு நோக்கி நடந்து எல்லையைக் கடந்தோம். இந்த பக்கம் இந்திய அதிகாரிகள். அந்தப்பக்கம் நேபாள அதிகாரிகள். எங்களுக்கு எந்தச் சிரமமும் இல்லை. எந்த சோதனையும் இன்றி நேபாளத்துக்குள் நுழைந்து இந்திய ரூபாயை நேபாள ரூபாய்க்கு மாற்றிக்கொண்டோம். அங்கே இந்திய ரூபாய் நோட்டுகளும் செல்லுபடியாகின்றன. ஐநூறு, ஆயிரம் ரூபாய் நோட்டுக்களை மட்டும் வாங்குவதில்லை. எல்லையைக் கடந்ததும் தெரிந்தது அங்கே சில நல்ல விடுதிகள் இருப்பது. நேற்றிரவே இங்கு வந்திருக்கலாமே என்று நினைத்துக்கொண்டோம். அங்கிருந்து பேருந்து(!) போலத் தெரிந்த வாகனம் ஒன்றில் ஏறி பைரவா என்ற இடத்தில் இறங்கி வேறொரு பேருந்து மாறி லும்பினிக்கு வந்து சேர்ந்தோம். சக பயணிகள் எளிமையாக இருந்தனர். அந்நாட்டில் நிலவும் வறுமை உடைகளில் தெரிந்தது. பாண்ட், சட்டைகளின் கிழிசல்களை ஊசி நூலால் தைத்து அணிந்திருந்தனர். அந்தக் கிழிசல்கள் என்னை விட செந்தமிழுக்கு மிகுந்த வருத்தத்தை அளித்தன. “இருபது ஆண்டுகளுக்கு முன்பு தமிழ்நாட்டிலும் இப்படிப் பார்க்க முடியும்” என்று நினைவுகூர்ந்த அவர், “இன்னும் வறுமை உலகில் நீங்கவில்லையே” என்று ஆதங்கத்துடன் சலித்துக்கொண்டார்.

நேற்றிரவு ஏற்பட்ட அனுபவத்தால் செந்தமிழ், லும்பினியில் நல்ல தனியார் விடுதியில் ஆவேசமாக அறை எடுத்தார். குளித்துவிட்டு வெளியே வந்தோம். லும்பினி தோட்டத்தின் வெளியே சைக்கிள்களும் ரிக்‌ஷாக்களும் நிற்கின்றன. ரிக்‌ஷா ஒன்றைப் பிடித்தோம். ரிக்‌ஷாக்காரர் எல்லா இடங்களையும் சுற்றிக் காண்பிக்க எண்பது ரூபாய் கேட்டார்.

முதலில் புத்தர் பிறந்த இடமாக அடையாளம் காணப்பட்டிருக்கும் இடத்தை அடைந்தோம். உள்ளே அகழ்வு செய்து ஒரு கோவிலையும் அங்கே சில சின்னங்களையும் கண்டறிந்துள்ளனர். சுற்றிலும் மரத்தால் ஆன மேடையில் நடக்கவேண்டும். உள்ளே வரும் பக்த கோடிகள் அரிசியை எறிகின்றனர். உள்ளேயும் வெளியேயும் அமர்ந்திருக்கும் பிக்குகளுக்கு நேபாள ரூபாய் நோட்டுகளை

அளிக்கின்றனர். செந்தமிழ் அன்றும் வழக்கம்போல காவி வேட்டி அணிந்து கண்மூடி தியானத்தில் அமர்ந்தார். நான் எல்லா இடங்களிலும் எதிர்பார்த்து ஏமாந்த ஒரு சம்பவம் லும்பினியில் அப்போது நடந்தது. பிக்குகளுக்கு வணங்கி பணத்தைக் கொடுத்துக்கொண்டு வந்த நேபாளச்சிறுவன் ஒருவன், செந்தமிழையும் சாமியாராக எண்ணி பெரிய கும்பிடாகப் போட்டு, அவர் மடியில் ரூபாய்த்தாளை வைத்துவிட்டுப் போய்விட்டான். நான் அருகே சிரிப்பை அடக்கமுடியாமல் தவித்துக்கொண்டிருந்தேன். சுமார் பத்து நிமிடங்கள் கழித்து அவர் தியானம் கலைந்து கண்விழித்தார். மடியில் ரூபாய் நோட்டைக் கண்டு பதறி அப்பையனைத் தேடினார். ஆள் கிடைக்காததால் நான் எவ்வளவோ சொல்லியும் கேட்காமல் ("புத்தரே பையன் வடிவில் வந்து கொடுத்த ரூவா..") உண்டியலில் போட்டுவிட்டார்.

இதன் அருகில் புனிதக் குளம் ஒன்று உள்ளது. புத்தர் பகவான் பிறந்தவுடன் தாய் மாயாதேவி அவரைக் குளிப்பாட்டிய குளமாம் அது. அதன் கரையில் ஒரு போதிமரம் இருந்தது. அதில் பல வண்ணங்களில் துணிகளைக் கட்டியிருந்தார்கள்.

இங்கிருந்து வெளியே வந்தால் லும்பினி முழுக்க ஒரு கிலோ மீட்டர் தொலைவில் பல நாடுகளைச் சேர்ந்த பௌத்த சங்கங்கள் சார்பாக பௌத்த விஹாரங்கள் கட்டப்பட்டுள்ளன. பல கட்டப்பட்டு வருகின்றன. அவற்றுக்கெல்லாம் சென்று பார்த்தோம். இங்கொரு அருங்காட்சியகமும் உள்ளது. அதற்குள் சென்று பார்த்தோம். ஓரளவுக்குப் பரவாயில்லை என்று சொல்லும் அளவுக்கு விரிவான அளவில் பொருட்கள் காட்சிக்கு இருக்கின்றன. இப்போது லும்பினியை சர்வதேச நகரமாக ஆக்க நேபாள அரசு முயற்சி செய்துவருகிறது. இந்த விஹாரங்களைச் சுற்றிப் பார்க்க இரண்டு மணி நேரத்துக்கும் மேல் ஆனது. வெளியே வந்தோம். எதிர்ப்புறமாக உணவுக்கடைகள். நேபாளப் பெண்கள் நடத்துகிறார்கள். மதுபானங்கள் தாராளமாகக் கிடைக்கின்றன. ஐரோப்பியர் ஒருவர் சுவாரசியமாக பீர் அருந்திக்கொண்டிருந்தார். நாங்கள் ஒரு தேநீர் அருந்திவிட்டு அறைக்குச் சென்றோம். செந்தமிழ் வழக்கம்போல சைக்கிள் வாடகைக்கு எடுத்துக்கொண்டு நேபாளத்தைச் சுற்றிப்பார்க்கச் சென்றார். மறுநாள் காலையில் மீண்டும் பஸ் பிடித்து சோனாலியில் எல்லையைக் கடந்து

அசோகன் நாகமுத்து

கோரக்பூர் செல்ல மினி பஸ் ஏறினோம். பார்த்தால் நாங்கள் முன்பு வந்த அதே பஸ். அதே நடத்துநர்.

மாலையில் கோரக்பூர் திரும்பினோம். மறுநாள் காலையில் ரப்திசாகர் எக்ஸ்பிரஸின் சென்னைக்குத் திரும்ப முன்பதிவு செய்யப்பட்டிருந்தது. அன்றிரவு ரயில் நிலையத்திலேயே அறை எடுத்துத் தங்கினோம். சூடான அறையில் மேலே பழைய மின்விசிறி சுழன்று வெப்பத்தை விரட்ட முயன்றது. அது சுழன்றபோது கிராக் கிராக் என்று சப்தம் கேட்டது. புத்தரின் தர்மசக்கரம் எப்படிச் சுழலும் என்று எண்ணிக்கொண்டே அரைத்தூக்கத்துக்குச் சென்றேன்.

நன்றி

On Yuan Chwang's Travels In India
-Thomas Watters

The Life Of Hiuen Tsiang
- Samuel Beal

Old Path White Clouds
- Thich Naht Hahn

Buddha
— Deepak Chopra

2500 Years Of Buddhism
- Edited By B V BAPAT

The Debate Of King Milinda
- Bikku Besala

புத்தரின் புனித வாக்கு
— பால்காரஸ்

பகவான் புத்தர்
— தர்மானந்த கோசாம்பி

பௌத்தமும் தமிழும்
— மயிலை சீனி வேங்கடசாமி

பௌத்த கதைகள்
— மயிலை சீனி வேங்கடசாமி

இந்திய தத்துவம் ஓர் அறிமுகம்
— தேவி பிரசாத் சட்டோபாத்யாய்

இவற்றுடன்
ஏராளமான இணைய தளங்கள்.